ĐƯỜNG KHÔNG BIÊN GIỚI

Đường Không Biên Giới

THÍCH NHƯ ĐIỂN

ĐƯỜNG KHÔNG BIÊN GIỚI
Thích Như Điển

Xuất bản lần thứ nhất bản in: 1987
Tái bản cho ấn bản trên mạng điện tử: Tháng 8/2020
Tái bản qua United Buddhist Publisher: Tháng 8/2020
Trách nhiệm: Nguyên Đạo
Thiết kế bìa: Họa sĩ Sao Mai
Hình bìa: Thiện Tín
Hiệu đính và Layout: Nguyễn Minh Tiến

ISBN: 979-8-6343-0451-9

United Buddhist Publisher - 2020

THÍCH NHƯ ĐIỂN

ĐƯỜNG KHÔNG BIÊN GIỚI

Tái bản có sửa chữa và bổ sung

VIÊN GIÁC
TÙNG THƯ

2020

MỤC LỤC

LỜI GIỚI THIỆU

Nhân lần tái bản năm 2020

Xin chào nhau giữa con đường
Mùa xuân phía trước miên trường phía sau

(Bùi Giáng - Mưa Nguồn)

Nghĩ cho cùng cuộc đời dài của con người chính là những bước đi - không hơn không kém. Đó là những bước khập khiễng từ khi lọt lòng mẹ cho đến các bước run rẩy trước khi bước vào quan tài. Điều quan trọng nhất là kẻ lữ hành phải luôn sáng suốt và lạc quan để nhận biết *"mùa xuân phía trước"*. Dầu sao đi nữa, dù muốn hay không mình vẫn phải bước đi.

Đã có thời xa xưa người ta tin rằng trái đất này là một mặt phẳng có hình thù như chiếc đĩa ăn. Thuở ấy, lúc dừng chân đứng trước đại dương bao la, phóng tầm mắt ra xa mà không bị các vật thể như cây cối nhà cửa che khuất, người ta đã lầm tưởng rằng cái lằn gạch cuối ở phía chân trời xa là đường kết thúc của trái đất. Ấy là thời mà con người còn tin rằng trái đất đứng yên và tất cả hành tinh, kể cả mặt trời, quay chung quanh trái đất.

Nhưng không, lầm to! Trái đất này vẫn quay. Trái đất quay đều quanh mặt trời và cũng quay vòng theo chính trục của tự nó. Nghĩa là trái đất này cũng đang đi, đi liên tục không ngừng nghỉ. Tội nghiệp cho những trí tuệ lớn của nhân loại như các nhà thiên văn đã từng phải bị đày đọa, bị quản thúc, bị nhục mạ ... vì họ đã dám nghĩ khác theo đúng tinh thần khoa học. Người ta còn nhớ rành rẽ chuyện bác học Galileo Galilei (1564-1642) bị Tòa án Dị giáo của La Mã dùng mọi nhục hình buộc ông phải thú nhận rằng ông đã sai lầm khi lên tiếng bênh vực cho thuyết Nhật Tâm (mặt trời đứng yên). Quá bận tâm cho gia đình có thể bị vạ lây và lo lắng cho cuộc sống của con cái, cụ già 69 tuổi ấy đành phải chịu nhục quỳ gối trước nhà thờ và cúi đầu nói: *"Tôi xin từ bỏ ý nghĩ sai lầm của mình, rằng mặt trời là trung tâm của vũ trụ."* Nhưng lúc đứng lên ông lẩm bẩm trong miệng: "Eppur si muove!" (Dù gì thì trái đất vẫn quay.)

Sau này, có rất nhiều nhà du hành đã đi vòng quanh trái đất để chứng minh rằng trái đất này là một quả cầu. Họ có thể mang tên là Christoph Columbus, là Marco Polo, Ferdinand Magellan... hay Huyền Trang. Họ chính là những người đã dạy cho ta một bài học, cho ta biết rằng: "Đường đi không biên giới". Không biên giới kể cả khi đã đi giáp một vòng trái đất. Không biên giới vì một lẽ rất đơn giản: *"Đạo là đường, đường là đạo."*

Phàm phu thường ngày đi chỉ vì đi, vì bị cuộc đời "xô đi". Đi cho hết khoảng đời trên cõi thế. Thức giả đi để nhìn thấy và chiêm nghiệm về nhân sinh. Đi cũng là cách để hành đạo. Đức Phật từng dạy rằng, giáo pháp của Ngài có 84.000 pháp môn, tức là 84.000 con đường. Con đường đó gọi là đạo. Đạo là những con đường.

Tác giả quyển sách này, Hòa thượng Thích Như Điển đã đi và ghi lại với một phong thái như thế. Ví dụ, một hôm tác giả lang thang ở vùng sa mạc Phi châu (Tunésie), khi đứng nhìn những bầy thú trong một buổi hoàng hôn và chiêm nghiệm:

"Trong sa mạc chỉ có một vài con lạc đà đi lững thững đó đây để tìm thức ăn vật uống, nhưng có lẽ lạc đà phải chịu đựng 5 đến 7 ngày như vậy mới có thể tìm được một cây cỏ khô hay một vài vật đã bị thiêu cháy, quả thật khổ sở vô cùng. Thế nhưng Đức Phật có dạy rằng: 'Cái khổ của con lạc đà chở nặng trong bãi sa mạc ấy cũng chưa gọi là khổ. Chỉ có con người ngu si không trí tuệ, ấy mới thật là khổ.' Như vậy đủ thấy sự ngu si của con người đáng sợ biết chừng nào!"

Viên Giác Tùng Thư xin trân trọng giới thiệu tác phẩm "Đường Không Biên Giới" đến bạn đọc gần xa. Bằng giọng văn kể chuyện, tác giả sẽ dẫn dắt chúng ta đi với phong thái như thế trên các nẻo đường Âu, Á, Úc, Mỹ, Phi... gặp đủ các hạng người, có mặt ở nhiều lễ hội hay đạo tràng tu tập.

Trân trọng
Đức quốc - tháng 8 năm 2020
mùa đại dịch CoViD-19
Viên Giác Tùng Thư

LỜI DẪN

(cập nhật cho lần tái bản 2020)

Đường Không Biên Giới là một tập ký sự do Đại đức Thích Như Điển (bây giờ là Hòa Thượng) ghi lại qua những chuyến đi Phật sự khắp năm châu bốn bể từ năm 1979 -1987. Sách do Trung Tâm Văn Hóa Xã Hội Phật giáo Việt Nam tại Đức xuất bản lần thứ nhất 1.000 cuốn gồm 2 thứ tiếng Việt và Đức vào năm 1987 dưới sự bảo trợ của Bộ Nội Vụ Cộng Hòa Liên Bang Tây Đức, Đặc trách vấn đề Tôn Giáo và Văn Hóa.

Ấn bản lần thứ nhất 1.000 cuốn gồm 2 thứ tiếng Việt và Đức. Phần dịch sang tiếng Đức do Đạo hữu Nguyễn Ngọc Tuân và Đạo Hữu Nguyễn Thị Thu Cúc đảm trách. Hình bìa do chú Thiện Tín (bây giờ Thượng Tọa Hạnh Tấn) trình bày. Hình bìa được minh họa bởi hai cảnh trí hợp lại. Đó là rừng thu Gatinau tại Ottawa, Canada và cảnh Hagi tại Nhật Bản.

Tái bản cho ấn bản trên mạng điện tử qua mạng toàn cầu Amazon: Tháng 8/2020 – được chia hai phần tiếng Việt và tiếng Đức thành 2 cuốn sách riêng.

Tái bản qua United Buddhist Publisher: Tháng 8/2020

THAY LỜI TỰA

Lâu thật là lâu, quyển *"Đường Không Biên Giới"* hôm nay mới có dịp đến tận tay, tận mắt quý độc giả xa gần.

Có nhiều độc giả đã theo dõi phần này ngay từ những ngày đầu được xuất hiện trên những trang báo nghèo nàn khổ A5 của Viên Giác bộ cũ vào những năm 1979-1980. Cũng có nhiều vị bắt đầu biết đến phần này trong những số Viên Giác mới từ đầu hay những ngày tháng gần đây.

Có nhiều độc giả đề nghị với chúng tôi là nên in thành sách để phổ biến, nhằm giới thiệu những cảm tưởng, địa danh, nhân vật... những việc, những nơi mà chúng tôi đã đi qua cũng như đã biết đến.

Cách đây chừng 3 năm, chúng tôi có gửi một số câu hỏi trắc nghiệm đến quý độc giả về các tiêu đề trong báo Viên Giác mà tờ báo đã chủ trương để xem xét ý kiến của quý độc giả nhằm cải tiến tờ báo ngày càng phong phú hơn. Trong phần cảm tưởng viết về *"Đường Không Biên Giới"*, có vị cho rằng: *"Rất thích phần này. Vì có thể hiểu được tâm sự của một người Tăng sĩ."* Vâng, đúng thế, có lẽ đây là một trong những câu trả lời gần đúng nhất mà chủ đề cũng như nội dung chúng tôi muốn gửi đến các độc giả xa gần.

Đã gọi là *"Đường Không Biên Giới"* thì không có lý do gì để người viết tạo thành biên giới đối với người đọc, nhưng đây chỉ là một biên giới tạm để kết thúc một đoạn đường thôi. Trong tương lai quý vị sẽ có dịp đọc một tác phẩm khác, không là trường thiên tiểu thuyết, nhưng cũng là tâm sự của một người tu dưới cái nhìn về cuộc đời cũng như nẻo đạo.

Sở dĩ có được tác phẩm này là do sự đốc thúc của các độc giả xa gần, sự trợ lực của Bộ Nội Vụ Cộng Hòa Liên Bang Tây Đức đặc trách vấn đề Tôn Giáo và Văn Hóa, cũng như sự tận tâm giúp đỡ của quý Phật tử xa gần, nên tác phẩm này mới có cơ hội đến với quý vị ngày hôm nay được.

Riêng chúng tôi có cơ duyên đi khắp đó đây là nhờ hoàn cảnh cho phép trong khi hành đạo cũng như truyền đạo, nhằm mang ánh sáng của đạo từ bi giác ngộ của đấng Thế Tôn đến khắp nhân quần. Đó là ơn của tất cả chúng sanh. Một trong bốn ơn nặng mà một người tu không thể nào thiếu được.

Mong rằng tác phẩm này sẽ góp mặt một phần nhỏ với đời cũng như với đạo và ước mong ý kiến của quý độc giả xa gần sau khi đã đọc tác phẩm này.

THÍCH NHƯ ĐIỂN

Viên Giác tự, mùa Phật Đản năm 2351 (1987)

ĐƯỜNG KHÔNG BIÊN GIỚI

1. TẢN MẠN CHUYỆN QUÊ HƯƠNG

Sau khi đi hết năm châu, vượt qua bốn bể, hôm nay tôi ngồi lại đây để viết vài dòng về những chuyến đi xuyên qua các đại lục bằng nhiều phương tiện khác nhau, nhằm giới thiệu, phân tích cũng như tìm hiểu văn hóa, tôn giáo, phong tục, tập quán của từng dân tộc mà chính người viết bài này đã có cơ hội đi đến, tiếp xúc, học hỏi, hoặc nghiên cứu những vấn đề trên.

Ngày xưa, khi loài người chưa văn minh tiến bộ, mỗi khi di chuyển từ chỗ này đến chỗ khác quả là một vấn đề rất khó khăn và phức tạp. Con người từ cổ chí kim có lẽ những việc ăn, uống, ngủ, nghỉ không khác gì mấy. Nếu xưa có khác nay, chỉ khác về sự tiến bộ về trí óc mà thôi. Nếu hiểu như vậy chúng ta có thể nói rằng: dầu ngày nay những phương tiện chuyên chở nhanh chóng như máy bay phản lực, máy bay thường, tàu điện, tàu lửa, tàu thủy, tàu ngầm, xe hơi, xe gắn máy... hay trung bình nhưng chậm chạp như xe đạp, xe ngựa, xe bò, xe lừa, xe kéo v.v... và chậm nhất là đi bộ, thì cũng có thể nói rằng tựu trung tất cả đều cùng chung mục đích là di chuyển mà thôi. Nên chúng ta có thể nói rằng: đi bộ là khởi điểm của tất cả những tiến bộ sau này.

Nếu bảo Á Châu là nguồn gốc của văn minh, là khởi nguyên của vũ trụ, là nơi phát xuất những bậc Thánh nhân như Khổng Tử, Lão Tử hay Giác Ngộ thành Phật như Đức Thích Ca Mâu Ni hoặc cao thượng như Đức Chúa thì hãy so sánh với Âu Châu, với nền văn minh cổ đại của Hy Lạp, của La Mã, với những nhà hiền triết như Nietzsche, Freud (Đức), Platon, Decarte (Pháp).

Nếu bảo Mỹ Châu là xứ mới được phát minh còn non trẻ có nền văn minh tuyệt diệu hoàn cầu, nhưng không có một nền văn hóa cổ truyền lâu đời như Kim Tự Tháp của Ai Cập, hay Đế Thiên, Đế Thích của Cao Miên thì hãy sánh với Úc Châu - là nơi gần giống da vàng mũi thấp, thông minh và trầm tĩnh - nơi đó lại dưỡng sinh những người da trắng mũi cao cũng đã di dân từ những vùng đất lạnh Âu Châu đến.

Còn Phi Châu có lẽ vì khí trời nóng bức, vật chất khô khan, sự ảnh hưởng văn minh từ các châu khác đến dường như bị những trận cuồng phong của sa mạc cuốn mất theo chiều gió, nên Phi Châu có vẻ khô cằn và trông ra thê thảm.

Nếu bảo người da đen ở Mỹ hay ở Phi Châu là hiện thân của sự biếng nhác thì hãy xem gương người Nhật ở Á Châu, người Đức ở Âu Châu để học hỏi những sự nhẫn nại, cố gắng siêng năng, chăm chỉ để giúp mình có một bài học cao quý ở đời.

Ai bảo người Pháp sống với văn chương, người Anh sống với ngoại giao, người Đức với thương mại, giáo dục thì người Việt Nam có lẽ cũng còn có giá để so sánh một phần nào khi đứng ra làm trạng sư hay luận thuyết hơn thua.

Người Âu Châu giàu có nhờ kỹ nghệ, người Mỹ Châu sang trọng nhờ vào tài nguyên thiên nhiên. Người Nhật sau bại chiến 1945 nghèo nàn, lạc hậu, ngày nay đã phú cường và vững mạnh về kinh tế, chính trị, văn hóa... gần như xếp hạng nhì, ba trên thế giới. Ấy chỉ nhờ tinh thần đoàn kết biết hy sinh cho quốc gia đại sự. Còn người Việt Nam chúng ta trí não chẳng thua ai, đánh giặc nào cũng thắng, nhưng đánh giặc lòng không thắng, nên đất nước mới loạn ly, nhân tình mãi phân tán, trải qua hàng mấy mươi thế kỷ. Không có một cường quốc nào có thể địch nổi với quân Mông Cổ vào thế kỷ 13, kể từ Âu sang Á, nhưng Việt Nam ta đã chiến thắng vẻ vang. Cũng chả ai dám bì nổi với thực dân Pháp, đi ngỏ sau của Mỹ, nhưng rồi người Việt Nam ta vẫn anh dũng ca khúc khải hoàn là thoát ra khỏi vòng đô hộ.

Nhưng rồi ngày hôm nay, khi dân tộc ta bị người Nga gián tiếp thống trị - khống chế bởi những người Cộng sản Việt Nam ngu dốt - rồi mai đây nhân dân ta sẽ đánh bại một con sói cả Á lẫn Âu, nhưng thử hỏi tại sao ta không được hòa bình, ta không được phú cường như bao dân tộc khác? Lẽ ra khi ta chiến thắng ngoại xâm, ta có thể xây dựng quê hương ta giàu sang và vững mạnh mới xứng đáng với sự hy sinh xương máu, với công nghiệp của tiền nhân ta đã dày công dựng nước và giữ nước suốt dòng lịch sử. Tại sao ta vẫn thấy còn lẻ loi khi ở xứ người và vẫn chưa tự hào được một điều gì với thế giới cả? Có phải vì chúng ta không tin nhau? Hay vì chúng ta không thương yêu nhau mà cứ cấu xé lẫn nhau? Nếu không đoàn kết được để tạo nên sức mạnh thì hãy nghĩ rằng:

> *"Một cây làm chẳng nên non,*
> *Ba cây chụm lại nên hòn núi cao."*

Nếu ta cứ tranh nhau để sống và cấu xé, giết hại lẫn nhau thì chúng ta hãy nghĩ rằng:

"Khôn ngoan đối đáp người ngoài,
Gà cùng một mẹ chớ hoài đá nhau."

Ta thắng được giặc ngoài, nhưng ta không thắng được giặc lòng của chúng ta. Đó là một điều dở của người Việt, nhưng chúng ta đã có Phật giáo lâu đời trong lòng dân tộc, tại sao chúng ta không nghĩ và thực hành lời dạy của Đức Phật: *"Chiến thắng muôn quân không bằng tự thắng mình. Tự thắng mình là chiến công oanh liệt nhất."*

Người Việt Nam ta nếu đem so với các dân tộc trên năm châu bốn bể, quyết rằng chẳng thua kém ai, nhưng nếu ba người Nhật, ba người Đức và ba người Việt Nam ngồi lại với nhau để thảo luận một vấn đề thì chắc chắn ba người Việt sẽ thua trước. Vì phong dao Việt Nam chúng ta có câu *"chín người, mười ý"*, nên có lẽ vì thế mà chúng ta chẳng đồng ý với những người khác chăng?

Ba người Nhật, ba người Đức họ sẽ chỉ một ý kiến hay một trăm người Nhật cũng chỉ một ý kiến, còn xét lại người Việt Nam ta có lẽ có hàng chục ý kiến, nhưng ý kiến nào cũng chẳng giống ý kiến nào. Đôi khi những ý kiến được nêu ra lại mâu thuẫn nhau, không cùng một mục đích, để rồi mang đến sự cãi vã, đổ vỡ.

Văn chương bình dân Việt Nam có câu rằng:

"Quảng Nam hay cãi,
Quảng Ngãi hay lo,
Bình Định hay co,
Thừa Thiên ních hết."

Có lẽ cái bệnh "cãi" ngày nay không còn là riêng của người Quảng Nam, mà đã như một cơn dịch lan truyền khắp trong châu thân của mọi người Việt Nam, chứ không còn giới hạn ở một địa phương nữa.

Ôi đau đớn biết dường nào! Khi đất nước ta bị người Cộng Sản xâm chiếm và nắm quyền, đàn áp dân chúng, thì ta lại đổ thừa vì người Mỹ, người Tàu, người Nga, người Nhật, người Pháp, hay đổ tội cho tôn giáo này, tổ chức kia tranh đấu chống đối để làm lợi cho Cộng Sản, mà chưa có một ai biết tự trách là chính nhân dân Việt Nam, vì chúng ta hoàn toàn không có trách nhiệm đối với Tổ Quốc ta. Chính mỗi cá nhân người Việt Nam chúng ta cũng đều có bổn phận và trách nhiệm trong sự hưng vong của đất nước.

Ai thương chúng ta bằng chính ta tự thương mình? Người khác có hại chúng ta cũng không bằng ta tự hại mình. Người ngoài nhắm thế yếu ấy mà thọc gậy bánh xe, mà phân chia nội bộ, chứ nếu ta vững, ta chỉ một lòng thì làm sao côn trùng bên ngoài có thể xâm nhập vào nội thể của chúng ta được?

Than ôi! Khi nước loạn mới thấy nhà tan thì chuyện đã trễ lắm rồi, mà chúng ta há chẳng nghĩ đến câu *"Phòng bệnh hơn chữa bệnh"* sao? Thế thì chúng ta *nói hay mà làm dở*, ngược lại người Nhật *nói dở mà làm hay* nên đã đổi được thế cờ. Lúc thua trận năm 1945, Nhật gần như là chư hầu của Mỹ. Nhưng ngày nay, sau 30 năm chỉnh trang lại đất nước, người Mỹ cũng không dám khinh thường người Nhật mà còn mời mọc Nhật ở nhiều phương diện như một người khách quí. Bởi thế cho nên người Nhật mới bảo rằng: *"Sau 30 năm, ngày nay như một giấc mộng."*

Nói như trên để tự trách mình như Thánh nhân vẫn thường dạy *"Tiên trách kỷ, hậu trách bỉ"*, cho thuận lẽ đời và mới đúng với chân tinh thần của Phật giáo, chứ không phải xem thường hay ngược đãi người nào. Chúng ta muốn khỏi bệnh thì phải uống thuốc, bằng không thì sẽ bị con bệnh *"kiêu căng, tật đố"* hoành hành, chẳng ai chữa trị được cho ta, ngoại trừ chính ta.

Người Việt Nam ta có tiếng là thông minh, hiền lành, chất phác, nhưng không hiểu tại sao những cái khôn vặt, ma lanh ta đã bị ảnh hưởng bởi ai mà ngày nay nó phá hoại cơ thể chúng ta lắm thế?

Sách vở thánh hiền, kinh điển Chúa, Phật, luân lý, đạo đức... chúng ta có đủ hết không thiếu môn nào, nhưng có lẽ ít người lưu tâm nên sách vở kia mới bị mối đục khoét lâu ngày đã nát gáy, sờn chương. Do đó người Việt Nam chúng ta vẫn còn một cơn bịnh trầm kha...

Khi tôi đặt chân lên xứ Nhật - sau một thời gian học hỏi nơi xứ người, tôi đã thất vọng, nên tự bảo với mình rằng: *"Phải chi hồi xưa mình học ở Việt Nam vẫn còn hơn."* Cho nên ngày xưa khi Ngài Dogen (Đạo Nguyên) thiền sư (1200-1253) Tổ khai sơn Tào Động Tông của Phật giáo Nhật Bản khi sang Trung Quốc du học, lúc trở về có người hỏi Ngài, Ngài qua Trung Quốc học được gì? Ngài bảo rằng: *"Ta học được rằng: mắt nằm ngang, mũi nằm thẳng."* Nếu bảo chỉ học được như thế thì ở Nhật cũng biết được điều đó chứ cần gì phải lặn lội sang Trung Quốc học hỏi mấy chục năm trường? Hóa ra công trình của Ngài sang Trung quốc chỉ học được có chừng ấy thôi ư?

Điều này cho ta thấy rằng, dù học ở đâu cũng không bằng học ở chính mình, tìm cầu ở đâu cũng chẳng bằng tìm cầu ở nơi mình, nên học Đạo là vậy đó. Đi chỉ để tìm hiểu thêm, thật ra muốn tu cho chứng đạo hoặc muốn phát hiện ra một chân lý thì hãy tìm nơi chính mình. Dầu ở Nhật, ở Nga, ở Mỹ, ở Úc, ở Pháp mà ta không phải là ta thì không còn tìm đâu được ra cái nhân tính của ta cả.

Cổ nhân thường bảo: *"Đi ngày đàng, học sàng khôn."* Điều đó không sai, nhưng cái học đó chỉ tô điểm bề ngoài thân thể, còn bên trong ta phải tự tu và tự giải thoát lấy. Có giữ *giới* mới sinh *định*, có *định* mới sinh *tuệ* - *tuệ* không thể tìm cầu từ bên ngoài mà có được. Những người chưa hiểu chuyện tìm cầu thì bảo rằng ý kiến trên là cực đoan bảo thủ, nhưng thật ra những điều đó không có mới mẻ gì, bởi vì chư Phật, chư Tổ Sư và chư hiền thánh Tăng đã thực hành những hạnh nguyện đó từ khi vũ trụ mới hình thành.

Ngày nay, cái họa diệt vong, cái mầm diệt chủng đã gần kề, nhưng chúng ta, người Việt Nam vẫn chưa ý thức, không biết ai ý thức giùm cho chúng ta đây? Hãy tự xét mình thử xem!

Biết bao nhiêu lần tôi đã có dịp bay ngang qua lại trên bầu trời Việt Nam, thấy và nhớ phố phường, thị thành muôn thuở, nhưng không có quyền và không được quyền ghé thăm quê hương đất nước, khi mình là người không cùng chính kiến với người Cộng sản. Chắc không có dân tộc nào đau khổ bằng dân tộc ta, cũng không có đất mẹ nào bị giày xéo như đất mẹ của chúng ta. Ôi giang sơn gấm vóc! Ôi lòng người! Ôi bể hận!

Tại sao nghèo như Tích Lan, hay khô cằn cỏ cháy giữa sa mạc như những xứ Phi Châu mà họ vẫn có hòa bình, độc lập có hơi thở tự do? Quê hương ta được xưng tụng là giàu có, người Việt Nam ta được ca tụng là thông minh, nhưng sao chúng ta không được sống trong hòa bình tự do? Không sống được nơi quê hương mình để tôn thờ và phụng sự?

Nhiều lúc thấy buồn, thấy tủi... mặc dầu tôi đã biết rằng tất cả đều là vô thường, là biến đổi, nhưng lòng vẫn còn vấn vương khi làm dân không có nước, làm bạn không có bè.

Nước vẫn chảy xuôi, nhưng thuyền ai còn chống ngược, nên việc lên bờ có được hay chăng phải cố chống chèo mới khỏi, nếu không thì sẽ bị dòng nước cuốn trôi làm cho ta hoang phí cả một đời.

Quê hương ta là thế đó, dân tộc ta là vậy, và đạo pháp ta là thế này đây - ta phải làm và ta phải xây dựng. Chúng ta phải thực sự tôn trọng lẫn nhau, vâng lời nhau và tin tưởng nhau để tạo thành đoàn kết. Có đoàn kết mới có sức mạnh, mới có thể giữ nước, bằng không, chiến thắng chỉ để rồi chiến bại, cũng chỉ để làm hại một đời người, một thế hệ mà thôi...

2. TỪ ÂU SANG PHI

Lần đầu tiên tôi đặt chân trên đất Phi Châu, cảm tưởng của tôi lúc ấy là thấy mình đã thực hiện được một cách đầy đủ - là năm châu, bốn bể đã biết qua và giờ đây sông núi, tình người hầu như đã có cơ duyên để tìm hiểu.

Ở đây (Tunésie) con người gần giống người Âu Châu, nước da ngăm ngăm, dáng cao, cằm dài, miệng rộng. Tánh tình hiền hòa, không đen đủi như những giống dân khác thuộc miền Trung hay Nam Phi Châu. Nếu người rành địa lý thì bảo rằng vì họ sống gần xích đạo cũng như sống trong sa mạc nên nước da bị cháy nắng, nhưng nếu người nào không hiểu về địa lý thì bảo rằng: *"Da đen là giống man di mọi rợ, thiếu văn minh."* Nói như thế thì chả khác nào quơ đũa cả nắm - cũng có những người da đen văn minh mà cũng có những người da trắng ít học, không phải da đen bao giờ cũng là dốt nát, mà da trắng luôn lỗi lạc tài ba.

Người đàn bà ở miền Bắc Tunésie thường hay quàng bên ngoài thân hình một chiếc áo trắng phủ cả đầu, còn người miền Nam thì quàng áo đen, chỉ chừa 2 con mắt. Có lẽ đây là ảnh hưởng của Đạo Hồi. Lẽ ra Đạo Hồi chỉ bành trướng ở Trung Đông, nhưng nước Tunésie bị Thổ Nhĩ Kỳ cai trị gần 300 năm trước thời kỳ thực dân địa của Pháp, trong gần 100 năm, nên Đạo Hồi được mang vào truyền bá tại đây và dân chúng hầu hết là tín đồ của Đạo Hồi. Sau Thổ Nhĩ Kỳ là Pháp - Pháp chiếm Tunésie có lẽ cùng lúc với Algérie và sau khi bại trận tại Điện Biên Phủ ở Việt Nam, Degaul bỏ Algérie, và năm 1956 trao trả độc lập cho

Tunésie. Suốt 100 năm cai trị Tunésie, người Pháp cũng đã làm nhiều nhà thờ, giáo đường ở nhiều thành phố lớn như thủ đô Tunis, Tozeur, Aftsa v.v... nhưng bây giờ hầu hết những nhà thờ ấy đều bị lấy tất cả những thánh giá xuống và trước mỗi cửa nhà thờ đều để chữ *"Bảo Tàng Viện"*. (Đến đây tôi mở một dấu ngoặc về vấn đề này.) Không phải vì tôi là Tu sĩ của Phật giáo nên đi bênh vực Đạo của mình hay có ý khen ngợi tinh thần giữ Đạo của tha nhân, thật ra cái gì đúng mình có thể khen và sai mình phải phê bình xây dựng mới đúng tinh thần bao dung, vị tha của Phật giáo.

Nhìn lại sử sách Việt Nam, nhất là trong triều đại Lý - Trần (1010-1400) nước Việt Nam chúng ta chỉ có thuần một Đạo Phật, nhưng Đạo Phật không muốn bảo thủ cho chính mình hay mong muốn chiếm địa vị độc tôn trong xã hội thời bấy giờ. Các vua quan nhà Lý cũng như nhà Trần đều cho Đạo Khổng và Đạo Lão phát triển. Nền văn học Việt Nam trong 2 triều đại này được gọi là *Tam giáo đồng nguyên* (Nho, Lão, Phật đều cùng một mối). Điều đó chứng tỏ tinh thần vị tha, cao thượng của Phật giáo không uy hiếp kẻ yếu mà hay nâng đỡ người tài, dầu khác niềm tin hay tôn giáo. Nhưng vào cuối triều Trần, khi Nho thịnh, Phật suy thì các sử gia, các nho gia cứ đua nhau công kích và bài bác Phật giáo. Nho giáo thì hay dựa vào lúc thịnh của mình để đàn áp đối phương, nhưng Phật giáo thì không, suy cũng vậy và thịnh cũng vậy. Ở đây chúng ta thử đọc xem tinh thần của thiền sư Vạn Hạnh dưới triều Lý để hiểu rõ điều đó.

> *"Thân như bóng xế chiều tà*
> *Cỏ xuân tươi tốt thu qua rụng rời*
> *Sá chi suy thạnh cuộc đời,*
> *Thạnh suy như hạt sương rơi đầu cành."*

Nếu ai cũng hiểu được như vậy thì mới biết Đạo Phật, còn ngược lại thì làm oan cho chư Phật và chư Tổ Sư đã truyền thừa cho chúng ta qua nhiều thế hệ.

Tôi đứng nhìn những Giáo Đường, nhà thờ bị lấy những thánh giá xuống để tấm bảng "Bảo tàng viện" lên, tôi liên tưởng đến người Cộng sản Việt Nam ngày nay. Khi chủ nghĩa Cộng sản được bành trướng tại Việt Nam, họ tìm cách bôi nhọ, đàn áp, bắt bớ, giam cầm, đập phá chùa chiền, nhà thờ, thánh thất... để chỉ tôn thờ lãnh tụ và một chủ nghĩa "vô thần". Nhưng đứng trên tinh thần từ bi và lợi tha của Phật giáo tôi thấy mình đang đi đúng đường, vì mình không cực đoan như bất cứ Đạo nào hay một giáo điều nào khác. Tôi thấy mình càng vững niềm tin hơn và Phật giáo có lẽ là một tôn giáo có sự bình đẳng ít tôn giáo nào có thể sánh kịp. Vì Phật giáo vẫn luôn luôn quan niệm rằng:

"Có thời có tự mảy may,
Không thì cả thế gian này cũng không.
Có, không bóng nguyệt dòng sông,
Xin đừng bám víu có, không làm gì?"[1]

Đứng từ quan niệm này chúng ta an tâm để làm việc Đạo, chúng ta không hận đời, trách đạo khi tôn giáo mình nhiều hay ít tín đồ. Có thể nói trong lịch sử tôn giáo của nhân loại, chỉ có Phật giáo là không đi chinh phục tín đồ bằng bạo lực hay vật chất trên bước đường truyền giáo, không cám dỗ, không thoa son trét phấn bề ngoài. Ai hiểu thì theo, ai không hiểu Đạo Phật cũng không sao. Bước đường truyền

---

[1] Bài thơ Hữu Không (有空) của Thiền sư Từ Đạo Hạnh vào đời Lý, nguyên văn là: 作有塵沙有，為空一切空。有空如水月，勿著有空空。(Tác hữu trần sa hữu, vi không nhất thiết không. Hữu không như thủy nguyệt, vật trước hữu không không.)

Đạo của Phật giáo qua 25 thế kỷ từ Á sang Âu, từ Âu sang Mỹ, hay Phi Châu hoặc Úc Châu chưa có một quốc gia nào hay một triều đại nào nhân danh Phật giáo để đi truyền giáo bằng con đường chiến tranh và bạo lực.

Bồ Đề Đạt Ma đến Trung Hoa vào thế kỷ 6 cũng chỉ đi bằng hai tay không mà cũng đã truyền pháp Thiền cho đến thời Lục Tổ Huệ Năng. Ngài Tỳ Ni Đa Lưu Chi đến truyền Thiền cho Việt Nam qua bốn đời ngoài Lâm Tế và Tào Động cũng chẳng mang một loại khí giới nào để chinh phục lòng người ngoài lưỡi gươm trí tuệ để đoạn diệt vô minh. Từ những thời cực thịnh như nhà Lương ở Trung Quốc, thời Hoàng Đế A Dục ở Ấn Độ, thời Thánh Đức Thái Tử ở Nhật hay Lý, Trần ở Việt Nam... khi Phật giáo thịnh thì cả dân tộc đều thịnh cả, nhưng không có một triều đại nào dựa vào sự hưng thịnh đó mà lợi dụng đi chinh phạt nước khác để truyền bá đạo Phật cả.

Suốt cuộc đời 80 năm của Đức Phật cũng chỉ có một lưỡi gươm trí tuệ duy nhất thật sắc bén để đoạn diệt mọi sự vô minh phiền não từ bên trong hoặc từ bên ngoài đến, để tự chiến thắng mình, hay có cảm hóa người ngoài đi chăng nữa cũng không một giọt máu nào rơi. Ngài đã giết sạch được tất cả các giặc tham sân, si, mạn nghi, ác kiến ... chỉ bằng một lưỡi gươm trí tuệ. Chỉ có trí tuệ mới đoạn sạch được vô minh và phiền não mà thôi.

Nhìn người đàn bà Tunésie ta thấy họ đảm đương gần như người đàn bà Nhật, ngoài đường phố hay trên đồng ruộng ta thường hay thấy họ làm việc hay buôn bán. Trong khi đó đàn ông hay ngồi chuyện trò trong quán cà phê hoặc nhà hàng hay nơi du hí. Suốt ngày họ cứ la cà đây đó và tuyệt nhiên ta không thấy bóng dáng của người đàn bà.

Ai cũng rất đỗi ngạc nhiên khi nhìn những nhà cửa nơi đây. Thoạt trông như bị sụp đổ, nhưng không phải vậy, vì họ xây xong phần nào thì ở phần nấy, không chờ đến lúc hoàn thành. Nhìn suốt dọc đường, quanh thành phố ta trông thấy nơi nào cũng như nhau cả.

Ngoài đường xe hơi, xe gắn máy, xe đạp, xe ngựa, xe lửa, lạc đà, cừu ... đi ngổn ngang, tỏ ra một xã hội thật vô cùng mất trật tự. Những con lừa thật nhỏ nhưng trên lưng phải chở không biết bao nhiêu thứ đồ từ nơi này đến nơi khác, lại thêm một người ngồi trên thân hình bé nhỏ của con lừa nữa, trông rất thảm thương tội nghiệp. Ở đây người ta hành hạ súc vật quá, tôi đâm ra thương hại. Có lẽ nghiệp duyên của những con vật này còn nặng nên phải bị đầu thai nơi đây, nếu chúng được sanh sang Âu Châu hay Mỹ Châu thì sẽ sung sướng biết dường nào. Chắc chúng phải tu thêm nhiều kiếp nữa mới được.

Lừa thường hay chở hai bên hông hai vò nước để cho người uống hoặc giặt rửa. Nước ở đây quý hơn vàng, vì ở đây mỗi năm chỉ mưa chừng 12 phân nước. Nhà nào cũng có bồn chứa nước trên lầu hoặc đào giếng để lấy nước tưới cây. Trông sâu thăm thẳm đến tận cùng của đáy giếng, ta chỉ thấy một vài giọt nước đọng lại, nên cây cối cũng phải chịu chết dần chết mòn. Khắp cả núi đồi vùng Tunis mãi cho đến vùng sa mạc như Tozeur, Nefta không có một cây cổ thụ nào cả, toàn là những cây mọc không khỏi mặt đất, cũng chỉ vì thiếu nước, ngoại trừ những cây chà là thật ngộ nghĩnh, trông lớn hơn cây xương tế và nhỏ hơn cây dừa ở xứ mình, có trái như những buồng cau ăn trầu, trái ăn ngọt lịm cả môi người. Vùng Bắc trồng chà là ít được, chỉ có vùng sa mạc thì chà là ưa sống hơn.

Ở đây có nhiều chuyện lạ: trái chanh thật ngọt. Điều này nói chẳng ai tin, nhưng khi ăn xong mới biết. Hình dáng như trái chanh thường, khi bắt đầu bóc vỏ, chúng ta theo thói quen là chảy nước miếng, nhưng khi bỏ vào trong miệng thấy ngọt lịm như đường.

Cây xương rồng, hay theo người Việt Nam mình thường gọi là cây lưỡi long. Cây có quả và quả ở đây họ bán đầy đường cũng như trong phố chợ.

Có một điều lạ nữa là rau cỏ ở đây thật hiếm, nhưng họ không biết ăn, lá củ cải hay lá rau hành họ vất bỏ hết. Không biết họ không ăn được hay chưa biết ăn? Đó còn là một nghi vấn.

Đi thăm vườn cây cam, vườn lựu và quít, tôi thấy rau dền mọc đầy đồng, xanh tươi mơn mởn, nhưng họ không ăn, để trổ bông, rồi già, rồi chết.

Ra ngoài chợ để mua đồ, tôi thấy du khách Pháp, Đức, Anh thật nhiều, họ chen nhau giữa người với người, giữa người với vật, giữa bụi bặm với tiếng hò reo, nhưng thấy họ vui mừng ra phết. Tôi chả hiểu tại sao, nhưng có lẽ vì họ đã sống lâu với văn minh vật chất tiện nghi của Âu Châu, giờ đây họ muốn sống với thiên nhiên, với tự do trong bụi bặm cho thỏa chí hay sao mà thấy ai cũng vui vẻ cả. Nhưng theo tôi nghĩ, vui vẻ nhất đối với người xứ lạnh có lẽ là cái nóng của xứ này. Trong khi Âu Châu 5 độ C thì Tunésie còn tắm biển được (30 độ C). Họ tha hồ phơi nắng trên bãi biển, trên sân thượng của khách sạn, trong khi đó người bản xứ sợ đen da nên thấy nắng là đi tìm bóng mát để núp. Quả thật cuộc đời là một cái gì hay mâu thuẫn, khó nói và thật khó giải thích. Có lẽ im lặng thì đúng với triết lý hơn.

Ví dụ như người Nhật, nếu ăn canh không kêu thành

tiếng, kẻ đó là kẻ yếu ớt, không đáng làm người, nhưng ngược lại với người Âu Châu thì điều đó là mất phép lịch sự. Trong khi đó cái lịch sự của người Đức là ngồi hỉ mũi ngay cả trên bàn ăn, mà điều này người Nhật cho là vô lễ nhất không gì sánh bằng. Người Âu, Á, Mỹ, Úc sơn móng tay, móng chân màu đỏ, màu hồng cho là đẹp, trong khi đó người Phi Châu sơn chân sơn tay màu đà hay màu đen mỗi khi có cưới hỏi hay tiệc tùng thì họ cho là đẹp. Đối với vẻ đẹp của từng dân tộc chúng ta không nên phê bình đến, nhưng ở đây cần nêu ra một số thí dụ điển hình để chúng ta tùy nghi mà nhận xét và làm cho thích nghi với từng hoàn cảnh xã hội. Vì ta thường hay nói là: *"Nhập gia tùy tục, nhập giang tùy khúc."*

Bước vào chợ, người ta thấy bày la liệt đủ thứ đồ, từ áo quần, mền, nệm, thảm... cho đến đồ ăn, thức uống. Thỉnh thoảng có một ông thâu thuế đi qua đi lại lấy tiền người bán hàng, trông giống như những khu chợ phiên ở nhà quê trong những xóm làng Việt Nam.

Đặc biệt ở đây có thể nói là ruồi. Ruồi thật là nhiều. Ban đầu còn xua đuổi chúng đi, nhưng khi tay chân con người mệt mỏi thì mình cũng cố thả lì cho chúng tha hồ mà bu đậu.

Tôi được một gia đình quen từ Pháp đưa sang đây để thăm Tunésie và đã đến ở Nabeul với người con trai hiện đang làm Bác sĩ trong một bệnh viện gần đó. Cả gia đình và tôi đã có dịp đi thăm nhiều nơi trong xứ. Đặc biệt phải nói là nơi những sa mạc đồng khô cỏ cháy như Tozeur, Nefta... của Sahara gần tận biên giới Algérie.

Càng đi sâu vào miền Nam Tunésie càng thấy cây cối cằn cỗi, ít ỏi, chúng tôi đã đi đến nơi cuối cùng cõi sống của cây cỏ. Đó là Tozeru, nghỉ đêm trong một khách sạn gọi là Oasis - Oase là sa mạc - cả tiếng Pháp lẫn tiếng Đức đều đồng nghĩa như thế, nhưng tiếng Nhật, tiếng Tàu và cả tiếng Việt Nam thì có nghĩa giống nhau nhưng có lẽ hơi khác nghĩa chữ Oa một chút. *Sa* (沙) có nghĩa là cát, *mạc* (漠) có nghĩa là bãi. Chữ *mạc* có bộ thủy của chữ nho ý nói là có nước, nhưng thực sự thì trong sa mạc không có nước, chỉ có những chỗ đọng lại mới gọi là Oasis.

Trong bãi cát có một loại đá trông thật ngộ nghĩnh. Đá này kết tinh bằng chất muối, nên khi lấy khỏi mặt đất, bị ánh sáng mặt trời chiếu vào thì đá kia chảy nước liên hồi.

Đến Tuzeur để xem mặt trời lặn, đó cũng là mục đích chính của chúng tôi. Ai cũng bảo rằng Tozeur là nơi đẹp nhất của vũ trụ lúc hoàng hôn, nên ai cũng nôn nóng chờ xem giờ mặt trời đi ngủ. Thật ra chả có gì lạ hơn ở Âu hay ở Mỹ, nhưng có lẽ nhờ ở đây là vùng sa mạc không có cây cối gì cả, nên người ta dễ thấy cái tận cùng của mặt trời lúc lặn xuống chăng? Thật ra ở đâu thì mặt trời cũng mọc ở phương Đông và lặn ở phương Tây, cũng chả có điều gì khác lạ. Trong sa mạc chỉ có một vài con lạc đà đi lững thững đó đây để tìm thức ăn vật uống, nhưng có lẽ lạc đà phải chịu đựng 5 đến 7 ngày như vậy mới có thể tìm được một cây cỏ khô hay một vài vật đã bị thiêu cháy, quả thật khổ sở vô cùng. Thế nhưng Đức Phật có dạy rằng: *"Cái khổ của con lạc đà chở nặng trong bãi sa mạc ấy cũng chưa gọi là khổ. Chỉ có con người ngu si không trí tuệ, ấy mới thật là khổ."* Như vậy đủ thấy sự ngu si của con người đáng sợ biết chừng nào!

Thuở xưa khi Phật còn tại thế, Ngài sinh ra lớn lên và ở xứ Ấn Độ, nơi đây không thấy có sa mạc, có lẽ cũng chẳng có lạc đà, chỉ có bò thôi, nhưng sao Ngài biết hết cả những chúng sanh ở khắp nơi trong vũ trụ vậy. Thật phải ca tụng Ngài hơn là: *"Thiên nhơn chi Đạo sư, tứ sanh chi Từ phụ."* (Thầy của Trời và người, Cha lành của bốn loài chúng sanh.) Như vậy mới đúng ý nghĩa thị hiện của Ngài.

Nếu đi thêm chừng vài chục cây số nữa thì đến biên giới Algérie, chúng tôi vội quay về, vì nơi đó vừa mới có một trận động đất khủng khiếp đã làm thiệt mạng tới mấy chục ngàn người, nên đành trở về Nabeul không vấn vương gì nữa cả.

Chúng tôi về Nabeul để tối ngồi thiền, sáng tụng kinh, để hít thở không khí trong lành của biển cả vào buổi sáng tinh sương khi mặt trời vừa ló dạng hay những buổi chiều thu gió hiu hắt, bóng hoàng hôn.

Tunésie cũng không lớn lắm, nếu đi từ Tozeur hay Nefta chỉ mất khoảng 6, 7 tiếng đồng hồ xe hơi, độ chừng 500 cây số về hướng cực nam. Nếu đi con đường ven biển có lẽ sẽ dài gần gấp đôi.

Sau gần 2 tuần lễ ở Tunésie, chúng tôi đã trở lại Pháp như từ nhà quê đến tỉnh không hơn không kém. Ngồi ở phi trường Tunis đợi máy bay cả 2 tiếng đồng hồ nhưng chẳng có ai buồn thông báo một lời nào về sự trễ nãi ấy cho hành khách. Ngồi chờ ở đây mà nhớ Việt Nam ta trong quá khứ (bây giờ có lẽ còn đày đọa hơn?). Có lần, vào mùa hè năm 1974, tôi cùng 4 người Nhật về thăm Việt Nam, phải chờ suốt gần 3 tiếng đồng hồ ở phi cảng Tân Sơn Nhất để đi Đà Nẵng trong không khí oi ả của mùa hè, nhưng cũng không có một lời hướng dẫn nào về sự trễ nãi ấy.

Nói chung người Tunésie hiền hòa, hiếu khách, trông có vẻ rụt rè. Họ tương đối thành thật nhưng bề ngoài có lẽ ảnh hưởng người Pháp chăng? Quê hương họ nghèo, đồng khô cỏ cháy, nhưng thấy họ sống trong hòa bình, độc lập mình thật muốn được như họ.

Con người khi sống trong tự do, ít ai lưu ý và biết quý trọng sự tự do đó, nhưng khi mất đi rồi mới ngồi than vãn, quả thật là điều đáng tiếc. Cũng như khi còn cha mẹ, ít ai thấy được tình thương hiển hiện, nhưng khi phụ mẫu khuất bóng rồi ta mới thấy có một khoảng không to tướng không gì có thể lấp đầy. Nếu lúc đó có đem mâm cao cổ đầy dâng cho cha mẹ cũng chẳng làm hài lòng người khuất mặt. Cho nên chúng ta phải hiếu thảo với phụ mẫu tại tiền. Có như thế mới trọn đạo làm con. Lo là lo cho người còn sống và sự sống nếu mất rồi chúng ta có làm gì đi nữa cũng chỉ cốt để che miệng thế gian thôi.

Trở lại Paris tôi thấy lòng mình thoải mải, không phải vì cái tự do, cái hào nhoáng của xứ này, cũng chả phải vì Paris được mệnh danh là "trung tâm của vũ trụ", nhưng về lại Paris như về lại một quê hương nhỏ bé của lòng mình. Paris có ánh đèn màu, có sông Seine xanh màu nước biếc, có lá vàng rơi trên những đại lộ trải dài với đầy những xe cộ. Paris không đông người như Tokyo nhưng có hơi ồn ào và nhộn nhịp. Người Paris sống bề ngoài hơn người Anh hay người Đức, nhưng người Paris có lẽ dễ chịu và xuề xòa hơn bất cứ một dân tộc Âu Châu nào khác. Không buồn tênh như Đức, không lạnh nhạt như Anh, không ảm đạm như Hòa Lan, cũng chả cao sang như Thụy Sĩ. Paris, thành phố mà tôi đã hơn 10 lần đi và đến, tôi thấy Paris có chút gì Việt Nam. Điều đó đã làm tôi ưa thích.

Nhưng dầu đi đâu hay ở đâu, tôi cũng thấy chẳng bằng quê hương mình. Quê hương ta nghèo nhưng nhuộm thắm tình người. Quê hương ta còn đau khổ, nhưng nơi đó đã có biết bao nhiêu anh hùng đã đứng lên dựng nước và giữ nước. Ta hy vọng ở một ngày mai. Một ngày mai không còn chiến tranh và thù hận, một ngày chỉ còn tình thương. Chỉ có tình thương mới dập tắt được hận thù. Lúc đó ta sẽ cùng nhau xây dựng quê hương, ta quyết sẽ không cho một bàn tay lông lá nào có quyền quyết định vận mệnh của dân tộc ta cả. Vận mệnh dân tộc Việt Nam là của người Việt Nam, không phải của người Nga, người Tàu hay người Mỹ.

Đứng trên tinh thần đó ta còn an tâm - với ta làm người Việt Nam là còn chút gì với tinh thần cũng như với văn hóa Việt Nam.

Hôm nay tôi ghi lại những cảm tưởng này trong chuyến đi vừa qua cũng chỉ để nhớ lại một vài hình ảnh hay một vài ý niệm về một vài dân tộc mà tôi có nhân duyên đã đi và đã đến. Nguyện cầu cho tất cả chúng ta cũng như mọi người luôn sáng suốt cũng như đầy đủ nghị lực để hoàn thành trách nhiệm bảo vệ quê hương, quốc gia, dân tộc cùng Đạo Pháp trong lúc xa quê hương xứ sở như thế này.

3. ĐƯỜNG SANG XỨ ÚC

Cách đây độ chừng 20 năm tôi đã có dịp đọc một quyển sách Đạo nhan đề là "Đường về Cực Lạc" của Thượng Tọa Thích Trí Tịnh,[1] nói về phương pháp Niệm Phật Vãng Sanh. Rồi độ 10 năm sau nữa, ở một ngôi chùa Tổ Đình dòng Lâm Tế, chùa Phước Lâm tại Quảng Nam, tôi đọc được một quyển sách của 3 tác giả cùng viết chung tương đối khá hay, cũng có nhan đề "Đường về xứ Phật". Ba vị tác giả ấy là Thượng Tọa Thích Minh Châu, Hòa Thượng Thích Huyền Vi và Thượng Tọa Thích Thiện Châu. Nội dung của sách viết về những Phật tích tại Ấn Độ, nơi mà Quý Thượng Tọa lúc bấy giờ đang tu học tại đó.

Ngày nay Thượng Tọa Thích Minh Châu vẫn còn ở Việt Nam (nguyên là Viện Trưởng Viện Đại Học Vạn Hạnh), bị áp lực của Cộng sản cũng như của gia đình, Thượng Tọa bị cưỡng chế dưới nhiều hình thức gần như xa hẳn lập trường của Giáo Hội Phật giáo Việt Nam Thống Nhất trong hiện tại.

Hoà Thượng Thích Huyền Vi hiện đang ở Pháp. Trụ trì chùa Linh Sơn, là đương kim giảng sư danh tiếng của Phật giáo Việt Nam tại Pháp.

Còn Thượng Tọa Thích Thiện Châu bây giờ cũng đang ở Pháp, trụ trì Tịnh xá Trúc Lâm, nhưng Thượng Tọa bị Cộng sản Việt Nam lợi dụng, hiện là một cánh tay nối dài của Chính Quyền Đảng Cộng sản Việt Nam ra ngoài nước.

Đọc "Đường về Xứ Phật", tôi thấy hân hoan khó tả, nhưng hôm nay xứ Phật chưa về mà một vài vị đã gần như xa xứ, cảm như sự thế đổi dời, vô thường biến đổi, như bãi

---

[1] Nay đã là Cố Hòa thượng Thích Trí Tịnh.

bể nương dâu. Quả thật cuộc đời là một sự đổi thay không định hướng.

Hôm nay tôi không muốn giới thiệu với quý vị độc giả những "đường về" như trên, mà tôi sẽ viết về một cuộc hành trình, một thiên hồi ký về xứ Úc.

Nước Úc nằm về phía Nam bán cầu, đối ngược với Việt Nam hay Nhật Bản. Khí hậu ở đây tương đối giống Việt Nam, nhưng cũng có nhiều nơi nóng hoặc lạnh hơn.

Nếu ai bảo Nhật là một hòn đảo cô đơn, Đại Hàn là một bán đảo, thì Úc Đại Lợi cũng chỉ là một hòn đảo không hơn không kém. Tuy Úc là một hòn đảo, nhưng người ta ít nhận ra được khi ở giữa đất liền, vì xứ Úc quá rộng lớn, diện tích gần bằng nước Mỹ. Nhưng ở đây chỉ có 14 triệu dân, đa số là dân di cư tạp chủng từ khắp nơi trên quả địa cầu. Người ta sống trong lục địa mênh mông ấy, không còn cảm thấy mình bị cô lập bởi thiên nhiên như sông, núi, hồ, ao.

Năm 1980 tôi đã có dịp đi Úc 2 lần, Mỹ và Gia Nã Đại một lần, Á Châu một lần, Phi Châu một lần và Âu Châu nhiều lần khó có thể ghi hết trong ký ức. Nếu làm một con số thống kê về đường bay sẽ có khoảng hơn 100.000 cây số tôi đã đi và trở về lại Đức.

Ngày xưa, khi thời còn du học, mỗi lần xin visa để đi xứ này qua xứ khác là cả một vấn đề khó khăn và phức tạp, có thể phải đổi bằng tiền tài, sự lanh lợi hay uy thế. Còn ngày nay dễ dàng đến mức có nhiều lúc chưa muốn đi mà việc đi vẫn đến như thường.

Tuy ta là con dân của nước Việt, nhưng ta chưa hân hạnh được làm dân của một nước thật sự hòa bình, độc lập, tự do, nên người Việt chúng ta vẫn chưa có một cái gì đáng tự hào với năm châu bốn bể cả.

Quê hương ta không thiếu một thứ gì, kể cả tình người lẫn vật chất, nhưng trong hiện tại ta thiếu rất nhiều thứ tự do căn bản của một con người.

Ngày nay ta ở ngoại quốc, ta có đủ hết mọi điều, từ nhà lầu, xe hơi, truyền hình, tủ lạnh... nhưng chúng ta đang thiếu một điều: Đó là quê hương, tình người và một Việt Nam muôn thuở. Ở ngoại quốc dầu cố ý tìm tòi bao nhiêu chăng nữa, nơi đây cũng không có một tình tự dân tộc cho thật Việt Nam, không có tình người, không có mái chùa xưa, không có ngôi đình cũ, nên dầu có đủ bao nhiêu, trong ta vẫn thấy trống vắng lạ thường.

Ôi quê hương. Ôi tình người ... Tôi thấy được một điều là chúng ta chỉ có thể hòa đồng và đoàn kết được khi lửa hận thù không còn nữa và nước từ bi rưới tắt lòng căm hận thì mới không còn oan oan tương báo. Nếu không, nghiệp khổ vẫn cứ đeo đuổi chúng ta hoài và có lẽ chẳng bao giờ trí tuệ siêu phàm phát triển, nảy nở được.

Ngày nay người Việt Nam chúng ta ở khắp nơi trên quả địa cầu, chẳng biết đó là một niềm vui hay là điều tủi nhục? Có lẽ thời gian và hoàn cảnh sẽ trả lời cho tất cả chúng ta, nếu chúng ta vẫn muốn trở lại Việt Nam - quê hương yêu dấu, như người Do Thái trở lại Thánh Địa Jerusalem - thì ta còn đỡ tủi nhục. Nếu không, chúng ta cũng chỉ là những cánh hoa chùm gởi nơi xứ lạ quê người không một chút nghĩa ơn.

Nước Úc tuy to lớn nhưng chỉ có một số thành phố chính như Sydney, Brisbane, Melbourne, Perth, Darwin, và một số thành phố nhỏ hơn như Adelaide, Canberra... Canberra là thủ đô của Úc, nhưng nhỏ hơn Sydney, cũng như Bonn là thủ đô tạm thời của Tây Đức, nhưng nhỏ hơn

Munchen hay Hamburg, hoặc Ottawa của Canada nhỏ hơn Montreal, Toronto... Điều đó chúng ta cũng chẳng lạ gì. Vì thủ đô của một nước là nơi tập trung những thế lực chính trị của nước đó và của thế giới, còn một số thành phố khác tuy không là thủ đô, nhưng sầm uất hơn, vì đó là nơi thương mại, bán buôn.

Tôi đã có dịp ghé Sydney, Brisbane, Adelaide nhiều lần, nên ở đây xin ghi lại một vài hình ảnh để quý độc giả hiểu thêm về một số phong tục, tôn giáo và văn hóa của xứ Úc cũng như của người Việt Nam chúng ta hiện đang cư ngụ tại Úc.

Như trên đã trình bày, Úc là một xứ di dân đa chủng, nên phong tục của mỗi giống dân đều có từng sắc thái đặc biệt của họ. Vì bao nhiêu năm tôi đã có dịp ở Á, Âu và Mỹ Châu vào nhiều dịp Tết, tuy cũng khác nhau, nhưng không như ở Úc. Ở Úc có lẽ không có Tết, không có một phong tục, một sắc thái nào nổi bật trong ngày Tết của Úc cả. Có lẽ dân tộc nào cũng nghĩ rằng mình đều có phong tục riêng, nước Úc đối với họ chỉ là một nước đến để ở, làm việc, lấy tiền để về sống nơi quê hương của họ, ngoài ra không có một ý nghĩa nào khác cả.

Trong khi đó thì người Việt Nam chúng ta vẫn chờ ngày Tết âm lịch hơn là vui theo dương lịch.

Dầu ở Úc đa số là người Anh, nhưng có lẽ họ ở đây lâu đời (nhiều nhất là 200 năm) nên họ cũng bị ảnh hưởng bởi cái vô ý vị về ngày Tết ấy. Dầu cho Giáng Sinh ở đây có tô điểm thế nào đi chăng nữa, vẫn không thể nào và không bao giờ có được một bông tuyết rơi, trong lúc Âu Châu hoặc Mỹ Châu đang lạnh buốt thấu xương, tuyết rơi trắng xóa ngoài đường, ở Úc Châu đón Giáng Sinh bằng những giọt mồ hôi nhễ nhại, nóng bức khó tả, đôi khi nhiệt độ lên đến cả 40 độ C.

Khi người Anh tìm ra được đất Úc, đa số đều mang theo tín ngưỡng của họ. Đó là Tin Lành hoặc Thiên Chúa Giáo, và đương nhiên một số dân tộc khác khi di dân vào xứ Úc cũng đã mang tôn giáo của họ vào.

Riêng Phật giáo thì sự có mặt tại xứ Úc này hơi trễ. Phật giáo được dân Úc biết đến nhiều có lẽ từ khi người Tây Tạng chạy loạn sang đây và một số người Âu Châu theo Tiểu Thừa Phật giáo mang đến. Ở tại Úc, người Phật tử cũng như giới Tăng Sĩ Tây Tạng đã tạo dựng được khá nhiều chùa chiền, tu viện như ở Thụy Sĩ hay Tây Đức, nhưng cũng không phổ cập mấy đối với người địa phương. Vì đa số người Âu Châu hay Úc Châu khi nghiên cứu và tin theo Đạo Phật chỉ về phần triết lý chứ không thiên về phần tín ngưỡng hay lễ nghi như người Phật tử Á Châu vẫn thường hay tin.

Khoảng hậu bán thế kỷ thứ 19, sau cuộc Duy tân của vua Minh Trị (Meiji Tenno - Nhật - 1868) người Âu Châu tìm tòi đến văn hóa và tôn giáo của Á Châu nhiều hơn trong những thế kỷ trước. Ngược lại người Nhật cũng nhân cơ hội này mở rộng cửa giao thương với người Âu Mỹ và phiên dịch những sách báo bằng tiếng Nhật ra Anh ngữ để người ngoại quốc có cơ hội hiểu về người Nhật nhiều hơn (trong đó có tôn giáo, văn hóa, thương mại). Trong các tác phẩm được dịch ra Anh ngữ đã được giới học giả và giới trí thức Âu Châu ái mộ nhất trong hậu bán thế kỷ 19 về tôn giáo có lẽ là bộ Thiền luận của Suzuki. Ông là một người cư sĩ tại gia nhưng viết sách về Thiền rất độc đáo, đã làm cho nhiều người Âu Châu ngày càng tìm hiểu về Phật giáo nhiều hơn.

Tuệ Sỹ và Trúc Thiên cũng đã dịch bộ sách Thiền của Suzuki (Daietsu Teitaro) ra Việt ngữ và cũng đã được nhiều giới tôn giáo và văn học Việt Nam ưa chuộng. Nguyên tác những sách của Suzuki có nhiều đề tựa khác nhau nhưng quyển đầu tiên tựa đề là Thiền Học nhập môn (Zengakku nyumon). Có nhiều người Việt Nam đã dịch là "Nẻo vào Thiền học" hoặc "Đường vào Thiền học". Cả hai cách dịch đều đúng cả. Tôi đã có dịp đọc bộ Thiền luận của Suzuki bằng tiếng Nhật trong thời gian ở Nhật, thấy không hay bằng văn đã được dịch sang Anh ngữ hay Việt ngữ.

Một quyển sách khác mang tên tiếng Đức là "Der Weg Zum Innern", nếu dịch đúng nghĩa là "Đường vào nội tâm", nhưng Phùng Khánh và Phùng Thăng đã dịch là "Câu chuyện dòng sông". Đây là một câu chuyện giả tưởng mang tính chất lịch sử, theo cái nhìn của một người Âu châu đượm nhuần tinh thần Phật giáo.

Sau năm 1975, đồng bào Việt Nam chúng ta di tản đến Úc ngày càng đông. Cho đến hôm nay (1/1981), ước chừng 33.000 người có mặt khắp nơi trên nước Úc. Đa số người Việt Nam chúng ta theo Phật giáo, nên nhu cầu tinh thần ngày càng cấp thiết hơn mà ở đây cho đến đầu năm 1980 vẫn chưa có một vị Tăng sĩ Việt Nam nào hướng dẫn tinh thần cho đồng bào cả, ngoài Thầy Đồng Trung đã tỵ nạn sang Sydney rồi sau đó qua Los Angeles. Đến đầu năm 1980, trên đường trở lại Nhật tôi đã có lần ghé thăm đồng bào Phật tử Việt Nam tại đây và sau khi tiếp xúc, nói chuyện, gặp gỡ... mọi người con Phật ai ai cũng đều mong muốn có một vị Tăng sĩ Việt Nam đến lưu ngụ tại Úc.

Phật tử tại Úc vào cuối năm 1980 có đón được 2 vị Tăng sĩ Việt Nam từ Hồng Kông và Pulau Bidong đến tỵ nạn. Đó là Hòa Thượng Thích Tắc Phước và Thượng Tọa Thích Huyền Tôn. Hiện nay 2 vị này đang trụ trì 2 chùa tại Melbourne và Sydney.

Trước khi nhị vị Tăng sĩ sang đến Úc, ở đây có 3 Hội Phật giáo Việt Nam đã được thành lập trước đó một năm tại New South Wales, Brisbane và Adelaide (Perth, Canberra được thành lập sau đó), và nơi nào cũng không có tu sĩ Việt Nam hướng dẫn. Có một số quý vị Phật tử đặt câu hỏi với chúng tôi là: Tại sao quý Thầy Việt Nam sang đến được các đảo đều mong muốn đi Mỹ cả, mà không muốn đến Úc hay một nước Âu Châu nào khác ngoài Pháp và Đức?

Câu hỏi tuy dễ nhưng sự trả lời thật khó. Nếu đứng từ quan điểm của chính tôi, tôi đã giải thích như sau:

- Vì đa số các vị đó đều nghĩ rằng ở Mỹ đã có cơ sở rồi, nên đến đó tiện hơn.

- Vì ở Mỹ nhiều đồng bào Phật tử hơn là ở những nước khác.

- Vì chính khả năng của những vị Tu sĩ ấy chưa đủ để đứng ra lãnh đạo một Hội đoàn, một tổ chức hay một ngôi chùa.

- Và cũng chính vì trình độ văn hóa của những vị Tu Sĩ Việt Nam mới sang trên đường tỵ nạn cần bổ túc thêm (trừ những vị đã đi du học từ trước). Họ chưa sử dụng được ngoại ngữ thông thạo nên cần phải học cũng như những người tỵ nạn Việt Nam khác. Sau vài ba năm họ sẽ là những người đi tiên phong để lãnh đạo quần chúng.

Nhưng xét cho cùng, với một nhu cầu thật to lớn của đồng bào Phật tử Việt Nam hiện nay trên khắp cõi địa cầu, mà chỉ có hơn 100 vị Tu Sĩ Phật giáo lo cho đồng bào Phật tử về vấn đề tinh thần thì quả là một vấn đề hết sức trọng đại.

Sau năm 1954, Giáo Hội Phật giáo Việt Nam đã gởi một số Quý Thầy sang du học ở các nước: Ấn Độ, Thái Lan, Đài Loan, Nhật Bản, Mỹ, Anh, Đức nhưng theo tôi được biết con số chính thức những du học Tăng được Giáo Hội gởi đi tính đến năm 1975 độ chừng 60 vị. Một số đã về nước làm việc với Giáo Hội và một số du học Tăng đã tốt nghiệp tại ngoại quốc và đang làm việc với đồng bào khắp năm châu độ chừng 35-40 vị. Với một nhu cầu quá lớn của đại đa số quần chúng Phật tử Việt Nam mà những người có khả năng lãnh đạo tinh thần đồng bào lại quá ít, nên đó vẫn là vấn đề khó khăn của Giáo Hội ở Hải Ngoại hiện nay. Người phát tâm xuất gia ngày càng biệt dạng, trong khi đó những vị lãnh đạo tinh thần lớn tuổi lại lần lượt ra đi. Một khoảng trống rất lớn mà ai trong chúng ta cũng đều phải lưu tâm đến.

Giáo Hội chúng ta nghèo, nhưng Giáo Hội đã đào tạo được một số Tu Sĩ nòng cốt tại Hải Ngoại chân tu thực học, cấp bậc thấp nhất là cử nhân và cao nhất là Tiến sĩ, về Đạo cũng như về đời. Dầu sao đi nữa, điều này cũng làm cho chúng ta hãnh diện với người ngoại quốc hay chính người Phật tử Việt Nam chúng ta.

Ngày xưa đa số tu sĩ Phật giáo Việt Nam chỉ cần học thông thạo nội điển là đủ, nhưng ngày nay vì sự lớn mạnh của Đạo Phật cũng như sự tiến bộ của quần chúng, nên bắt buộc những tu sĩ ngoài việc thông hiểu kinh, luật, luận còn cần phải có một số bằng cấp tương đương với đời thì mới mong hoàn thành trọng trách Sứ Giả Như Lai, mang Đạo Phật đi vào quần chúng.

Thật ra cái học đối với người tu dầu là tiến sĩ hay cử nhân cũng chẳng có giá trị gì trong cuộc sống tạm bợ này cả. Vì đạo Phật quan niệm rằng cuộc đời là vô thường thì tất cả những bằng cấp trên cũng đều bị biến đổi theo sự vô thường đó. Cho nên học hỏi để giúp đời giúp Đạo, không phải học hỏi để khoe khoang bằng cấp, tranh giành địa vị lớn nhỏ.

Tôi đi đến đâu, các Hội Phật giáo cũng mong được tôi giới thiệu cho một Thầy để hướng dẫn những sinh hoạt cho đồng bào Phật tử. Nhưng như chúng tôi đã trình bày ở trên, tu sĩ Việt Nam trong hiện tại rất là hiếm vì *tre đã tàn nhưng măng chưa mọc* thì làm sao đây. Ngày xưa ở Việt Nam đã có biết bao nhiêu người phát tâm xuất gia nhưng ngày nay ra ngoại quốc đốt đuốc mà tìm cũng chưa thấy một người có tâm lo tu học giải thoát. Điều đó tôi nói chẳng ngoa chút nào. Vì suốt 9, 10 năm ở ngoại quốc tôi chưa thấy một người Việt Nam nào vào chùa xin đi tu cả. Có chăng cũng chỉ ít người đến ở làm công quả năm ba ngày rồi trở về nhà chứ không thể ở lại nơi Thiền Môn được. Nhiều lúc tôi tự đặt câu hỏi rằng: *"Không biết có phải vì người ta khổ mới lo tu, còn sung sướng rồi thì đâu có cần gì đến Phật Pháp?"* Nói như thế chắc có lẽ chỉ đúng một phần nào thôi, nhưng nếu cứ vui theo cái đà giả tạm này liệu con người có thể mang theo những niềm vui ấy về cõi khác không? Hay cũng để cho chính nó giày vò mình đến tận tủy tận xương?

Nhưng Phật tử tại Úc may mắn cũng đón được Thượng Tọa Thích Bảo Lạc từ Nhật qua để chăm lo Phật sự tại Sydney. Đó cũng là niềm vui cho đồng bào Phật tử tại Sydney vậy.

Vì đồng bào Phật tử ở đó, theo tôi thấy họ luôn luôn một lòng vì Đạo, nên sớm muộn gì rồi ước nguyện cũng đạt thành. Có nhiều nơi Quý Thầy tương đối khá nhiều, Phật tử không mời, không cung thỉnh mà Quý Thầy và Quý Ni Cô vẫn hiện diện bên họ. Quả thật chư Phật tử ở đó thật hữu duyên, còn có nhiều nơi cung thỉnh một vị trụ trì hoài không được cũng sinh ra phật ý.

Theo thiển ý của chúng tôi, nhiệm vụ của người Tăng sĩ là trên cầu đạo Giác Ngộ dưới lo giúp đỡ quần sanh, chỗ nào cần mình đến, chỗ nào gọi mình đi. Có như thế mới tự tại giải thoát và tùy cảnh tùy duyên, chứ người tu sĩ quyết sẽ không bị một sự ràng buộc nào cả.

Ở Sydney, Brisbane, Adelaide, đồng bào Phật tử thật quá thuần thành, có nhiều vị mới nhìn thấy chiếc áo cà sa là đã khóc òa lên nói trong nức nở: *"Tưởng rằng con không bao giờ còn nhìn thấy được pháp phục này nữa."* Cho hay cái tâm Đạo của con người cao hơn núi Tu Di, rộng hơn bốn biển, làm chúng tôi vô cùng cảm động và chỉ biết chắp tay nguyện cầu cho mọi người con Phật nơi đây được đầy đủ phước duyên để sống trong tinh thần từ mẫn của Đức Như Lai.

Nói về văn hóa ở xứ Úc đều ảnh hưởng bởi người Anh hay người Mỹ. Người Việt Nam chúng ta học tiếng Anh tương đối nhanh hơn tiếng Đức hay tiếng Nhật. Duy chỉ có một điều mà các bậc phụ huynh luôn lo âu cho những thế hệ trẻ rằng, nếu một mai đây không có những trường Việt ngữ để dạy cho con em thì chừng một thế hệ nữa con em của họ sẽ không còn biết Văn Hóa Việt Nam là gì nữa, mà có lẽ khi học sử Việt Nam bằng tiếng Anh hay khi nghe nói về Việt Nam, con em họ sẽ nghĩ Việt Nam cũng giống như một nước ngoại quốc nào đó không liên hệ gì với chúng.

Có nhiều bậc cha mẹ thấy con mình nói tiếng Anh với nhau vui mừng, nhưng cũng có nhiều người cấm đoán. Bảo rằng ở trường thì nên nói tiếng Anh, nhưng về nhà phải dùng tiếng Việt. Ngược lại cũng có nhiều cha mẹ không muốn con mình học tiếng Việt vì sợ thua sút bạn bè. Bên nào cũng có lý cả, nhưng nếu chúng ta nhìn tấm gương của người Do Thái và người Trung Hoa thì hẳn chúng ta cũng sẽ học được nhiều bài học xứng đáng trong vấn đề bảo tồn và phát huy văn hóa tại xứ người. Nếu chúng ta muốn chính chúng ta và con em chúng ta trở về Việt Nam khi không còn chế độ Cộng Sản nữa, thì nên cho con em chúng ta học tiếng Việt và văn hóa Việt Nam thêm ngoài giờ học ở trường.

Do đó những vị giáo sư hữu tâm đã lo dạy tiếng Việt cho con em Việt Nam tỵ nạn ở Úc là điều đáng quí và nên làm.

Có những buổi phát thanh tiếng Việt hằng tuần và một vài tờ báo đăng tải những tin tức quê hương và thế giới bằng tiếng Việt để cho người tỵ nạn Việt Nam chúng ta có cơ hội đọc, nhớ và nghĩ về quê hương trong vấn đề bảo tồn và phát huy văn hóa nước nhà trong lúc xa quê hương xứ sở.

Nói chung tình hình sinh hoạt của đồng bào Việt Nam tại Úc, Phật tử cũng như không Phật tử đều quá tốt, vì nơi đó dễ phát triển và không có sự kỳ thị chủng tộc hay tôn giáo như các quốc gia Âu, Mỹ khác.

Tiếng nói và khí hậu ở Úc cũng tương đối dễ chịu hơn một số quốc gia Bắc Mỹ hay Bắc Âu, vì Úc gần Việt Nam hơn là những nơi xa lạ khác.

Tôi ghi lại đây chuyến đi "Đường về Nam Cực" để hoàn

tất một chương trình viễn du khắp năm châu trong thập niên 70-80 và để giới thiệu đến quí vị những nơi mà đồng bào Việt Nam ta đang sinh sống mà tôi đã được hân hạnh đến tận nơi, xem tận mắt những vấn đề liên quan đã kể trên để cống hiến quý vị độc giả một cái nhìn xác thực với người tỵ nạn Việt Nam chúng ta đang có mặt khắp nơi trên quả địa cầu.

4. MỘT CHUYẾN ĐI HOA KỲ VÀ CANADA

Tôi đặt bút viết lại những dòng chữ này như là một lưu niệm cho những người thân thương ở những nơi tôi đã đi và đã đến trên đất Mỹ và Canada, như là một hồi ký.

Đã biết bao nhiêu lần đi ngoại quốc, từ Á sang Âu rồi từ Âu sang Mỹ, từ Mỹ trở về Âu, Á hay Phi Châu, đối với tôi như một cuộc hành trình dài, cực nhọc nhưng đầy thi vị và hôm nay ghi lại nơi đây một cái gì để nhớ.

Tôi vẫn thầm nghĩ rằng: mình là người có đầy đủ phước duyên, mong muốn cái gì đều được thành tựu như ý nguyện cả. Âu đó cũng là việc nhân duyên đã đủ. Nhiều khi tự nghĩ lại, có nhiều người mong muốn đủ mọi chuyện nhưng rốt cuộc chả được chuyện nào, còn tôi là một người tu, không nhà, không cửa, không gia đình, người thân kẻ thuộc, suốt đời chỉ một mảnh áo màu nâu đã bạc, nhưng sự đến và đi đối với tôi rất bình thản lạ thường và đã thành công mặc dầu đôi khi không có ý mong đợi.

Trước khi đi Mỹ lần đầu, tôi phải chuẩn bị cả hai tháng để xin visa. Cùng đi với tôi có nhiều người Đức và những người ngoại quốc khác, nhưng hồ sơ của tôi phải chờ đến phiên cuối cùng mới được gọi đến. Trong khi ngồi chờ đợi ở phòng visa tôi cảm nhận cái đau thương của một người Việt Nam, không có sự bình đẳng được với quốc tế. Tôi tự hỏi mình, tại sao một người Nhật, một người Đức có thể đi khắp thế giới ít cần điều kiện gì, mà một người Việt Nam lại đa đoan lắm thế? Hỏi cũng chỉ để chính mình trả lời thôi, nhưng có lẽ đó là thói quen của tôi khi có một vấn đề gì liên quan đến đất nước. Người Việt Nam ta tự hào có 4.000 năm văn hiến, có đủ loại anh hùng dân tộc, nhưng so với thế giới, ta vẫn còn nhỏ bé hơn Nhật nhiều lắm. Các dân tộc trên thế giới ngày nay biết được Việt Nam là nhờ chiến tranh và người tỵ nạn Cộng sản. Khi nói đến Việt Nam họ có vẻ thương hại hơn là kính nể. Cũng như bao nhiêu lần tôi gặp người Nhật trong những năm còn ở Nhật, họ hay hỏi tôi từ đâu đến? Tôi trả lời là từ Việt Nam đến sau đó họ thốt ra một câu như bao nhiêu người Nhật khác mà tôi thường gặp là *"tội nghiệp quá nhỉ"*. Tôi đã tốn biết bao nhiêu công lao để chỉnh ý lại câu này, nhưng mấy ai đề cao Việt Nam được như mình nghĩ. Ví dụ như Nhật hay Đức, họ chả tự đề cao họ mấy, nhưng những dân tộc khác trên thế giới vẫn đề cao họ thật nhiều, phải chăng *"hữu xạ tự nhiên hương"*?

Tôi ngồi miên man suy nghĩ cho con người Việt Nam đối với những dân tộc khác trên thế giới. Gần hết giờ làm việc, người Mỹ có trách nhiệm lo visa cho tôi mới gọi tôi vào phòng.

Ông ta hỏi:

- Ông đang làm nghề gì?

- Tôi là tu sĩ Phật giáo Việt Nam ở đây và đang lo hướng dẫn đời sống tinh thần của đồng bào Phật tử tại nước này.

- Ông muốn đi Mỹ để làm gì?

- Đi thăm những cộng đồng Phật giáo Việt Nam tại Mỹ.

- Ông có ai quen thuộc ở Mỹ không?

- Có, nhưng không phải là anh em ruột thịt trong gia đình.

- Ai lo vấn đề tiền bạc cho ông?

- Tôi đã có người bảo lãnh.

Người Mỹ ấy hỏi tôi bằng tiếng Mỹ, và tôi đã trả lời bằng tiếng Đức một cách thông thạo. Anh ta đưa mắt như có ý bảo tôi - tại sao không nói tiếng Mỹ, nhưng tôi vẫn làm thinh và tiếp tục trả lời bằng tiếng Đức. Anh ta cười ra vẻ làm vui, nhưng có lẽ anh la cũng hơi ngạc nhiên về lối đối xử của tôi với anh ta lắm.

Tôi cầm vé máy bay khứ hồi Frankfurt - Montreal - Frankfurt để minh chứng rằng khi tôi qua Canada và Mỹ, tôi sẽ trở về, và sẽ không lưu lại Mỹ. Anh ta khẽ gật đầu nhìn tôi và mỉm cười đưa hồ sơ tôi qua cô thư ký đánh máy bên cạnh.

Nhận lại passport và visa rồi, tôi trở lại Hannover.

Công việc giấy tờ thì cũng mệt nhọc thật, nhưng nếu cố công trì chí rồi cũng thành, có ai đó giữa đường than khó, không bền lòng thì dễ hư hỏng đại sự.

Lúc tiễn chân tôi lên phi trường Frankfurt, mấy người bạn bảo tôi rằng:

Thầy nhớ đi rồi về kể lại chuyện xứ Mỹ cho tụi này nghe về chuyến đi của Thầy nhé.

- Chuyện gì chứ việc đó đâu có khó.

- Thầy đi vui và gặp nhiều may mắn.

- Cầu chúc các anh ở lại vui vẻ và bình an.

Lần tiễn chân này chỉ vài người thôi, mặc dầu tôi xa xứ Đức hơn ngàn dặm. Ngày nay sự đi và đến của tôi đã quá thường, gần như là chuyện phải có, nên tôi ít quan tâm về chuyện đưa cũng như tiễn như hồi ra đi từ sân bay Tân Sơn Nhất, Sài Gòn.

Đến Canada

Chuyến bay bị trễ gần nửa giờ mới đáp xuống phi trường Montreal. Trên hành lang lầu thượng, tôi nhìn lên thấy một người đàn bà mặc áo màu đen, dáng điệu đoan trang, phúc hậu, đưa tay vẫy chào. Đứng bên cạnh bà ta, một người thanh niên mặc bộ Âu phục màu xám. Tôi biết đó là những người đi đón. Tiếp tục lo những thủ tục nhập cảnh cần thiết, sau đó tôi đi nhanh về phía quan thuế.

Qua khỏi hàng rào quan thuế, gặp lại anh Thị Pháp và Bà Diệu Bích. Câu hỏi đầu tiên của bà là:

- Thầy đi có khỏe không?

- Tôi vẫn bình thường, cảm ơn bác.

Người Đông phương thường hay trọng lễ nghi và sức khoẻ, còn người Tây phương hầu như ít có để ý đến, nếu có chăng đi nữa đó cũng chỉ là những câu chào hỏi xã giao thường ngày mà thôi.

Bà mặc bộ đồ đen, trông rất phúc hậu, nhưng trên nét mặt đượm một vẻ buồn khó tả. Cái buồn của bà bây giờ không còn như trước đây hơn một năm, khi chồng bà đã mất tại Paris mà tôi có đi dự đám tang, nhưng cũng làm cho tôi nhớ lại những gì đã xảy ra trong lúc đám tang của chồng bà. Đảo mắt nhìn sang anh Thị Pháp như có ý hỏi anh rằng: Chắc anh không có gì lạ? Và chính anh cũng đã trả lời như thế.

Có nhiều câu hỏi chỉ là sự xã giao, nhưng muốn hỏi ngắn gọn hơn là dài dòng khách sáo. Tôi bước lên chiếc Mercedes màu lam trông dễ thương và quý phái. Bà Diệu Bích cũng như anh Thị Pháp gợi chuyện bên Tây, bên Đức cũng như ở Canada. Tôi nói và nghe cũng thật nhiều, nhưng dường như chưa có gì tôi để ý lắm.

Chiếc xe đưa chúng tôi đến một biệt thự sang trọng, lộng lẫy, nguy nga như trong đời mình chưa bao giờ đặt chân lên và sống nơi đó. Vì xưa nay những người tu hành ít "được phép" thụ hưởng những gì "cao sang" như thế.

Có lần bà Diệu Bích bảo rằng: Ngày xưa Thầy Tâm Châu đi đâu chỉ có tài xế thường thôi, nhưng ngày nay Thầy đi thì có Mercedes và có cả người đưa đón là kỹ sư, bác sĩ thì còn gì hơn nữa, có lẽ Cộng sản sẽ nói Thầy là "CIA" mất.

Tôi mỉm cười và trả lời rằng: "Có lẽ phép Phật nhiệm mầu đó Bác."

Tôi không vui để được đón nhận những ân huệ ấy, nhưng mình cảm thấy làm sao khi thọ lãnh những tình cảm cũng như những đặc ân mà gia đình bà Diệu Bích đã đối xử với tôi.

Ngày xưa khi mới đi tu và mãi đến bây giờ, trước khi gặp gia đình bà Diệu Bích, tôi đều không thích những gia đình giàu có. Nói như thế không có nghĩa là nói khoác và có lòng ganh tị, vì tôi hay nghĩ rằng: Nếu ngày xưa Đức Phật bỏ cung vàng điện ngọc, vợ đẹp con ngoan để đi tìm đạo giải thoát cho muôn loài, thì ngày nay nếu vô tình hoặc cố ý mình lại tự trói buộc vào trong những nơi không lối thoát ấy, thế thì có giải thoát gì đâu. Vả lại ngày xưa ở Việt Nam những người giàu có, quyền quý lấy tiền cúng vào chùa, nhưng họ ỷ lại vào những của bố thí đó đi dọa nạt và hành hạ tăng chúng ở trong chùa, cũng như bắt Tăng chúng phải làm những điều như họ muốn, tôi cũng là một trong những nạn nhân của Thiền Môn ngày trước. Từ đó đâm ra không thích những người giàu có và quyền thế.

Nếu nhìn cho kỹ, họ sẽ không được phước đức gì mà những hành động của họ ngược lại còn tạo thêm tội lỗi. Họ xem những người ở chùa như tôi tớ ở nhà họ cũng không bằng, và họ đến chùa là chỉ nghĩ đến vị sư trụ trì, còn Tăng chúng họ không xem ra gì cả. Họ quên rằng Tăng chúng là nền tảng của Giáo Hội ở những thế hệ sau này, kế vị những bậc sư trưởng đi trước.

Một số quý Thầy không tiếp tục tu trong chùa nữa, một phần vì nghiệp duyên của họ, nhưng một phần cũng vì những hành động cư xử không đúng của những đàn na, thí chủ thiếu hiểu biết, không thuần thành với đạo đã gây ra.

Bây giờ tôi đang đối diện trước nhà giàu sang, có địa vị, phải xử trí thế nào đây? Thật ra tôi đã có nhiều ý niệm và chuẩn bị trước khi đến đây để đối phó với bất cứ điều gì sẽ xảy ra, bất cứ hình thức nào như trước đây mà chính tôi đã gặp. Nhưng đặc biệt đối với gia đình này tôi đã có cảm tình ngay từ lúc ban đầu. Tôi có nói cho bà Diệu Bích và anh Thị Pháp nghe trong chuyến xe khởi hành từ Montreal đến Washington DC là: *"Tôi đến với gia đình Bác không phải vì sự giàu có, mà đến vì tình người và tình Đạo, chỉ đơn giản có thế thôi.*"

Bà Diệu Bích hỏi: "Nếu những người nghèo mà không có tư cách thì sao?"

- Thì đáng thương hại họ hơn là đáng ghét, vì xã hội làm cho họ nghèo và cũng chính nhờ xã hội nên mới có những người giàu.

- Vì thế cho nên Thầy không thích những kẻ quyền quý giàu có?

- Vâng, đúng thế. Nếu kẻ giàu có mà biết sùng bái Tam Bảo và biết lễ nghi thì lại càng đáng quý hơn, chỉ trách là trách những kẻ không biết Đạo, nên cứ vênh vênh tự đắc cho mình là có danh vọng. Bởi thế cho nên Đức Phật mới dạy trong kinh Pháp Cú rằng: *"Người ngu biết mình ngu, nhờ vậy thành có trí. Người ngu tưởng mình trí, thật đáng gọi chí ngu."*

Tôi thao thao bất tuyệt trả lời bà và tiếp tục kể cho hai người nghe những mẩu chuyện trong Thiền Môn vào thời xa xưa.

Ngôi biệt thự lộng lẫy đó bài trí thật ngăn nắp, sạch sẽ, làm cho khách có cảm tưởng vui khi đến nhà này. Ngôi biệt thự rộng, hai tầng nhưng chỉ có hai người ở, trông rộng thênh thang ngoài sức tưởng tượng. Những bữa cơm chay chính tự tay bà làm theo cách thức Tây phương, lạ mắt nhưng cũng khá ngon. Nhiều lúc tôi đùa rằng: Ở Việt Nam chắc gì Bác đã động đến móng tay, ở đâu cũng có kẻ hầu người hạ, sang đây cái gì cũng tự lo liệu hết như thế Bác thấy có nhọc lắm không?

Bà bảo rằng : Chẳng sao, nhưng làm dân ly hương thì phải đành chịu vậy.

Được tin tôi đến Canada, một số quý vị Đạo Hữu và Phật tử chùa Liên Hoa đã điện thoại đến để mời tôi đến dự lễ Vu Lan. Tôi bằng lòng và đã đến trong ngày Vu Lan nhiều mưa gió ấy. Thật ra tôi cũng chả muốn mất lòng ai kể cả kẻ trên người dưới, nên phải nhận lời, vì tôi chỉ nghĩ đến Phật Pháp hơn là cá nhân hay những chuyện không đâu.

Vì là ngày lễ Vu Lan nên tụng kinh Vu Lan Báo ân phụ mẫu là chuyện đương nhiên, nhưng sau bài chú Đại Bi đến phần cầu siêu cho những thân nhân quá vãng tôi hơi lúng túng, vì xưa nay chưa bao giờ đọc những lòng sớ như thế bao giờ. Sớ chữ Việt chứ không phải chữ Hán. Vì là văn và điệu chữ Việt nên khó bắt giọng vô cùng. Tôi cố lấy giọng thật thấp, nhưng cổ tôi như nghẹn lại mỗi lần hạ giọng thấp hơn nữa.

Sau phần tụng kinh Vu Lan và tuyên sớ cầu siêu cho chư hương linh quá vãng là phần thuyết pháp về ý nghĩa lễ Vu Lan. Thông thường mỗi khi đi diễn thuyết một việc gì ở đâu tôi cũng đều có đề tài trước, nhưng ở đây không chuẩn bị gì cả, chỉ nói lại ý nghĩa ngày lễ, và sau đó thì giải đáp những thắc mắc của Phật tử. Khi mới lên diễn đàn, mọi người có vẻ không để ý đến, vì tôi còn quá trẻ để làm những việc cao thượng như thế, nhưng trong và sau thời pháp, ít ra họ cũng đã hiểu tôi đang ở vào trình độ nào rồi. Họ rất phục sau buổi lễ, nhưng đối với tôi chuyện đó xưa nay vẫn là như thế không có gì lạ để làm vui cả.

Chúng tôi rời chùa Liên Hoa trong cơn mưa dầm vào cuối mùa hạ, trong nuối tiếc lẫn thương tâm.

Những ngày ở Montreal tôi được hướng dẫn đi thăm Olympic và những vùng phụ cận. Dầu đi đến đâu, thấy bất cứ hình ảnh gì tôi cũng so sánh cả, nhưng ở đâu cuối cùng rồi cũng không bằng Việt Nam. Không phải mình cố chấp, nhưng bản chất của con người Việt Nam vẫn còn trong tôi muôn thuở và điều đó chứng tỏ rằng lúc nào tôi cũng miên tưởng đến Việt Nam và mong có ngày về sum họp lại.

Ottawa tôi cũng đã có dịp đến thăm một lần do lời mời của Giáo sư Lê Kim Ngân và một số quý vị Phật tử nơi đó. Thành phố thủ đô Canada có nhiều lầu đài cao chót vót, có toà nhà Quốc Hội và những cơ sở ngoại giao. Thành phố thật nên thơ nhưng không hữu tình như Thụy Sĩ (Lausanne) hay Hagi của Nhật.

Chúng tôi đến nhà giáo sư Ngân như những lần chúng tôi đến thăm giáo sư tại cư xá thánh đường Nichidai ở Tokyo, không khách sáo và đượm vẻ thân mật. Tánh tôi thường không thích khách sáo, đưa đẩy, rào đón... vì mình không thể tự dối mình được, bởi như thế là không thành thật với chính mình. Bắt đầu là câu chuyện hỏi thăm sức khỏe và những câu chuyện có liên quan đến việc sinh sống cũng như hoạt động của những Hội địa phương.

Giáo sư Ngân cho hay rằng: Âu cũng là một duyên lành mới gặp được một tu sĩ nơi đây. Vì những người Việt tha hương cùng tôn giáo ở đây dự định lập một Hội Phật giáo tại vùng Ottawa để cho đồng bào Phật tử có cơ hội lui tới thăm viếng, sinh hoạt cộng đồng cũng như thể hiện sống trong tình thương trí tuệ siêu việt của Phật giáo. Bước tiến xa hơn nữa của quý vị Phật tử nơi đây là có một ngôi chùa thực thụ, có được một vị lãnh đạo tinh thần xứng đáng và đó sẽ là nơi chốn để đồng bào Phật tử lui tới lễ bái, học đạo.

Chiều hôm đó giáo sư Ngân gọi điện thoại cho một số quý vị đạo hữu Phật tử có Đạo tâm, thiện chí trong việc thành lập Hội Phật giáo nơi đây, mời đến nhà một anh sinh viên Việt Nam sống lâu năm tại Canada để bàn tính việc lập Hội và nhờ tôi cho thêm ý kiến.

Đúng 8 giờ tối hôm đó, khoảng 10 người đã đến, quây quần với nhau để bàn tính việc lập Hội và thỉnh Tăng trụ trì. Ban đầu câu chuyện không đâu vào đâu cả, nhưng sau đó thì mọi người yên lặng để nghe giáo sư Ngân trình bày về nguyên nhân cũng như mục đích thành lập Hội.

Ai cũng hăng say đóng góp ý kiến của mình nhưng cũng có một vài ý kiến chống đối đặt ra. Cuối cùng cũng được giải quyết ổn thỏa. Tôi có trình bày thêm ý kiến về việc thành lập một Hội Phật giáo phải được tiến triển từng giai đoạn và bước đi phải vững. Đầu tiên, mọi người Phật tử nên đóng góp vào việc thuê tạm một nơi để làm ngôi Niệm Phật Đường. Sau một thời gian, nếu thấy số người tham gia Phật sự càng đông thì tiến tới thành lập một ngôi chùa chính thức. Sau đó lo thỉnh Tăng về trụ trì chùa cũng như cố vấn những công tác Phật sự tại đây.

Chuyện gì thì cũng có thể xong được, nhưng chuyện thỉnh một vị tu sĩ về đây quả là hết sức nan giải. Ngay cả chùa Liên Hoa ở Montreal thành lập đã bao nhiêu năm rồi nhưng đến nay vẫn chưa có Thầy nào dừng chân cả. Nguyên nhân chính vẫn là nhu cầu Phật sự ngày càng nhiều mà quý Thầy thì quá ít. Do đó mới nảy sinh ra tình trạng thiếu Tăng. Trong lúc gần một triệu đồng bào Việt Nam ở ngoại quốc, nhưng quý vị Tăng Sĩ và quý Ni Cô chỉ có trên dưới 100 vị thì làm sao đáp ứng nổi nhu cầu ngày càng nhiều của đồng bào Phật tử. Tôi có than rằng: Ngày xưa ở Việt Nam có rất nhiều người phát tâm xuất gia, ngày nay ngay cả nước Đức có 16.000 người tỵ nạn Việt Nam nhưng đốt đuốc mà tìm cũng không thấy được người nào còn mang hoài bão ấy. Đó là một điều đáng lo mà ngay cả ở Pháp hay Mỹ cũng vậy, có hàng mấy trăm ngàn người Việt, nhưng giới trẻ không có người nào nói chuyện xuất gia nữa. Tôi có đùa rằng: *"Có lẽ các anh chị qua đây thấy đèn xanh, đèn đỏ quá nhiều làm mờ mắt nên quên hết mọi điều ước nguyện cũng nên."* Chỉ có một số quý vị lớn tuổi phát tâm xuất gia sau này, nhưng nếu cố gắng đào tạo cho họ 5, 3 năm để có thể làm trụ trì, chừng 7, 8 năm sau họ lại trở về liên cảnh rồi, nên nỗi khổ tâm của quý Thầy trong hiện tại là thế.

Mọi người ngồi trong phòng yên lặng nghe tôi nói và cũng cảm nhận được điều đó, nhưng ai nấy đều hy vọng rằng Ottawa sẽ là đất lành có nhiều người tham gia và có nhiều vị tu sĩ sẽ dừng chân.

Cuộc họp vẫn còn tiếp diễn, nhưng ngày hôm sau vì còn bận nhiều việc khác nên chúng tôi cáo từ về trước, và hẹn gặp lại quý vị Phật tử nơi đây trong những ngày đầu tháng 10 để thảo luận tiếp tục.

Chuyến hành trình còn dài và đây chỉ mới chỉ là bước đầu mà tôi gần như đã thấm mệt. Những ngày sau đó chúng tôi đã dùng xe hơi để đi Toronto, thác Niagara - một trong những kỳ quan của thế giới.

Có đi nhiều mới thấy được cái bao la của vũ trụ và cái rộng lớn của đất trời. Ngày xưa khi còn ở Việt Nam thấy Sài Gòn đã là văn minh, rộng lớn, nhưng khi qua đến Tokyo tôi thấy mình như người nhà quê vừa lên tỉnh. Rồi từ Tokyo sang Đức như từ tỉnh xuống nhà quê trở lại. Đến hôm nay từ Đức qua Canada tôi thấy như mình không phải nhà quê mà cũng chẳng phải tỉnh thành. Tôi hòa mình với đất trời rộng bao la, hùng vĩ. Một xứ giàu có rộng rãi với diện tích chỉ nhỏ hơn Nga mà dân số trên dưới 30 triệu, chỉ có một điều là băng giá quanh năm, thế thôi. Trời vào đông có thể lạnh đến âm 40 độ là chuyện rất thường. Những người già sống nơi đây thật là cực nhọc.

Chúng tôi đến thác Niagara vừa đúng lúc thành phố đã lên đèn, khách du lịch cũng lắm người, nào người dị chủng, nam thanh, nữ tú. Họ đua nhau đi xem những ánh đèn màu chiếu lên thác. Tôi đi lên lan can hai bên dòng thác nhưng có một cảm tưởng sợ sệt làm choáng váng cả mặt mày vì độ sâu thăm thẳm của nó.

Bên kia là biên giới Mỹ và bên này là Canada, đều có tự do chứ không khác biệt như Đông và Tây Bá Linh.

Đi đến nơi có ngọn thác cao nhất, chả biết người ta gọi tên là gì, khiến tôi rùng mình và liên tưởng đến những người tự trầm mình nơi đây. Những hình ảnh tự sát lại hiện ra lởn vởn trong đầu óc tôi như những bóng ma chập chờn trong những vùng tử địa.

Tôi trở lại khách sạn đêm đó đã thấm mệt, trong đầu óc cứ lởn vởn những bóng ma vô duyên cớ đó, cứ đến rồi đi như không một lời nguyện ước.

Sang Hoa Kỳ

Ngày hôm sau chúng tôi rời địa phận Canada để qua biên giới Mỹ. Lại một lần nữa đối diện với "bên tê". Hôm qua chúng tôi đã đối diện với "bên ni" rồi, và bên ni là hiện hữu còn bên tê là vô hiện thực. Từ những ngọn thác bên ni nhìn sang bên tê của Canada không có gì đẹp như bên Canada nhìn sang.

Qua khỏi biên giới, chúng tôi tìm đến một bờ suối để nghỉ mệt. Lúc chưa đến thì tôi mong rằng sẽ đến đó, nhưng khi gần suối rồi, tôi vẫn thấy suối là suối, tôi là tôi, chả có gì hòa hợp cả.

Chúng tôi phải mất trọn một ngày nữa mới đến Washington DC bằng đường xe hơi. Đến một thành phố được gọi là thủ đô của Mỹ quốc, nhưng sao có vẻ dơ bẩn hơn đường Nguyễn Văn Thoại ở Việt Nam. Đặc biệt nhất là khu da đen. Tôi đâm ra chán và nghiệm lại lời Thầy Minh Tâm là đúng. Lúc tôi còn ở Paris trông chùa cho Thầy ấy đi dự Hội Nghị Phật giáo ở Nhật, trên đường sang Mỹ Thầy ấy có viết một danh thiếp về Pháp thăm và bảo rằng: *"Xứ Mỹ, nhất là Washington DC, nhà cửa thua Đức và Pháp xa, còn dơ dáy hơn ở Sài Gòn nữa."* Lúc ấy tôi chưa tin và nghĩ rằng Thầy ấy đùa cho vui chứ lý gì mà có chuyện ấy. Hôm nay thì tôi đã chứng thực là sự dơ dáy ấy còn hơn điều Thầy Minh Tâm đã viết. Không cần hỏi ai người ta cũng biết rằng ở thành phố này dân đa đen chiếm đại đa số, và sự dơ nhớp là do chính dân da đen sống một cách bừa bãi, vô kỷ luật, thiếu học thức và do sự làm biếng gây nên. Do đó, những người Việt Nam ở đây thường gọi họ là dân lọ nồi để ám chỉ những người da đen một cách khinh tởm. Khi người Việt Nam ở đây gọi những người da đen là lọ nồi không có ý như những người Việt Nam ở Âu Châu gọi những người Á Rập là Rệp, và những người Nam Dương là Nấm. Không rõ sự xuất xứ của những danh từ này từ đâu, nhưng lúc đến Đức tôi hơi ngạc nhiên khi nghe những tiếng ấy. Và ngày nay đã trở thành một thông lệ khi gọi những danh từ này là muốn ám chỉ ai rồi.

Ngày hôm sau chúng tôi viếng chùa Phật giáo Việt Nam tại Washington DC. Chùa này đã có tiếng xưa nay như bao người đã đồn đãi. Dầu tiếng tốt hay tiếng xấu, ta cũng phải lắng nghe để biết rõ sự tình, ở đời xưa nay vẫn là vậy. Cái tốt, cái hay thì ít người thấy nhưng cái dở thì không cần mách bảo thiên hạ cũng rỉ tai với nhau từ xóm này qua xóm nọ, từ thành phố này đến thành phố khác, từ nước này đến nước kia. Đối với tôi - nhất là ở chùa thường phải nghe đi nghe lại nhiều lần như ăn cơm bữa, nên cũng không có vẻ ngạc nhiên gì mấy. Mặc dầu thế tôi cũng cố đến tận nơi xem tận mắt về những cái hay, cái đẹp, cái không nên nói là như thế nào.

Tôi cố ý gặp và vấn an Thầy Giác Đức nhưng không may hôm đó không có Thầy ở chùa, nghe đâu Thầy đi giảng ở xa và tối hôm sau mới về lại chùa. Chỉ được gặp Thầy Thanh Đạm - Thầy Tâm Thọ, Thầy Trí Tuệ và Thầy Minh Đạt mới đến từ Việt Nam. Hỏi ra mới biết tông tích ngọn ngành là quý Thầy này trước đây đều ở Phật Học Viện Huệ Nghiêm.

Ngôi chùa tọa lạc trên con đường chính chạy dài vào Tòa Bạch ốc trông thật trang trọng và cao quý, có vườn rộng và có nhiều cây thông cao vút đến tận trời xanh trông thấy hợp với cảnh chùa vô cùng. Tôi đi dạo quanh vườn chùa được sự hướng dẫn bởi Thầy Minh Đạt và Thầy Trí Tuệ. Chúng tôi nói chuyện thật nhiều về quê hương, về hiện tình đất nước, về những kẻ mất người còn và về hiện tình Phật giáo tại Âu Châu. Sau đó vào dự khóa lễ, cũng như mọi lần và mọi nơi, ít có gì đổi mới, ngoài những nghi thức thông thường. Nhưng tiếng tụng trầm hùng trong lời kinh hòa nhịp với điệu mõ làm tôi liên tưởng về quê hương trong vô vàn thương tiếc...

Tôi rời chùa để đi đến phi trường Washington DC hướng về phía Miami trong chuyến đi vội vàng đó. Tiễn chân tôi lần này có một vài người Phật tử nữa.

Đón tôi tại phi trường Miami chiều hôm đó có anh Sơn, anh Hoài và anh Hùng từ Gainesville đến. Chúng tôi chào hỏi nhau và bắt đầu nói chuyện.

- Các anh đi đường để đón tôi có xa không?

- Từ đó xuống đây hơn sáu tiếng đồng hồ lái xe hơi.

- Lẽ ra tôi có thể đổi vé tại Washington DC để đi phi trường gần hơn và nhờ các anh đón, nhưng hôm qua không có thì giờ, vả lại làm biếng nên để giấy nguyên như cũ luôn. Lâu lâu mới có cơ hội để hành các anh một chuyến có sao đâu phải không anh Sơn?

Sơn nhìn tôi mỉm cười và không trả lời trực tiếp câu hỏi của tôi. Tôi đang tự nghĩ rằng có lẽ Sơn đang bảo tôi là: "Ông Thầy này hành con người ta quá", nhưng chẳng thốt nên lời. Tôi chậm rãi bước đi và gợi chuyện cùng anh ta, mới phân trần rằng: Khi tôi mua vé máy bay tại Đức tôi đâu có thấy địa danh của anh đang ở nằm trên bản đồ mô tê chi đâu, nên mua đi Miami cho tiện, ai ngờ từ nhà anh đến đấy lại hơn cả sáu tiếng đồng hồ.

Thật ra khoảng cách không xa là bao nhiêu nhưng ở Mỹ chạy xe chậm hơn Châu Âu, trên xa lộ chỉ được phép chạy tối đa khoảng 70-75 dặm/giờ (110 - 120 km/giờ). Trong khi đó ở Âu Châu, nhất là Đức, thì khi chạy trên xa lộ không có sự giới hạn tốc độ, tài xế có thể tùy ý tăng hết tốc lực. Do vậy, nếu đi với tốc độ như bên Tây Đức thì thời gian sẽ ít hơn.

Từ trên máy bay nhìn xuống, tôi thấy thành phố Miami đẹp vô cùng, nào nhà lầu cao chót vót, nào đường sá thẳng tắp khắp phố phường. Vịnh Miami đẹp trông bao la bát ngát... thế mà khi ngồi vào xe hơi của anh Hùng tôi cảm thấy như mình bị thu hẹp lại trong cái vỏ không gian ấy. Gió biển buổi chiều thổi mạnh, như báo trước có mưa. Từng cụm mây vàng, đen, xanh, đỏ bay là là trên đầu chúng tôi như chờ sẵn cơ hội để *nhả ngọc phun châu* với chúng tôi.

Trên đường từ phi trường Miami về đến Gainesville chúng tôi đã nói cho nhau nghe thật nhiều về những hoạt động cũng như sự làm việc của người Việt Nam tại Âu Châu, trong quá khứ cũng như trong hiện tại, ở Nhật cũng như ở Úc... cũng như sinh hoạt của kiều bào. Với anh Sơn thì tôi có báo trước, nhưng đồng bào Phật tử ở đây thì mãi đến khi tôi về họ mới hay. Anh Sơn, Hiền và một số anh chị em Phật tử khác có ý nhờ tôi quy y cho những người con của họ, nhưng sau đó được đổi lại thành một buổi họp mặt, làm lễ, nghe thuyết pháp và cử hành lễ quy y luôn. Chỉ trong một thời gian ngắn mà mọi người đã huy động đông đủ bà con Phật tử ở thành phố này lại để cử hành lễ cầu an cho những người sống được an lành và cầu siêu cho những người mất tại Việt Nam hay trên biển cả được siêu sanh Lạc quốc.

Trong phần phát biểu cảm tưởng, tôi đã đề cập và nhắc nhở đến người Việt Nam chúng ta hiện ở tại ngoại quốc, dù sống ở nước nào đang làm việc gì, họ cũng đều luôn nhớ nghĩ đến quê hương và giữ trọn niềm tin của họ. Tôi thật cảm động và cũng chính từ sự cảm động này đã làm cho tôi có nhiều động lực hơn để thuyết giảng trong buổi nói chuyện hôm đó.

Trong phần lễ quy y tôi đã giảng về ý nghĩa của sự và lý về quy y Tam Bảo và việc thọ trì 5 giới cấm của Phật chế định cho người Phật tử tại gia. Mọi người đều tịnh tâm lắng nghe và cố gắng giữ gìn để trở thành một Phật tử chơn chánh với Đạo.

Qua thời khóa lễ cầu an, lễ cầu siêu, lễ quy y và thuyết pháp tôi đã trở lại căn phòng yên tĩnh để ngồi thiền và quán xét tư duy.

Những ngày kế tiếp anh Sơn và Hiền có đưa tôi đi thăm một vài phong cảnh gần đó, nhưng cũng chẳng có gì đặc biệt ngoài chuyện con người và sự vật.

Tôi rời Gainesville để đến Shreveport, một thành phố nhỏ nằm trong tiểu bang Louisiana. Tôi phải đợi máy bay tại phi trường New Orland cả 3 tiếng đồng hồ mới có một chuyến bay cuối cùng trong ngày ở đó.

Tại phi trường, tôi gặp Phúc, người em nuôi chưa một lần gặp gỡ trước đây. Bao nhiêu cảm tưởng mừng vui lại đến rồi cũng vụt đi như những gì tôi vẫn hằng ôm ấp sự trùng phùng ấy. Nhiều lúc người ta ở xa thì nhớ nhung, mong gặp gỡ, nhưng khi gặp nhau rồi thì cũng chả còn cái gì để có thể giữ chân họ lại được. Họ lại ra đi như trôi đến một chân trời vô định. Tôi cũng lại là người như thế. Đến rồi đi, đi rồi đến như bao sự thường tình của nhân thế.

Phúc đưa tôi về nhà bằng xe hơi, sau đó nói chuyện với những người có tuổi trong gia đình. Tôi nhận thấy ở người chú của Phúc, ông ta thật có tài, nhưng có lẽ vì ông ta lỡ thời, lỡ vận nên không tham gia vào một tổ chức nào cả ngoài chuyện ông đem tài của mình tháo vác với nghệ thuật mà thôi. Ông ấy hơi gàn gàn, nhưng nhiều khi cũng có lý, ngay cả về ngôn ngữ của tôn giáo hay bất cứ ở lãnh vực nào. Nhiều lúc tôi cũng muốn cãi lý với ông ta nhưng thấy ông ấy hơi khó tánh nên lại thôi và yên lặng, cố gắng nghe những gì ông ta nói.

Mấy ngày sau Phúc dẫn tôi đi thăm một vài nơi, ngay cả khu dân da đen. Tôi cũng vẫn dửng dưng và không có lời bình phẩm nữa. Phúc đưa tôi đi ăn kem ở một tiệm gần nhà. Lần đầu tiên trong đời tôi thấy ly kem cao quá mũi, tôi cười và bảo Phúc chắc lần này về Đức lại có chuyện để viết. Mà quả thật, hôm nay tôi đã viết điều đó. Chắc Phúc đọc điều này cũng cười cho cái việc viết văn của tôi.

Tôi bảo Phúc: Mấy người Mỹ họ ăn như thế này cho nên kẻ nào người nấy đều to con quá phải không em?

- Chừng ấy chưa có gì đâu, cả bát đầy đó chứ.

Phúc trả lời như không có gì ngần ngại và chả lộ vẻ ngạc nhiên gì cả. Tôi thấy có lẽ đó là một chuyện hiển nhiên, nên không tiếp tục hỏi và chăm chú vào ly kem của mình để dùng cho hết. Ăn một ly kem mà cả cơ thể đều chuyển động như làm thay đổi cả một đời người. Chắc mãi mãi về sau tôi sẽ không quên ly kem tại Shreveport, mỗi lần kể chuyện lại cho bạn tôi hay những người thân nghe về chuyến đi Mỹ của tôi lần đầu.

Những ngày ở lại Shreveport giông tố phũ phàng, thời tiết trở nên xấu, ít đi đâu được nên chỉ ở trong phòng. Rồi những ngày sau đó tôi rời nơi đây trong những cơn mưa dầm nặng hạt.

Chiếc phi cơ Delta bay qua những địa phương nhỏ để lấy khách, nên trông không lớn là bao so với đất trời bao la rộng rãi ấy. Ngồi trên máy bay nghe gió cứ đảo xuôi, đảo ngược làm cho hành khách bên trong rợn cả tóc gáy không biết bao nhiêu lần. Lẽ ra máy bay phải đáp xuống đúng giờ ở phi trường Houston (Texas) như phi trình đã định trước, nhưng hôm ấy trễ cả tiếng đồng hồ, làm cho kẻ đi đưa lẫn người đi đón đều hồi hộp lo âu.

Houston là một thành phố đông dân Việt Nam cư ngụ, đứng hàng thứ nhì, sau Los Angeles thuộc tiểu bang California. Ở đây khí hậu ôn hòa, nên nhiều người Việt đã đến để sinh sống. Tôi nghe kể lại rằng cứ mỗi cuối tuần có hàng ngàn người Việt ở những tiểu bang khác về Houston để thăm viếng bạn bè, hội họp v.v... Kể như thế cũng vui, nhưng nơi nào có đông dân Việt Nam cư ngụ là nơi đó có xảy ra lắm chuyện động rừng. Ở đây có chùa, có Thầy, có hội đoàn Phật giáo cũng như hội đoàn của những tổ chức Việt kiều khác v.v... Nếu chỉ nhìn bề ngoài thì thấy sự sinh hoạt có vẻ nhộn nhịp, nhưng hình như những tổ chức ở đây không thuận với nhau mấy. Vì lẽ dễ hiểu là người Việt chúng ta ai cũng muốn làm lãnh tụ cả, không ai chịu làm dân và mỗi người là một "hoang đảo cô đơn", không có chư hầu cũng không cần tướng lãnh. Rất tiếc rằng bao nhiêu năm ở Nhật, tôi chỉ học về tâm lý học người lớn của Nhật Bản và đặc biệt là Âu Châu. Nếu lúc đó có khoa giáo dục tâm lý học của người Việt Nam thì tôi đã chọn ngành ấy rồi. Do đó những vấn đề phân tích tâm lý người Việt Nam trên đây chỉ dựa theo những kinh nghiệm hoạt động của tôi trong quá khứ với người Việt Nam thôi, chứ chưa dựa trên cơ sở nào bằng sách vở cả.

Houston cũng như mọi nơi khác, ở đâu cũng nghe toàn là chuyện khổ tâm. Cái khổ mà cách đây hơn hai ngàn năm trăm năm về trước hay tận thời vô thỉ, chư Phật đã dạy. Ngoài những sự khổ về sanh, về già, về bịnh, về chết, về ái biệt ly khổ, cầu bất đắc khổ, về oán tắng hội khổ, hay ngay cả về ngũ ấm xí thạnh khổ v.v... người Việt Nam chúng ta còn một bệnh khổ trầm kha, nếu dùng theo danh từ tân giáo dục về tâm lý học phải nói cho đúng nghĩa là "ly gián khổ". Trong giới cấm thứ tư của người Phật tử tại gia hay xuất gia cũng đều cấm không được nói dối. Trong bộ luật Sa Di có dạy rằng: *Nãi chí tiền dự, hậu hủy, diện thị bối phi, chứng nhập nhân tội. Ly gián ân nghĩa khiêu thán đấu tranh đẳng...*" nghĩa là *Cho đến việc trước khen sau chê, trước mặt bảo đúng, sau lưng bảo sai, đều có tội cả. Việc làm cho ân tình, nghĩa trọng bị ly gián, hay tạo những lời nói để khiêu khích, tạo nên những sự tranh cãi với nhau"* đều không nên làm. Như vậy chứng tỏ rằng Đức Phật và chư Tổ sư trong quá khứ đã biết tất cả bịnh của chúng sanh, đã bắt được bịnh, đã tìm ra được thuốc cứu chữa, nhưng những *"chúng sinh được sinh ra từ Việt Nam"* hầu như còn xa lìa thuốc ấy. Không biết vì những chúng sanh ấy sợ thuốc đắng hay chưa có nhân duyên để nhận chân được những lỗi lầm của mình? Có lẽ mỗi người trong chúng ta nên tự hỏi mình, và nên tìm những lương dược để trị bịnh.

Thế mà có nhiều người ở Đức vẫn mong mỏi đi Mỹ cho được, có người lại nghĩ rằng Mỹ như một thiên đường, có người nghĩ rằng đến đó có khí hậu dễ thở hơn, hoặc giả Mỹ là tường thành của tự do và của tiến bộ, nhưng hầu như ít có ai hiểu rằng: Dầu ở bất cứ nơi đâu, hay ở thời điểm nào mà chưa chữa tuyệt được căn bệnh "ly gián khổ" ấy, thì dầu cho có phục hoạt bao nhiêu thang thuốc bổ vào thân hình người Việt cũng bằng thừa. Có bịnh phải lo chữa bịnh trước, đừng tìm cách chạy trốn, để rồi căn bệnh trầm kha hơn.

Tôi đến chùa Phật Quang để lễ Phật và cũng chính là để tìm sự yên lặng, khỏi bị phiền nhiễu trong nội tâm. Vì chùa chiền lâu nay vẫn thế, là chốn nương tựa tinh thần của tất cả mọi người, mọi loài. Trên từ quốc vương, đại thần, công hầu khanh tướng, dưới đến hạ tiện bình dân cho đến những loài hữu tình và vô tình khác. Cho hay *"phép Phật nhiệm mầu"*, nên đã cảm hóa được không biết bao nhiêu tâm hồn tục lụy.

Sau buổi lễ Phật hôm đó, sư Giác Nhiên và tôi cùng một số Phật tử chùa Phật Quang đi xem hội chợ. Có nhiều gian hàng của Phi Luật Tân, Ấn Độ, Nam Dương bày bán la liệt đủ các thứ đồ, nhưng chỉ có gian hàng Việt Nam là nổi bật hơn cả. Nổi bật vì bên trên gian hàng có treo những khẩu hiệu lớn và một lá cờ Quốc Gia Việt Nam bay phất phới trên bầu trời trong xanh. Ở phía dưới và ngay sát bên trong của gian hàng có bán đủ thứ hàng Việt Nam, nào quần the áo lụa cho nữ tú nam thanh trông rất đẹp mắt. Thêm vào đó có bán những món ăn có tánh cách quê hương như chả giò, nem, phở v.v...

Đến tiểu bang này tôi cố đi xem cho được những vườn rau cải của đồng bào tỵ nạn Việt Nam mình, nào rau muống, rau lang, cà pháo, rau thơm, rau quế, rau ngò... Trông những luống rau mà nhớ đến quê hương. Vì tôi cứ nghĩ rằng, người Việt Nam ở đâu là có thể tự tạo ra một quê hương ở đó, nhưng nó không có được những chất liệu dưỡng sinh để tạo thành một quê hương Việt Nam muôn thuở. Quê hương của ta thật sự còn xa vời trong tâm tưởng. Những vùng tận cùng của quả địa cầu - dầu lạnh hay nóng - như Na Uy, Thụy Điển, Phần Lan, Đan Mạch, Canada, Alaska hay Sydney (Úc), Tunis (Bắc Phi Châu), người Việt Nam ta đều có trồng được rau thơm, rau sống cả. Cho hay cái mùi vị quê hương nó đậm đà đến thế và hy vọng rằng con cháu của chúng ta còn thưởng thức được những món ăn thuần túy dân tộc ấy.

Có lẽ người Việt Nam chúng ta ai cũng sợ con của mình quên ăn cơm mà chỉ thích bánh mì đen của Đức hay Hamburger, McDonal của Mỹ... Và có lẽ người Việt Nam chúng ta cũng còn cầm đũa được chứ không quên?

Chúng ta nên bắt chước người Tàu, người Nhật, chứ đừng bắt chước người Mỹ, người Tây. Vì sao chúng tôi lại nói thế? Vì trong lúc này Âu Châu theo Đạo Phật ngày càng đông hay ngay cả Mỹ châu cũng vậy. Trong khi đó người tỵ nạn Cộng sản Việt qua đây, hay khi còn ở trong các trại tỵ nạn Đông Nam Á bỏ Phật theo Chúa khá nhiều. Đành rằng tôn giáo nào cũng dạy cho con người tránh chuyện dữ làm việc lành cả, nhưng chúng ta không nên làm việc ấy. Vì người nào có tôn giáo nào thì cứ giữ tôn giáo ấy. Trừ phi chúng ta không muốn theo đuổi nữa. Chúng ta theo một tôn giáo không vì lợi lạc riêng cho cá nhân chúng ta, mà vì chúng ta muốn hướng đời sống tinh thần của mình đến một sự an vui giải thoát hơn.

Những ngày ở Houston tôi cũng gặp lại rất nhiều người từ Việt Nam hay từ Nhật sang định cư ở đây. Chúng tôi cũng đã đi xem nhiều nơi như phố Tàu, phố Việt và Trung tâm hàng không vũ trụ Nasa của Mỹ. Trung tâm này được xây cất trên một khu đất rất rộng, hơi xa thành phố, để có đủ diện tích dành cho việc trang bị máy móc thiết bị cũng như những bộ phận của các hỏa tiễn đã lên cung trăng trong những năm trước. Ở đây chúng ta có thể xem được những y phục cũng như những dụng cụ cần thiết của một phi hành gia trong khi du hành hay lúc ngủ, lúc ăn v.v... trên không trung.

Tôi rời Houston để đến Los Angeles, nơi có người tỵ nạn Việt Nam đông nhất nước Mỹ, và cũng là nơi có nhiều chùa chiền Việt Nam hơn bất cứ nơi nào khác trên thế giới. Trước đây Hòa Thượng Thích Thiên Ân đã tốt nghiệp tiến sĩ văn chương tại Đại Học Waseda ở Nhật, sang mở Thiền Đường và chùa Phật giáo Việt Nam để dạy Thiền cho người Mỹ. Sau hơn 15 năm ở Mỹ (kể từ 1966 đến 1980) Hòa Thượng đã tạo dựng được 11 cơ sở, kể cả Đại Học Đông Phương (Oriental University), chùa Di Đà, Tiêu Diêu House v.v... Từ đó, Phật giáo Việt Nam tại Mỹ có một cơ sở và nền tảng văn hóa đối ngoại khá vững vàng. Sau này có quý vị Thượng Tọa, Đại Đức tiếp nối sứ mệnh cao cả đó như Thượng Tọa Thích Mãn Giác, Thượng Tọa Thích Đức Niệm (Tiến sĩ), Thượng Tọa Thích Thiện Thanh (Tiến sĩ) v.v... Ngoài ra ở đây còn có chùa Quan Âm, chùa Vĩnh Nghiêm, Phật Học Viện Quốc Tế. Đây là chỗ dừng chân đầu tiên của chư Đại Đức Tăng Ni Việt Nam khi mới đến đất Mỹ, và đây cũng là nơi đến đầu tiên của một số gia đình ty nạn Việt Nam được chùa bảo lãnh mới từ bên đảo sang.

Độ năm bảy ngày sau, tôi rời Los Angeles lên San Francisco để thăm Chùa Từ Quang do Thầy Tịnh Từ trụ trì.

Tôi đi thật nhiều nơi, đến thật nhiều chỗ, nhiều chùa, nhưng chưa có chùa nào đẹp bằng chùa này. Cái đẹp tuy đơn sơ nhưng cũng làm cho ta hiểu được rằng sự bài trí ngăn nắp ấy là do sự xếp đặt có trật tự của vị Trụ trì, sự khéo léo của một vị Thầy trẻ tuổi, nhưng thật nhiệt tâm đối với Đạo, với Đời. Trên chánh điện, một không khí Việt Nam từ hòa, êm dịu, trang nghiêm thầm kín... làm cho tín giả có cảm tưởng thoát trần khi bước vào chốn tôn nghiêm này.

Rất tiếc thời gian quá ít, tôi chỉ ở lại đây một ngày và hai đêm, nhưng dư âm nào đó vẫn làm cho tôi lưu luyến mái chùa. Mặc dầu vậy tôi vẫn được Đại Đức Tịnh Từ hướng dẫn chúng tôi đến San Jose để thăm chùa Giác Minh và Hòa Thượng Thanh Cát. Đến đó chúng tôi gặp Sư Bà Đàm Lựu, người trước đây du học tại Đức, sau về làm Giám Đốc Cô nhi viện Lâm Tì Ni tại Việt Nam, mới trốn nạn Cộng sản chạy sang đây trong mấy tuần trước đó. Chúng tôi có hầu chuyện thật lâu với Hòa Thượng và Sư Bà về hiện tình

Phật giáo Việt Nam tại Hải Ngoại cũng như quốc nội và tại Mỹ. Hòa Thượng có cho chúng tôi biết sơ qua về những sinh hoạt của chùa cũng như việc kiến tạo ngôi Đại Hùng Bảo Điện.

Sáng hôm sau, vào lúc tờ mờ sáng, Đại Đức Tịnh Từ đưa tôi lên phi trường để trở lại Los Angeles. Sau khi đến Los Angeles, tôi được một người bạn đưa đến chợ Bến Thành để xem và mua một số sách vở Việt ngữ ở những tiệm gần đó cho thư viện chùa Viên Giác, Tây Đức. Tôi vẫn thường hay nói chuyện với người Việt Nam rằng: Nếu ai muốn sống như ở Việt Nam thì hãy lập nghiệp tại Paris, nếu muốn mau giàu có phát đạt thì hãy sang Mỹ hay Úc, ai muốn sống bình thản không giàu mà cũng chẳng nghèo thì hãy ở Đức, Hòa Lan, Thụy Sĩ, Đan Mạch v.v... Có người cười, nhưng đó là sự thật, vì chính tôi là nhân chứng trong những khung trời tự do ấy.

Chiều thứ bảy hôm ấy tại Phật Học Viện Quốc Tế, Thượng Tọa Giám Đốc có cử hành lễ cầu an cho một số Phật tử, và nhân tiện đó Thượng Tọa Đức Niệm có nhờ tôi trình bày về những hoạt động Phật sự tại Âu Châu của Tăng Tín Đồ Phật giáo Việt Nam mình. Tôi đã nhận lời và có trình bày sơ qua về cách tổ chức cũng như cơ cấu Phật giáo Việt Nam tại Âu Châu trong đó có Pháp, Đức, Hòa Lan, Bỉ, Thụy Sĩ, Áo và một vài nước lân cận khác.

Tối hôm đó, Thượng Tọa Mãn Giác có mời một số anh chị em sinh viên, học sinh Phật tử đến chùa Phật giáo Việt Nam dùng cơm chay đạm bạc và sau đó có bàn qua về việc chuẩn bị thành lập một đoàn sinh viên Phật tử Việt Nam ở vùng này. Bữa cơm chay thật đạm bạc, nhưng những tâm hồn non trẻ đã thành thật vui vẻ luận bàn để đi đến một điểm chung, như không khách sáo gì ở chốn thiền môn.

Ngày hôm sau, sau phần lễ Phật tôi được Hoà Thượng Thiên Ân - Viện Trưởng Viện Đại Học Đông Phương (lúc Ngài còn tại thế) nhờ trình bày về tình hình Phật giáo Việt Nam tại Âu Châu. Cũng như nơi Quốc Tế Thiền Viện, tôi đã lần lượt trình bày những sinh hoạt cũng như những diễn tiến Phật sự tại đây, nhưng tiếc rằng vì thời giờ quá ít và bà con đạo hữu Phật tử quá mỏi mệt qua một thời kinh dài nên tôi ngưng sau 20 phút trình bày những điều đại cương muốn nói.

Trong bữa cơm ngọ tại chùa Phật giáo Việt Nam, tôi đã có cơ hội được hầu chuyện với tất cả chư tôn giáo phẩm, chư Đại Đức Tăng Ni Việt Nam tại đó, và quý ngài có hứa rằng trong một dịp nào đó, nếu hội đủ nhân duyên sẽ sang Âu Châu để duyệt lãm tình hình.

Độ một tuần sau, tôi nhờ người quen đưa sang phi trường Los Angeles để đi đến Seattle - một thành phố đầy ống khói và là một khu kỹ nghệ như Shinagpa của Nhật Bản.

Đến Seattle vào một buổi chiều khá đẹp, sóng yên, gió lặng, nhưng lòng người bỗng dưng buồn và không một điều gì có thể làm cho lòng tôi vui được. Thành phố Seattle không dơ nhớp như Washington DC, không nóng bức như ở Miami, cũng chẳng phải buồn tênh như Gainesville, Shreveport. Lại cũng không phải hiền hòa như Houston, ồn ào như Los Angeles hay đẹp đã dịu hiền dễ mến như San Francisco. Nó có cái đẹp hồn nhiên của nó. Thành phố mang một nỗi buồn thâm sâu khó tả. Đứng trên đồi cao nhìn xuống như tự thấy mình đang đứng trên một điểm tột cùng của vũ trụ, lặng lẽ, cao thâm...

Ở lại Seattle trong vòng một tuần lễ, tôi đã được đi thăm khá nhiều nơi trong thành phố cũng như những nơi lân cận dưới sự hướng dẫn của Thầy Nguyên Đạt và một số anh em Phật tử khác.

Sau đó, tôi rời Seattle đi Vancouver thay vì đi New York như chương trình đã định. Khi đến biên giới Canada và Mỹ, chúng tôi lại phải làm một số thủ tục nữa như lúc mới vào nước Mỹ. Người gác cổng biên phòng hỏi tôi:

- Ông có trở lại Mỹ nữa không?

- Tôi sẽ không trở lại.

- Ông đến Canada có việc gì?

- Để thăm những cộng đồng Phật giáo Việt Nam nơi đây và thăm một vài người quen như lần trước tôi đã đến.

Nhớ lại lần đầu tiên khi mới vào Mỹ, một nhân viên biên phòng đã hỏi tôi rằng:

- Ông vào Mỹ để làm gì?

- Đến để thăm những người đồng hương Việt Nam và những cơ sở Phật giáo tại đây.

Người nhân viên đưa mắt nhìn tôi hồi lâu rồi hỏi:

- Ông có biết rằng đã có rất nhiều tu sĩ Việt Nam đi du lịch vào đây và ở lại luôn không?

- Tôi có nghe điều đó, nhưng tôi thì khác, vì đã có cơ sở tại Tây Đức.

Tôi đắn đo suy nghĩ cho những việc làm của họ và trả lời một cách rành mạch tử tế để đi qua cho khỏi một ải địa đầu, nên cũng không muốn dây dưa dài dòng văn tự.

Rừng thu Canada

Vancouver là một thành phố lớn thứ 3 của Canada sau Montreal và Toronto nằm về phía cực nam, có nhiều người Trung Hoa cư ngụ, cũng là một thành phố buôn bán phồn thịnh nhất nhì miền đông nam Canada.

Tôi lại rời Vancouver để đi Ottawa bằng phi cơ, vì ở đó Hội Phật giáo đã được thành lập xong và Quý vị trong Ban Trị Sự Hội muốn ngày ra mắt có sự hiện diện của tôi, ít ra cũng để chứng tỏ một thiện chí vượt bực, vì chỉ trong vòng một tháng mà mọi cơ cấu căn bản Hội Phật giáo nơi đây đã tổ chức xong.

Bước ra khỏi hành lang của phi trường, tôi đón nhận ngay cái lạnh giá buốt của Canada, thay vì nắng gắt của Houston bên Texas.

Sau buổi lễ ra mắt Hội, tôi được một vài vị Phật tử hướng dẫn đi thăm rừng thu của Canada.

Đi trong rừng Gattineau của Ottawa tôi cảm thấy như mình bị lạc vào trong một cảnh thần tiên, dị ảo nào đó mà trong những truyện cổ tích thường hay nhắc đến. Những chiếc lá thiên nhiên treo lủng lẳng trên cành cây ngọn cỏ trông đẹp vô ngần. Cây thì màu vàng, cây thì màu đỏ sậm, màu nâu, chen lẫn với màu xanh tươi của cây tùng, cây bách tạo nên một khung cảnh muôn màu muôn vẻ. Nếu nhìn kỹ một cây ta thấy có đến sáu bảy màu chứ không phải một hai màu như khi vừa nhìn thoáng bên ngoài. Đã biết bao nhiêu mùa thu đến và đi trong lòng người tu sĩ, tại quê hương, tại Nhật Bản hay Âu Châu, nhưng có lẽ mùa thu Canada là mùa thu đẹp nhất trong đời tôi.

Ngày xưa các thi sĩ đã diễn tả mùa thu của Việt Nam đìu hiu, thê thảm và đẹp đẽ bao nhiêu trong thơ văn, hội họa, thì ngày nay ở nơi đây và chốn này là những hình ảnh linh hoạt nhất. Nếu những thi sĩ tiền chiến ấy còn sống sót trong hậu bán thế kỷ 20 này và có lần họ đi Canada để xem mùa thu thì họ sẽ vui chứ không buồn và còn sáng tác được nhiều bài thơ tuyệt mỹ khác, hay họa nên được những bức họa có hồn thơ mà trong đời họ chưa bao giờ có lần được liên tưởng đến.

Tôi nghe nói rằng cứ mỗi lần thu đến, lá vàng rơi thì từng đoàn người từ Á sang Âu, từ Âu đến Nam Mỹ đã đổ xô về Canada để xem hình ảnh nên thơ ấy. Điều đó chứng tỏ mùa thu Canada đẹp đến ngần nào... Đã biết bao nhiêu văn nhân thi sĩ ca tụng mùa Thu Paris trên sông Seine hữu tình, thơ mộng, hay những chiếc lá vàng rơi lả tả trải dài trên những đại lộ rộng thênh thang, dệt nên những gấm hoa và trang trải cho cái đẹp của thiên nhiên thêm phần kỳ diệu, nhưng cũng chưa bằng mùa thu ở đây. Dầu mùa thu Paris có nên thơ, thu Đông Kinh có nhiều nỗi mơ, niềm nhớ, thì thu Canada là tất cả, không thể thiếu một trong những điều trên, ở dưới bất cứ một hình thức nào. Có lẽ tạo hóa đã dành sẵn cái đẹp này và chỉ ưu đãi cho một xứ hay băng giá vào đông, nên những khách lãng du cũng không ngạc nhiên gì mấy. Cho nên, nếu ai có cơ hội đến Canada thì hãy chọn mùa thu, đến đó để nghe lòng mình thổn thức, và cũng nên đến mùa xuân để xem hoa tulip muôn màu.

Tôi ngẩn ngơ đi trong rừng thu Gatineau mà như mình đang đi trong niềm mộng. Thỉnh thoảng chúng tôi lại dừng chân để chụp một vài tấm hình làm kỷ niệm. Đi mà như lòng mình không muốn rời khỏi rừng thu này, nhưng giờ cơm trưa đã đến, nên chúng tôi đành vội vã giã từ, mang theo trong lòng biết bao nhiêu là nuối tiếc.

Ngày hôm sau, tôi rời Ottawa để về lại Montreal bằng xe bus. Trên đường đi rất tiếc đã không được xem lá vàng như điều mình dự tưởng, mà tuyết bay phất phới khắp bầu trời đã phủ lên những tấm thảm của thiên nhiên dệt bằng nhiều màu sắc ấy một màu trắng toát như sợi buồn trải dài trên một xứ đồi cô quạnh.

Đón tôi tại bến xe bus lần này cũng là vài người Phật tử quen như lần trước, tại bến xe, trong khi tôi ngồi chăm chú đọc quyển kinh Di Đà bằng tiếng Anh do một người Đức tên là F. Max Muller dịch từ tiếng Sanskrit (Bắc Phạn). Kể cũng lạ lùng, khi đọc Kinh Di Đà bằng chữ Hán tôi thấy mình gần như hòa hợp vào với bản thể của kinh điển, nhưng khi đọc một câu văn kinh tiếng Đức hay tiếng Anh nghe nó trổi giọng làm sao. Dù cho tiếng Nhật có sao đi chăng nữa vẫn còn dễ nghe hơn là một loại ngoại ngữ Âu Châu nào khác. Bởi thế cho nên người Âu Châu hay Mỹ Châu theo Đạo Phật ít có tụng kinh như người Á Châu mà hay nghiên cứu giáo lý nhà Phật nhiều hơn. Nếu có tụng chỉ tụng tiếng Pali (Nam Phạn) chứ không tụng tiếng địa phương.

Ví dụ như mở đầu bất cứ kinh nào Ngài A Nan cũng bắt đầu bằng câu "Như thị ngã văn"- tiếng Việt nghĩa là "Ta nghe như vầy", trong khi đó tiếng Đức phải dịch một cách dài dòng như thế này mới đúng "Aus des Heiligen eigenem Munde habe ich diesesgehort und aufgernommen". Hoặc tiếng Nhật "nyo ze ga mon" hoặc tiếng Anh "I've heard so from the Buddha".

Nếu chúng ta tụng những tiếng ấy bằng ngoại ngữ chắc rằng chư thiên hoặc long thần Hộ pháp cũng khó hiểu nốt. Do đó, tôi vẫn yêu tiếng Việt Nam hơn, vì tiếng Việt Nam có nhiều thanh hơn, nên người tụng hoặc đọc khỏi cần phải uốn lưỡi nhiều lần như tiếng Anh, Pháp hay Đức. Âm nhạc của Việt Nam cũng thế, mà kinh kệ bằng tiếng Việt Nam cũng thế, không phải khi vào chùa ai muốn tụng sao cũng được đâu. Người tụng kinh phải biết bắt đầu chỗ nào và chấm dứt chỗ nào, khi nào lên giọng, khi nào xuống giọng, chứ từ đầu chí cuối chỉ tụng có một giọng thì hỏng mất cả thời kinh, mà người tụng kinh không thấy tâm hồn mình yên tĩnh thoải mải một tí nào cả, ngược lại những phiền não của nội tâm lại dâng lên nơi tâm thức. Người tụng kinh phải bắt đúng giọng với nhịp mõ, nhịp chuông cũng giống như người ca sĩ hát theo đúng điệu đàn, nốt nhạc. Nếu đánh mõ một đàng tụng một nẻo thì chẳng khác gì những "nghệ sĩ bất đắc dĩ"phải lên khán đài để trình bày một nhạc phẩm lấy lệ cho xong bổn phận. Tụng kinh quyết không phải thế, mà phải đem hết tâm tư mình chú ý vào lời kinh và tụng thật đều, đúng giọng theo vị chủ lễ...

Tôi mãi miên man suy nghĩ không để ý gì đến những biến chuyển ở chung quanh, vội vã đứng lên để vào xe đi về gian phòng mà tháng trước đây tôi đã dừng chân.

Gian phòng nơi đây vẫn yên lặng đợi chờ và một không khí đơn côi lại phủ kín đó đây như thầm trách rằng *"sao lâu quá mà người đi như không thấy trở lại"*. Chỉ có khác là trong biệt thự lộng lẫy hôm nay có thêm một vài người khách quý đến từ xa như Mỹ và một vài địa phương khác. Họ đến đây để làm lễ tiểu tường (giáp năm) cho một người quá cố tại Paris. Mặc dầu tiếng nói tiếng cười rộn rã khắp nơi nhưng khung cảnh buồn thảm vẫn còn.

Tôi ở lại đây những ngày cuối cùng của chuyến công du này, cứ mỗi sáng tụng Lăng Nghiêm, mỗi tối ngồi thiền và tôi chờ cho đến ngày cúng tiểu tường để rồi sau đó về lại Tây Đức.

Những câu xướng tụng trong lúc làm lễ đã làm cho nhiều người cảm động đến rơi lệ như:

"Hữu sanh hữu tử hữu luân hồi
Vô sanh vô tử vô khứ lai
Sanh tử khứ lai đô thị mộng
Tốc phao trần thế thượng liên đài."

Nghĩa là:

"Có sanh có tử có luân hồi,
Không sanh không tử, không đến, đi.
Sanh, tử, đến, đi đều là mộng,
Mau lìa trần thế lên tòa sen."

Hoặc là:

"Nhất niệm Di-đà vô biệt niệm,
Bất lao đàn chỉ đáo Tây phương."

Nghĩa là:

Một câu Di-đà không tạp niệm,
Chẳng nhọc khảy móng tay đã đến thẳng Tây Phương."

Hoặc những câu này cũng đã giúp cho nhiều người hiểu được thuyết vô thường của nhà Phật:

"Phụ mẫu tình thâm chung hữu biệt
Ân tình nghĩa trọng giả phân ly
Sanh hà tử thị tổng qui không
Phật dữ chúng sanh nhất lý đồng
Sự đại vô thường na tấn tốc
Địa Tạng Từ tôn tiếp độ hương hồn.

Nghĩa là:

> *"Cha mẹ tình thâm đà cách biệt*
> *Ân sâu nghĩa nặng phải chia ly*
> *Việc sanh việc chết lại hoàn không*
> *Phật và chúng sanh đều đồng một thể*
> *Vì cuộc đời vô thường, nên hãy mau lên*
> *Niệm danh hiệu của Ngài Địa Tạng để tiếp dẫn*
> *hương hồn.*

Nếu ai có tâm sự buồn thì những câu xướng tụng như trên nghe mới thấm sâu vào gan dạ, còn đối với những kẻ bàng quan thì không nên nói làm gì.

Thấm thoát mà chuyến đi Canada và Mỹ của tôi đã gần một tháng rưỡi, nên vội thu xếp hành trang để về chốn xưa chùa cũ. Mọi người Phật tử nơi đây trông có vẻ buồn rầu, nhưng tôi hiểu đó là tất cả những sự thường tình của nhân thế.

Rời Canada và Mỹ quốc trong bao ngàn ánh mắt đợi trông và hy vọng ở sự tái ngộ trong tương lai dầu cho sớm hay muộn. Tôi đã gởi niềm tin yêu nơi đời trong niềm tin làm việc Đạo của mình và nguyện cầu Chư Thiên, chư Phật gia hộ cho tất cả mọi người và mọi loài được gặp nhiều hạnh duyên trong việc Đời cũng như việc Đạo.

Kể từ đó đến nay không những chỉ đi một chuyến này, mà cá nhân tôi đã hân hạnh đi thêm nhiều lần nữa để làm việc Đạo cũng như để thăm viếng một số cơ sở Phật giáo của người Việt Nam chúng ta khắp nơi trên xứ Mỹ.

Chuyến đi Mỹ đầu tiên vừa qua của tôi đã đánh dấu một sự quan hệ cần phải có của Phật tử châu lục này đối với châu lục khác và cũng là một sự ngoại giao tối thiểu cần thiết trong lúc này.

"Một con én không làm nên mùa xuân" nhưng nên cố

gắng để một mùa xuân được có nhiều cánh én hơn là không có một con én nào cả. Cũng như *"Chiếc áo không làm nên thầy tu"* (Lhabít ne faít pas le moin), nhưng nếu không có chiếc áo thì cũng chưa gọi là một tu sĩ được. Chúng ta không quá khắt khe nhưng cũng đừng nên quá dễ dãi. Vì quá gay gắt sẽ tạo ra một sự cực đoan và quá dễ dãi sẽ làm cho người ta dễ rơi vào hố vọng tưởng. Do đó, nên đi theo con đường *"trung đạo"* của Đạo Phật là hay nhất.

Trên đây là những điểm chính, tôi vội ghi lại vài dòng để sau này nếu quý vị trong chúng ta có cơ hội đi sang thăm Bắc Mỹ thì đây là một hành trang nhỏ gọn cho những ai muốn làm quen với xứ văn minh này trong lúc còn bỡ ngỡ bước đầu.

5. CHUYỆN CHÂU ÂU: NƯỚC ĐỨC - PHẦN 1

Đối với những người sống tại Âu Châu có lẽ mong mỏi biết về Mỹ Châu hay Úc Châu nhiều hơn, ngược lại những người sống ở ngoài Âu Châu mong hiểu về Âu Châu, nên bài viết này dành riêng cho những độc giả ngoài Âu Châu vậy.

Thật ra về Âu Châu tôi đã viết rồi, viết từ khi tôi mới *"ngỡ ngàng"* đặt chân đến phi trường Hamburg của Đức sau 18 tiếng đồng hồ bay từ Nhật Bản qua Alaska, cách đây hơn 5 năm về trước. Nhưng những gì ghi vội lúc ban đầu hôm nay nhận thấy còn thiếu sót khá nhiều nên viết lại lần nữa để làm quà cho những vị ở xa.

Còn về Á Châu tôi cũng đã viết rồi, viết cách đây hơn 7

năm về trước và đã đăng trong tạp chí Khuông Việt xuất bản tại Tokyo về phong tục, tập quán, ngôn ngữ, tôn giáo, giáo dục, văn hóa, tập tục v.v... của Nhật Bản, hay gần đây nhất trong quyển "Giọt mưa đầu hạ" do chùa Khánh Anh tại Paris xuất bản, cũng đã trình bày rất nhiều về Á Châu, nơi mà tôi được dưỡng sinh ra, làm việc, học hành, tu niệm... Nhưng để khỏi phụ lòng bạn đọc, tôi sẽ cố gắng ghi chép lại thiên ký sự Á Châu, sau khi loạt bài về Âu Châu chấm dứt.

Ngày xưa khi còn là một chú tiểu đang tu niệm trong một ngôi chùa Tổ Đình tại miền Trung xứ Việt, tánh tôi thường hay cãi bướng. Vốn sinh ra từ Quảng Nam, nên tôi bị cái bịnh ấy. Vì ông bà ta vẫn thường nói là:

"Quảng Nam hay cãi
Quảng Ngãi hay lo
Bình Định hay co
Thừa Thiên ních hết."

Mà quả thật là như vậy, nếu ai lỡ sinh làm người Quảng Nam thì khỏi phải nói, cãi dữ lắm. Thổ âm của người Quảng Nam cũng nặng vô cùng, nhất là những vùng ở Sơn Khánh, Sơn Thanh quận Quế Sơn, hay quận Duy Xuyên v.v... Người Quảng Nam đi đâu cũng bị nhái tiếng. Họ khó chịu lắm, vì họ quan niệm rằng: *"Chém cha không bằng pha tiếng."* Tuy nhiên, người Quảng Nam thì chất phác, thật thà vô cùng. Chỉ cái đầu hơi "cứng" một tí xíu thôi.

Chẳng thế mà một chú tiểu năm xửa năm xưa thường hay bị Thầy Bổn Sư quở rằng: *"Đa văn hữu khổ."* Văn ở đây không còn là sự nghe, sự thấy hay văn chương thi phú, mà là sự cãi bướng của tôi, nên Thầy Bổn Sư thường hay bảo rằng: *"Mới học có mấy chữ mà đã giở trò, dầu cho con có học bao nhiêu đi chăng nữa, cũng không bằng bài kinh Bát-nhã đâu con."* Lúc ấy tôi nghe lời dạy của Thầy khả kính chỉ biết cúi đầu đi về nơi hậu liêu để nghiệm lại thử lời của Thầy mình có đúng hay không, nhưng ý nghĩa thâm thúy của hai chữ "Bát Nhã" vẫn chưa hiểu được mặc dù vẫn đọc tụng hằng ngày mỗi khi dâng cơm cúng Phật, cúng quá đường, hay thời Tịnh Độ và công phu khuya.

Nhìn vào chữ Hán viết là "般若 - Bàn Nhược" mà đọc ra âm là Bát Nhã kể cũng lạ. Nếu đọc Ma Ha Bàn Nhược Ba La Mật Đa Tâm Kinh có lẽ khó nghe hay sao mà quý tổ sư cho đọc là "Bát Nhã", còn chữ Phạn thì là "Maha Prajñā Paramitta Sutra". Nhưng nghe vị Thầy khả kính dạy vậy thì biết vậy thôi chứ không dám cãi nữa. Vì cái học của Á Đông mình ngày xưa nay vẫn là vậy. Học là học lại sự hiểu biết của vị Thầy, chứ ít có khả năng phát hiện tri thức của mình bằng sự nghiên cứu hay tự học hỏi. Còn Âu Châu thì ngược lại.

Đương nhiên chú tiểu ngày xưa không phải như bây giờ, nên càng ngày tôi càng thấy lời nói của Thầy tôi thật hiệu nghiệm và thấm thía hơn.

Sau bao nhiêu năm học tập với sách đèn, với kinh kệ, với mõ với chuông, thấy cái gì cũng đạt được, nhưng cái Bát-nhã, cái trí tuệ siêu việt vẫn chưa đạt được, nên mới thấy lời Thầy là đúng, chẳng sai chút nào. Vì pháp Phật rất nhiệm mầu và là vua trong các pháp thế gian nên đâu có cái gì sánh kịp. Thật là *"bất khả thuyết, bất khả tư nghì"*...

Mà thật thế, đã có biết bao nhiêu Thượng Tọa, Đại Đức, Tăng Ni đã đỗ biết bao nhiêu tấm bằng cử nhân, tiến sĩ hoặc ở trong nước hay ngoại quốc, về thế học cũng như đạo học, nhưng có một vị nào dám rời bài kinh Bát-nhã ra đâu. Bài kinh chỉ có vỏn vẹn 262 chữ, nhưng chứa đựng cả một triết lý về tánh Không của nhà Phật thật viên dung vô ngại. Cái gì cũng *"không"* hết cả thì cái bằng cử nhân, tiến sĩ cũng sẽ là không. Nếu có ai chấp có là chưa đạt được trí tuệ siêu việt của Bát Nhã rồi. Đó là người xuất gia, còn quý vị Phật tử tại gia cũng vậy, đi đến chùa đừng có mang cái bằng bác sĩ hay cử nhân của quý vị ra trình với Phật, vì Phật không thừa nhận đâu. Nếu có chỉ là thế học của quý vị chứ Đạo học không cần và trước khi vào Chùa nên để nó trước cổng chùa để cho chùa được trang nghiêm thanh tịnh. Nếu vào chùa còn mang tâm niệm cho rằng tôi là ông này bà nọ thì suốt đời cũng không được thấy Bát Nhã đâu. Lại còn có nhiều vị Bát Nhã đã không thấy mà còn thấy toàn chuyện nghiệp chướng nặng nề, quả thật khổ tâm vì:

> *Sân si nghiệp chướng không chừa,*
> *Bo bo mà giữ tương dưa làm gì?*

Có người thì hiểu Đạo một cách lờ mờ, rồi chuyện có nói không, chuyện không nói có, bịa đặt ra chuyện này, phao tin ra chuyện nọ, toàn là những chuyện không đâu, không liên quan gì đến chuyện giác ngộ giải thoát cho mình cả mà lại thuộc làu làu, còn bài kinh Bát Nhã thì không thuộc và cũng chẳng thực hành theo. Nếu có hỏi họ tại sao vậy, thì được nghe trả lời rằng chữ Hán khó hiểu quá. Khó thì thật là khó, nhưng không phải là quá khó. Như việc tìm tòi chuyện sơ hở của kẻ khác hoặc ngồi lê đôi mách cũng là chuyện khó vậy. Vì có chịu khó nghe người này nói qua, người kia nói lại mới thuộc nằm lòng được, rồi lại còn "phát minh" thêm những điểm mới nữa, thêm chỗ này, bớt chỗ kia, tạo cho câu chuyện thêm hấp dẫn và ly kỳ, thì người nghe mới hả dạ, và bắt đầu đi nói lại với người khác nữa. Nếu chánh pháp của Đức Phật hay trí tuệ Bát Nhã của chính mình được truyền sâu rộng như vậy thì mọi người đã giác ngộ hết rồi, Ngài Địa Tạng đâu cần phải ở mãi dưới Địa Ngục để chờ cứu những chúng sanh mê muội ấy. Nên vì trí tuệ siêu việt của bài kinh Bát Nhã mà đến chùa hay học Đạo, chứ đừng vì nghiệp chướng mà làm cho thân và tâm ta phải đày đọa.

Nói đến Âu Châu hẳn phải nói về *"trung tâm của vũ trụ"*. Đó là Paris - Kinh đô Ánh sáng. Nhưng người Đức cũng nói rằng Munich-München mới là trung tâm điểm của Âu Châu. Như vậy dân tộc nào cũng có cái tự hào của họ và dân tộc Việt Nam chúng ta cũng thế thôi, và 4.000 năm lịch sử cũng bắt đầu từ sự tự hào này vậy.

Nói như Nguyễn Công Trứ trong bài *"Chí khí anh hùng"* đã mượn lời thơ của Văn Thiên Tường rất đúng:

人生自古誰無死

留取丹心照汗青

Nhân sanh tự cổ thùy vô tử,
Lưu thủ đan tâm chiếu hãn thanh."
(Xưa nay nào có ai không chết?
Lưu tấm lòng son sáng sử xanh.)

Và cũng chính do sự tự hào ấy nên ở đây đề cập tới quê hương của nước Đức trước. Nếu ai đó trong chúng ta đã ở Đức rồi thì có lẽ những ngôn ngữ, phong tục, tập quán, tôn giáo, văn hóa chắc không có gì lạ cả. Nhưng những vị còn ở xa tận cực nam của quả địa cầu như Châu Úc hay cực bắc như Alaska, hoặc cực đông như Senegal của Châu Phi v.v... đều mong muốn có lần đặt chân đến Đức để xem thử nơi đây có gì lạ và đây là những cái hay cái lạ của người Đức.

Đức có món ăn đặc biệt là bánh mì đen mà người Việt Nam chúng ta nuốt chưa bao giờ trôi qua khỏi cổ, có đời sống hơi tự hào hơn những dân tộc trên thế giới là cặm cụi làm việc để du lịch khắp nơi. Đức chỉ có đại học công lập chứ chưa có đại học tư thục nào cả. Toàn thể nước Đức chỉ có chừng 30 hay 40 đại học tổng hợp, chả bù với Nhật hay Mỹ có cả 950 đại học vừa lớn, vừa nhỏ, vừa đại học ngắn hạn và đại học dài hạn, và trường tư ở Mỹ hay Nhật nhiều hơn là công lập.

Người Đức lạnh lùng, người Đức trầm lặng. Người Đức thích sống về nội tâm nhiều hơn là phô trương bề ngoài như bạn láng giềng Pháp ở bên cạnh v.v... Chừng đó chuyện cũng khó cho người Việt Nam chúng ta rồi.

Khó vì ta ăn cơm nóng mà họ bao giờ cũng ăn bánh mì lạnh, vì ngôn ngữ và cách phát âm của ta dùng giọng mũi mà họ thì dùng giọng cổ và tử âm lại nhiều hơn mẫu âm và dùng đa âm chứ không đơn âm như tiếng Việt. Xứ ta là xứ nóng, tất cả mọi sinh hoạt đều ở ngoài, ngược lại với người Đức cái gì cũng lo ngồi ru rú ở trong nhà. Có lẽ Nguyễn Khuyến sống tại Đức thì thích hợp hơn. Vì ông thường chủ trương rằng: *"Ngoại diện bất cầu như mỹ ngọc, tâm trung thường thủ tự kiên kim"* như trong bài Mẹ Mốc mà ai đã một lần học qua chương trình Việt Văn đệ nhị tại Việt Nam đều biết. Người Đức, hay nói đúng hơn người Tây Phương, sống có tính chất cá nhân và tiểu gia đình, trong khi đó người Việt Nam chúng ta, hay nói đúng hơn người Á Châu, sống có tính cách đại gia đình.

Ở đây hình như *"mặt trời không bao giờ có thật"*, một năm chỉ được có mấy ngày nắng mặn nồng. Trong khi đó tại quê hương ta nắng quá dư thừa. Ở đây người ta bắt tay thân mật dầu nam hay nữ, nhưng người Việt Nam chúng ta khoanh hai tay lại và khẽ cúi đầu. Đó là lễ phép, chứ không gục đầu quá nhiều lần như Nhật Bản. Những người Tây phương hay người Đức thì lý luận: *"Bắt tay là để chứng tỏ trong tay của họ không có giấu những vật nguy hiểm có hại cho đối phương."* Họ ít đánh nhau bằng tay chân, nhưng bằng miệng và bằng tư tưởng (đương nhiên Đệ nhất Thế chiến (1914 - 1918) và Đệ nhị Thế chiến (1939 - 1945) họ đã dùng đến khí giới, nhưng có lẽ vì bại trận như Nhật hồi Đệ nhị Thế chiến nên ít ai muốn nói đến khí giới, nhưng trong hòa bình nước nào lại chẳng chuẩn bị cho chiến tranh. Đó là cái vòng lẩn quẩn giữa con người còn trong vòng luân hồi sinh tử.

Dân tộc ta cho chào hỏi như thế là phải, nhưng những người theo đạo Hồi lúc gặp nhau thì hôn nhau mặc dù là đàn ông, hay gần đây những anh chàng Cộng sản cũng vậy.

Người Việt Nam hiện ở rải rác khắp nơi trên nước Đức độ chừng 24.000 ngàn người (năm 1981), chưa có thành phố nào trên 1.000 người, ngoại trừ Bá Linh. Từ vùng tận cùng của cực bắc nước Đức như Flensburg, hoặc cực nam như Konstanz, nơi nào cũng không tới được số đó. Người Việt Nam sống ở Đức không như sống ở Mỹ hoặc ở Pháp, muốn đi đâu thì đi, muốn ở đâu thì ở, nhất là những nơi thương mại hay những khu kỹ nghệ, mà ở đây thành phố nào cũng giống thành phố nào, không có gì đặc biệt như Paris, Tokyo, HongKong, Singapore hoặc New York. Đi khắp nước Đức chỗ nào cũng giống như vậy thôi, nên người Việt Nam ở đây hơi an phận thủ thường hơn là tìm đến nơi ấm áp hơn hoặc những nơi thị thành náo nhiệt.

Nếu có ai đó muốn tập trung hết về Tây Bá Linh thì cũng vui, nhưng mỗi lần đi qua biên giới Đông Đức hơi ớn lạnh xương sống. Giấy tờ khá phức tạp với một thủ tục chỉ đi xuyên qua thôi và còn những chuyện linh tinh xảy ra không ngờ trước được nữa.

Hơn nữa, chúng ta là những người tỵ nạn cộng sản Việt Nam, đã sợ cộng sản chạy đi tìm tự do qua đây, lẽ nào lại đâm đầu vào xứ cộng sản nữa, nên ít có người dân Tây Đức nào muốn qua sống tại Tây Bá Linh, mặc dầu nơi đây vật giá tương đối rẻ hơn bên Tây Đức. Nếu có chăng, họ chỉ muốn đi xem *"bức tường ô nhục"* ngăn cách giữa Đông và Tây Đức một chút thôi. Xem để hiểu thế nào là Đông Tây, là Nam Bắc, chứ xưa nay chỉ nghe nói mà thôi. Vả lại, nếu ở Đức mà không biết được bức tường này quả là một điều thiếu sót.

Nếu ai định về Bonn ở - là thủ đô tạm củaTây Đức - thì cũng xin từ. Vì Bonn không phải là một thành phố kỹ nghệ hoặc thương mãi như Paris hoặc New York hay Los Angeles, mà là một thành phố ngoại giao, chính trị để dành cho công chức nhiều hơn. Đó là cái khó chung của người Việt Nam hiện ở tại Đức. Đối với những vị lớn tuổi thì buồn lắm, vì hoàn cảnh chung quanh, hơn nữa con cái đi làm suốt ngày, cha mẹ chỉ thui thủi một mình, cứ đứng trên lầu từ cửa sổ nhìn xuống, nhưng ít muốn ra đường vì lạnh lẽo và ngôn ngữ không thông, nên đối với những vị cao niên, một nơi có thể làm cho họ bớt căng thẳng về thần kinh, lại là một vấn đề cần thiết, đó là chùa chiền hay những nơi giải trí có tính cách lành mạnh.

Nhưng ở Tây Đức đi chùa cũng không phải dễ, vì khắp nơi của Đức chỉ có một ngôi chùa Việt Nam tại Hannover, đường xa muôn dặm, nếu muốn đi chùa cũng không biết đường mà đến. Tất cả đều lệ thuộc vào con cháu, nếu có nghỉ lễ hoặc thứ bảy, chủ nhật mới có thể đưa đi được. Nhưng con cháu cũng có chương trình riêng của họ, vì suốt tuần họ đầu tắt mặt tối làm việc trong xưởng hãng, chỉ có những ngày cuối tuần để nghỉ ngơi hoặc tổ chức gia đình, dạy dỗ con cái v.v... nên việc đi chùa của các cụ, các Bác lớn tuổi lại trở nên khó khăn hơn. Không như lúc còn ở Việt Nam, muốn đi đâu hay đi chùa là cứ xách nón ra đi, khỏi cần ai đưa, ai tiễn, chùa nào cũng đi tới, Phật nào cũng là Phật Việt Nam cả. Nhưng ở đây thì khó lắm, nếu không đi chùa Việt Nam được, có thể đi chùa Tích Lan tại Bá Linh hoặc Tây Tạng tại Hamburg và München, nhưng quý vị lớn tuổi Việt Nam chúng ta hơi khó tính lắm. Các vị nói rằng Phật Tây Tạng và Phật Tích Lan không biết nói tiếng Việt Nam, mình có khẩn cầu gì thì Phật đâu có giúp được, nên phải gần Phật Việt Nam mới là Phật đúng nghĩa.

Điều đó cũng đúng, tuy chúng ta không có chấp trước, nhưng tu sĩ ở những chùa Tây Tạng hoặc Tích Lan chỉ nói tiếng Anh hoặc tiếng Đức hay tiếng Tây Tạng mà quý cụ gặp những vị này thì chẳng biết nói gì, chỉ biết chắp tay xá xá rồi lui. Kể cũng thật khổ tâm cho quý cụ. Hy vọng rằng trong tương lai gần sẽ có nhiều ngôi chùa Việt Nam trên xứ Đức để cho quý cụ lễ bái. Nhưng xin thưa nhỏ với quý cụ một điều là bây giờ hết người đi tu rồi, các cụ cố gắng làm sao khuyên bảo con cháu *"tu mau kẻo trễ"* chứ với tình thế này chẳng bao lâu nữa sẽ không có người đóng cửa chùa, đừng nói gì đến việc dựng chùa, tạo tượng, đúc chuông. Cho nên ngày xưa quý vị Tổ Sư vẫn thường dạy những đệ tử xuất gia cũng như tại gia một câu thấm thía như sau: *"Tạo Tăng mới khó chứ tạo tự không khó."*

Mà đúng như vậy, ở Tây Đức hay bất cứ một nước nào, tại bất cứ nơi đâu, dầu có khó khăn đến bao nhiêu chăng nữa, sau năm năm, mười năm chúng ta cũng có thể tạo dựng được nhiều ngôi chùa đồ sộ, nhưng chưa có nơi nào trên thế giới của người Việt Nam tạo dựng được một vài vị tăng "đồ sộ" được cả. Vấn đề tùy thuộc vào người hiểu đạo và hành đạo, chứ không thể bắt buộc được.

Ngày xưa ở Việt Nam sao người ta đi tu nhiều quá, nhưng ra ngoại quốc thấy có ít người muốn đi tu. Hay là những chúng sanh này đã "sanh hết về Phương Tây" của Phật A Di Đà rồi, nên suốt bao nhiêu năm trường vẫn không thấy hình bóng của một chú tiểu "sa di đuổi quạ", hay là do ở ngoại quốc không có quạ? Hay thế nào đây? Quý cụ nhớ nhắn nhủ với con cháu của mình như thế.

Có nhiều vị cư sĩ thường hỏi chúng tôi rằng: Liệu như thế thì Phật giáo Việt Nam tại Hải Ngoại còn tồn tại được bao lâu nữa?

Nhưng hỏi để rồi không trả lời được gì. Vì không có bột thì làm sao gột nên hồ? Chỉ có cách là tình nguyện tu từng mùa của những vị cư sĩ tại gia đấy thôi. Có nhiều vị không hiểu tu từng mùa là tu như thế nào - thì đây là phương pháp. Đối với những vị cư sĩ thuần thành, nếu được cứ mỗi năm vào chùa làm công quả, tu Bát Quan trai, sống độ chừng 5 hay 10 ngày như cuộc đời của một tu sĩ, trong khi đó cố gắng học kinh, học tụng niệm, học Phật Pháp để những nơi, nếu không có Tăng Sĩ, quý vị được đào tạo từ những khóa huấn luyện ngắn hạn ấy sẽ thay thế cho những vị tu sĩ. Cứ mỗi năm tại chùa chia ra làm nhiều khóa, và mỗi khóa phải quy tụ được nhiều người, may ra mới giải quyết được tình trạng khan hiếm tu sĩ hiện nay. Còn ngược lại thì vô phương cứu chữa.

Kiel là thủ phủ của tiểu bang Schleswig Holstein và là một hải cảng quan trọng thứ nhì của Đức, sau Hamburg, chính là một mạch sống về đường biển của nước Đức thuộc về mạn bắc. Những tàu bè của Đan Mạch, Na Uy, Thụy Điển, Phần Lan, Anh Quốc đa số đều cập bến nơi đây.

Kiel chỉ đẹp về mùa xuân khi gió hây hây thổi, về đông

thì giá buốt và mùa thu quang cảnh của Kiel ít nên thơ hơn những vùng đồi núi khác.

Đồng bào Việt Nam chúng ta cư ngụ trong thành phố Kiel và những vùng lân cận chừng 200 người. Đại Học Kiel cũng là một nơi mà đa số anh em sinh viên Việt Nam ngày trước đều theo học tại đó. Phần đông họ học Y Khoa. Vào năm 1977, ở Kiel có khoảng 20 sinh viên, trong đó đã có 18 người học Y và Dược, còn 2 người kia học những phân khoa khác. So với những đại học khác, Kiel có tỉ số sinh viên học Y Khoa nhiều thứ nhì trên nước Đức.

Chuyện học hành ở Đức thì dễ nhưng mà khó, tuy khó nhưng mà dễ. Vì sao vậy? Đây là lý do.

Đa số các đại học ở Nhật hoặc Mỹ là đại học tư, trong khi đó tại Đức có thể lãnh thêm học bổng của chính phủ hay những tổ chức từ thiện để học. Trung bình mỗi tháng chừng 300 đến 400 USD. Nếu cha mẹ của sinh viên có thu nhập cao hơn một mức nào đó thì đương nhiên chính phủ không phải trợ cấp, mà gia đình phải trợ cấp cho sinh viên ấy.

Riêng người Việt Nam chúng ta, trước năm 1975 đa số sinh viên theo học tại Đức hay tại Nhật cũng có những điều kiện giống như những sinh viên ngoại quốc khác, nhưng sau năm 1975, anh em sinh viên Việt Nam tại Đức được hưởng nhiều quy chế và nhiều quyền lợi đặc biệt hơn. Cũng chính vì sự quá dễ dãi này mà đa số anh em Việt Nam du học tại Đức có tỉ số ra trường rất ít và rất chậm so với những nước khác. Ví dụ tại Nhật hay tại Mỹ, nếu học một ngành nhân văn khoa học nào thuộc ban cử nhân, thời gian tối đa là bốn năm, trong khi đó ở tại Đức anh em sinh viên kéo dài tới 10 năm hoặc 12 năm mới xong chương trình cử nhân. Có người học suốt đời nhưng không có bằng cấp, vì môi trường đại học tại Đức quá dễ dãi nên khiến cho anh em sinh viên lười biếng và ỷ lại. Đương nhiên cũng có người ra bác sĩ, kỹ sư và có công ăn chuyện làm thật vững, nhưng tỉ lệ này chừng 40 - 50% là nhiều lắm tại xứ Đức này. Trong khi đó nếu ở Nhật, sinh viên học các ngành chuyên môn như giáo dục, kinh tế hay các ngành công nghiệp khác, mỗi năm phải đóng học phí cho đại học là 2.000 USD, rồi những năm trên đó tiền học phí được giảm thiểu đi một nửa. Nếu ở lại một năm thì tìm đâu ra tiền để đóng, nên phải học vội học vàng sau 4 năm ra trường bậc cử nhân, 6 năm là ra cao học và 9 năm là ra tiến sĩ, chứ không dám ngồi lâu tại ghế nhà trường như ở Đức. Nếu sinh viên muốn học y khoa, mỗi năm phải đóng 10.000 USD.

Trong 800 Sinh Viên Việt Nam du học tại Nhật trước năm 1975, chỉ có một người học y khoa. Trong khi đó tại Đức đã có hàng trăm sinh viên học y khoa, vì ở đây chỉ đóng tiền lệ phí ghi danh tượng trưng, chừng khoảng 20 USD, nên tha hồ mà học. Đương nhiên những người học y khoa phải có số điểm cao nhất, phải đòi hỏi sự cố gắng và sự thông minh chứ không đơn giản. Vì thế nên trước kia nước Đức chỉ tuyển chọn những sinh viên Việt Nam du học tại Đức phải có bằng tú tài I và II hạng điểm từ bình thứ trở lên, chứ hạng thứ thì họ không cho đi du học.

Từ đó chúng ta phải hãnh diện rằng đa số anh em sinh viên Việt Nam du học tại Đức là những người thông minh và tài giỏi. Đó là thời điểm trong quá khứ, chứ trong hiện tại thì không dám bàn. Đó là cái dễ học phí của anh em sinh viên Việt Nam tại Đức và cái khó về sự học tại đây.

Có nhiều chuyện cũng hơi nghịch đời như sau: Nếu bạn ở Nhật, cái khó nhất là bạn phải thi đậu vào Đại Học, bạn học thế nào thì học, cứ đóng đủ tiền học phí hằng năm và đương nhiên là phải đủ đơn vị để lên lớp thì qua 4 năm là bạn có thể ra trường. Trong khi đó tại Đức hay Pháp chẳng hạn, bạn có thể chọn Đại Học nào để vào tùy bạn, nhưng việc ra trường thì hầu như rất khó nếu bạn không thực sự cố gắng trên đoạn đường dài học tập.

Đó là sinh viên, còn đồng bào Việt Nam tỵ nạn của chúng ta thì sao?

Khi đến tại Tây Đức, bất cứ già, trẻ, thanh niên, nam nữ đều phải đi học qua một khóa tiếng Đức tối thiểu là một năm. Trong thời gian học, họ nhận được trợ cấp xã hội hoặc trợ cấp thất nghiệp. Nếu những người nào muốn học lên tiếp tục ở cấp bậc Đại Học, hoặc học nghề cũng có thể được, nhưng điều kiện phải dưới 35 tuổi. Có một số rất ít được tiếp tục theo học tại đây so với ở Mỹ. Vì bằng tú tài Việt Nam sau năm 1975, Đức không công nhận như trước năm 1975. Những người trước năm 1975 chỉ cần học một năm dự bị vào Đại Học, nhưng nếu ai đó đậu tú tài sau năm 1975 thì phải học lại 3 năm nữa để thi tú tài Đức, rồi mới tính tiếp. Do đó, đồng bào tỵ nạn tại Đức cũng gặp một số vấn đề khó khăn về học vấn hơn Úc hoặc Mỹ hay Canada. So với 24.000 người hiện tỵ nạn trên nước Đức, mà chỉ có khoảng 200 đến 300 người còn đang học trong Đại Học hoặc sắp vào Đại Học thì quả là một điều quá ít ỏi.

Ngoài ra đồng bào mình sau một năm học tiếng Đức đều đi xin việc làm để sinh sống chứ ít người muốn tiếp tục học, vì ở Việt Nam họ đã bỏ lâu rồi, hơn thế nữa qua đây bắt đầu học lại tiếng Đức thấy cũng hơi khó khăn, nên chấp nhận đi làm. Cũng có một số người sau khi đã đến định cư ở Đức, nhưng có người quen ở Mỹ hoặc ở những nơi khác trên thế giới nên họ thường làm giấy để đi tiếp tục đến những nơi có người thân đang sống. Riêng theo ý tôi, đã đi nhiều nơi, đến nhiều chỗ, thì đâu cũng vậy cả, miễn rằng mình biết đủ là đủ rồi, chứ chạy đi tìm cái đủ sẽ không bao giờ đủ. Về điều này, Đức Phật cũng đã dạy rằng: *"Lòng ham muốn của con người giống như một cái túi không đáy."* Có được cái này thì muốn cái kia, có được cái kia thì muốn cái nọ, và sẽ không bao giờ tận cùng, nếu mình không tự chế ngự nó.

Khi đến Tây Đức, có nhiều đồng bào cũng thắc mắc về những danh từ tỵ nạn sinh viên và hình như chuyện này vẫn còn là vấn đề đang bàn cãi ở một vài địa phương. Đồng bào tỵ nạn thì bảo tại sao để sinh viên trước tỵ nạn. Ví dụ như câu: "Hội Sinh Viên và Kiều bào VN tại..." anh em sinh viên thì bảo rằng: "Vì hội sinh viên đã có từ lâu, và đồng bào mới qua sau nên thêm vào để tiện việc khai báo thế thôi." Do đó có nhiều chuyện gây ra hiểu làm là khi sinh viên tổ chức việc gì thì đồng bào tỵ nạn ít đến và ngược lại cũng vậy, nhưng đó chỉ là một số địa phương, còn đa số là anh em vẫn giúp đỡ tích cực đồng bào mới đến trong việc thông dịch, hướng dẫn cũng như làm cho họ có thể hiểu và hội nhập vào đời sống tại Đức một cách dễ dàng hơn.

Nếu là tôi thì sẽ hiểu khác, mình phải hãnh diện với điều đó mới đúng chứ, vì có sinh viên là có một số trí thức nào đó mình cần phải có để đối đáp với người Đức và người ngoại quốc tại xứ Đức, để người Đức không khinh người Việt Nam mình như là dân thợ của những xứ khác đến đây làm việc. Đành rằng trong đồng bào cũng có nhiều người giỏi và thông thạo ngoại ngữ, nhưng làm sao giỏi hơn anh em sinh viên ở đây được. Vì họ đã ở đây hàng chục năm rồi. Do đó đường đi nước bước họ đều quen cả, nên có họ là đỡ cho đồng bào mới đến lắm chứ.

Đương nhiên trong số người giúp đỡ bà con mình đó cũng có một số người không được lòng bà con mấy, đôi khi còn đi quá phạm vi của một thông dịch viên nữa. Điều đó các anh em không nên làm vậy, để đừng tạo nên cái hố chia rẽ giữa sinh viên và kiều bào. Làm điều này có lợi cho những người thừa nước đục thả câu mà thôi, chứ anh em mình cũng chẳng lợi mà bà con mình cũng chẳng lợi chi cả.

Ở những xã hội văn minh Tây phương, người ta thường hay tôn trọng chuyện thảo luận trao đổi ý kiến, bàn cãi sôi nổi, nhưng họ ít chuộng đánh lộn hay nói đúng hơn là bạo động. Dầu là tả phái hay hữu khuynh, bất cứ người nào làm rối loạn nền an ninh trật tự của quốc gia mình đang cư ngụ là bị cảnh sát mời về bót để thẩm tra. Đó là cái hại của chúng ta. Trong khi đó bạn có thể tha hồ viết báo viết sách nói về ông này, bênh vực ông nọ hay nói xỏ, nói xiên ông kia, cũng không có sao cả, mà đánh nhau thì họ coi mình là người không có giáo dục, hoặc không có trình độ học thức.

Nếu đứng về quan niệm Phật giáo, thì dầu Đông phương hay Tây phương, văn minh hay chậm tiến, cũng đều sai cả. Vì trên thế giới ngày nay vẫn còn việc buôn bán nô lệ. Cách đây 2.525 năm về trước Đức Phật Thích Ca Mâu Ni là một nhà Đại Cách Mạng của xứ Ấn Độ, đã chống lại chuyện phân chia giai cấp giữa Bà La Môn và những người cùng đinh hạ tiện, giữa những người quyền quý giàu sang và những người nghèo hèn rách rưới. Và chính Ngài đã dạy cho những đệ tử của Ngài rằng: *"Lấy oán báo oán, oán oán chất chồng, lấy ân báo oán, oán liền tiêu diệt."* Do đó, là một Phật tử, một người Việt Nam đang ăn đậu ở nhờ trên đất nước của người ta, không nên gây tạo hận thù và bạo động với nhau.

Phật giáo quan niệm rằng:

"Thông minh tài trí anh hùng,
Si mê dại dột cũng chung một gò.
Biển trần nhiều nỗi gay go,
Mau mau nhẹ bước qua đò sông mê..."

Từ đó chúng ta thấy Phật giáo là một Tôn Giáo dành cho con người và vì con người mà tồn tại cũng như phát triển, chứ không phải tôn giáo vì tôn giáo.

Rời Kiel, bạn có thể xuống Hamburg - một thành phố sầm uất và cũng là một hải cảng quan trọng về thương mại đứng hàng đầu của nước Đức. Hamburg rộn ràng, tấp nập như Hồng Kông, ồn ào như Sài Gòn dạo trước, cũng dơ nhớp, nhưng không như Paris. Nơi đây có khoảng 3 triệu dân cư sinh sống. Đồng bào Việt Nam chúng ta ở đây cũng khá đông. Cho đến ngày hôm nay (1982), có khoảng 1.000 người và đa số đã theo học xong khóa Đức ngữ, có một số đã có công ăn việc làm, nhưng một số lớn vẫn còn thất nghiệp.

Từ Kiel xuống Hamburg bạn chỉ mất chưa đến một tiếng đồng hồ, vì vận tốc trên xa lộ của nước Đức hầu như không bị giới hạn. Dọc theo đường đi họ chỉ khuyên bạn không nên chạy quá 130 km/giờ mà thôi, nghĩa là nếu gấp bạn có thể chạy 150-180 km/giờ vẫn được. Trong khi đó, tại Mỹ phải chạy giới hạn ở 55-65 mile/giờ, tương đương khoảng 85-105 km/giờ hoặc ở Canada cũng giới hạn ở khoảng 100 km/giờ hay ở Nhật cũng thế. Chạy xa lộ ở Nhật chẳng khác nào chạy ở đường làng hoặc quốc lộ tại Tây Đức. Nếu bạn nào ở Mỹ lâu ngày chạy xe bị giới hạn tốc độ, nên qua Đức một lần để chạy xe cho *"thỏa chí tang bồng"*. Xa lộ ở Đức khỏi phải trả tiền, trong khi đó ở Mỹ, Nhật, Pháp, Canada... có nhiều đoạn đường phải trả tiền. Có lẽ những xa lộ kia do tư nhân đầu tư xây cất chứ không phải của chính phủ. Xa lộ rộng nhất thế giới có thể nói là ở Mỹ và nhỏ nhất thế giới là ở Nhật và Hồng Kông. Xa lộ tại Đức hầu như chỉ có một tầng, trong khi đó tại Nhật thì từ dưới lên trên khoảng 3 hay 4 tầng là ít...

Hamburg - thành phố của mọi người, mọi giới: giàu sang, nghèo khổ, phong lưu tài tử, ăn chơi đàng điếm, văn hóa, thương mại, ngoại giao, tôn giáo... đủ vẻ đủ màu. Nơi đây cũng có một số chùa của những người Tây Tạng, người Đức cũng như người Nhật. Đa số thuộc Thiền tông và Tiểu thừa Phật giáo. Có một số tiệm thực phẩm, nhà hàng của người Việt Nam cũng mọc lên rải rác đó đây, để cung cấp những nhu yếu phẩm hằng ngày cho người Việt mình ở đó. Hồi xưa tìm cái gì cũng không có, nhưng ngày nay người Việt ở đâu là ở đó có tất cả.

Rời Hamburg, bạn đến thành phố Hannover. Cái tên không duyên dáng và hình như ít người biết tới, nhưng Hannover là trục giao thông quan trọng giữa Đông và Tây Đức cũng như giữa các nước Châu Âu thuộc phía Bắc. Nơi đây không có nhà cao cửa rộng, không ồn ào như Hamburg hay náo nhiệt như Paris, nhưng thành phố Hannover có một nét đặc biệt mà ít ai để ý đến. Đó là vườn Ngự Uyển của nhà vua và hồ Trúc Bạch của những nàng cung nữ thời xa xưa còn lại. Ngôi vườn rộng thênh thang với hoa với lá, với những lối đi như chốn thiên thai chứ không là của người trần thế. Bên hồ Trúc Bạch *"những cây liễu xanh đứng buồn như những cung nữ thời xưa, và hoa Phù Dung trong nhà ai thấp thoáng, lấp loáng như những linh hồn còn trẻ..."* Rất tiếc rằng Hannover không có nắng bốn mùa như ở quê hương ta, nên hồ Trúc Bạch ít nên thơ hơn như những gì đã tả.

Hannover cũng là thủ phủ của tiểu bang Niedersachen - nơi đầu tiên trên nước Đức đã thâu nhận người tỵ nạn Việt Nam đi bằng thuyền. Vào cuối năm 1978, tiểu bang này đã đón nhận hơn 1.000 người đi từ chuyến tàu Hải Hồng do Thủ Tướng Tiểu Bang Albrecht đề xướng. Nếu ai có gọi bà Lang làm trong Caritas ở Freiburg là mẹ của những người Việt Nam cùng khốn thì nên gọi ông Thủ Tướng của Tiểu Bang này là người cha tinh thần có một không hai của đồng bào tỵ nạn Việt Nam trên xứ Đức.

Đã có hai lần tôi ghé thăm dinh Thủ Tướng và tiếp chuyện với ông trong một bầu không khí thanh nhã, nhẹ nhàng. Lần đầu tiên vào đầu năm 1979, tôi đi với ông Tổng Trưởng Thanh Niên Âu Châu đến để trao tận tay ông một món quà kỷ niệm. Một quả chuông Hòa Bình và một chiếc tàu Hải Hồng được làm bằng plastic. Và lần thứ hai cũng trong năm đó về việc chùa. Tôi ngồi đối diện với một vị Thủ tướng nhưng cách ăn mặc và cử chỉ của ông trông không giống một kẻ quan liêu quyền quý chút nào. Qua vài mẩu chuyện xã giao, chúng tôi trao cho ông tặng phẩm và hằng năm cho đến ngày nay, cứ mỗi lần Tết Việt Nam đến chúng tôi vẫn nhận được những tấm thiệp chúc Tết và những lời thăm hỏi của ông.

Tánh tôi ít thích hành chánh và quan liêu, nhưng lại gặp hành chánh nặng nề và nói như ông bà mình là *"Ghét của nào trời trao của nấy"* cũng chẳng sai chút nào. Ngày xưa hay ngay cả bây giờ, tôi đi tu mục đích duy nhất là được giải thoát - nghĩa là cởi bỏ mọi ràng buộc của thế gian, nhưng tìm cách cởi bỏ bao nhiêu, những chuyện thế gian lại cứ nhiễu hại mình. Tôi không muốn mặc chiếc áo thắng nếp, nhưng đi đến cửa quan ăn mặc lượm thượm coi sao được, tôi không thích nói những lời hoa mỹ trong lúc xã giao nhưng luật xã giao không cho phép tôi làm điều đó. Quả thật chẳng giải thoát được chút nào. Có nhiều Thầy và nhiều Phật tử nói đó là một vinh hạnh của tôi, nhưng đối với tôi có lẽ không có thứ hạnh phúc nào bằng sự yên tĩnh của tâm hồn cả.

Mặc dầu đây là thủ phủ của tiểu bang nhưng nơi đây chỉ có độ chừng 100 người Việt sinh sống trước năm 1975 và hơn phân nửa là sinh viên theo Cộng Sản. Nhưng sau này Cộng sản đã về vườn và đồng bào ta ngày càng tăng thêm đáng kể.

Điều đặc biệt của Hannover, hay nói đúng hơn là của toàn xứ Đức, là chỉ có vỏn vẹn một ngôi chùa cho người Việt Nam, mà ngôi chùa này lại là do Chính phủ Tây Đức giúp đỡ mới lạ. Tôi đi đến đâu cũng được hỏi về vấn đề này. Vậy tiện đây cũng xin kể cho quý vị được rõ.

Vào ngày 2 tháng 4 năm 1978, ngôi Niệm Phật Đường Viên Giác được thành lập tại Hannover. Nơi đây chỉ có thể dung chứa chừng 30 người là tối đa. Thế mà tại đây cũng đã làm một Lễ Phật Đản và một lễ Vu Lan vào năm 1978. Đến cuối tháng 12, lúc đồng bào trên tàu Hải Hồng đến tiểu bang này càng đông thì các phóng viên báo chí đến chùa để phỏng vấn và đăng báo cũng như cho lên truyền hình với những hàng tít nóng hổi như sau: *"1000 người tỵ nạn Phật tử Việt Nam đang đứng trước cửa chùa Viên Giác tại đường Kestnerstr., số 37 để cầu nguyện".* Thế là từ đó chùa được chú ý. Vì người Đức không những chỉ giúp đỡ về vấn đề vật chất cho người tỵ nạn Việt Nam mà còn quan tâm đến vấn đề tinh thần nữa.

Đồng bào đến, tôi đi làm thông dịch cũng như giúp đỡ tại trại tỵ nạn Friedland và Gottingen cùng với một số anh chị em sinh viên khác. Cứ mỗi lần đi đâu hay làm bất cứ lễ gì cho đồng bào (ví dụ như Tết, đám tang v.v...) đài truyền hình cũng đều quay phim cả. Đến giữa năm 1979, những thiên phóng sự này được chiếu lên truyền hình Đức. Bắt đầu từ đó, chính quyền Liên Bang Tây Đức mới gởi giấy mời chúng tôi xuống thủ đô Bonn để giải quyết những nhu cầu của đồng bào Phật tử Việt Nam hiện cư ngụ tại Tây Đức. Buổi nói chuyện đầu tiên là với ông Dr. Geipier thuộc Bộ Nội Vụ Liên Bang, đặc trách về vấn đề tôn giáo và văn hóa. Cùng đi với tôi có một số anh em Phật tử thiện chí. Chúng tôi đã trình bày những ước vọng của chúng tôi và trên nguyên tắc Bộ Nội Vụ Tây Đức đã đồng ý.

Từ đó chúng tôi tìm nơi chốn để lập chùa và kết quả đến cuối năm 1980 mới có. Hiện chùa vẫn được sự tiếp tay của đồng bào Phật tử khắp nơi cũng như chính quyền Đức và những cơ quan từ thiện xã hội tại đây như Malteserhiftsdienst chẳng hạn.

Nhiều lúc nghĩ vui vui, nhưng cũng cảm thấy hơi lạ. Xứ Đức là một xứ theo đạo Tin Lành và Thiên Chúa, nhưng lại giúp đỡ Phật giáo. Chẳng bù với nước ta ngày xưa, nhất là dưới triều vua Tự Đức đã cấm không cho Đạo Thiên Chúa được truyền giáo tại Việt Nam, như thế nghĩa là gì? Có phải vì người Đức "phú quý sinh lễ nghĩa"? Hay ảnh hưởng của Phật giáo quá tốt đối với người Tây phương? Nếu tốt thì tại sao đã có biết bao nhiêu người Việt Nam sau khi qua đảo lại bỏ Phật theo Chúa khá nhiều và khi chết đi lại trở về với Phật? Tuy có nhiều quý vị cũng lo ngại rằng không biết chính quyền họ sẽ giúp chúng ta đến khi nào? Lo như vậy cũng là hay, nhưng:

"Sống ngày nay biết ngày nay,
Còn xuân thu trước ai hay làm gì?"

Nếu tin theo Phật giáo là tin theo duyên và nghiệp. Nếu chúng ta đầy đủ nhân duyên, chúng ta còn đi xa hơn nữa. Nhưng nếu không thì ta tự lập lấy ta. Lúc đó có lẽ câu:

"Ta về ta tắm ao ta,
Dù trong dù đục ao nhà vẫn hơn."
là có lý hơn cả, vì:

"Mái chùa che chở hồn dân tộc,
Nếp sống muôn đời của Tổ Tông."

Người Đức có thương ta cũng không bằng chính ta thương ta. Do đó, đường ta ta đi, đạo ta ta thờ và ta phải có bổn phận vun trồng, bồi dưỡng nó, đừng nên ỷ lại ở sức người mà ta không có một thực lực gì cả.

Khi con người còn khổ đau thì sự hiện diện của tôn giáo là cần thiết. Nhưng cũng có lắm người Việt chúng ta quan niệm rằng: Qua đây thì hết khổ đau. Sự khổ nói ở lãnh vực tinh thần. Có nhiều người bảo rằng: Khi ở Việt Nam lúc tụng kinh niệm Phật thường hay cầu về cảnh "Tây phương" thì bây giờ đã về Tây phương rồi, còn đi đâu nữa, lễ Phật cúng dường chi cho mệt! Câu nói nghe như vui tai nhưng đã lầm rồi. Vật chất nơi đây cái gì cũng có, nhưng có ai lấy tiền để mua được cho chúng ta một đoạn đường về thế giới Cực Lạc sau khi lâm chung đâu?

Theo quan niệm thế gian thì làm việc gì cũng cần đến tiền, nhưng khi chết muốn về cảnh an vui giải thoát mà lúc sống không đóng góp một công đức gì cả cho chính bản thân mình thì làm sao có thể bước lên đường về Cực Lạc?

Ta đã được hạnh duyên đến nơi chốn bình yên, không nên quên những người ở lại hay quên chính cả bản thân mình, nên vấn đề tinh thần đối với những người có Đạo là vấn đề tối quan trọng. Không nên mê vật chất mà bỏ nội tâm mà cũng không nên chỉ trau chuốt tinh thần mà phương tiện vật chất lại xả bỏ.

"Chúng sanh đa bệnh, Bồ Tát đa hạnh", nghĩ cho cùng thật là thấm thía. Vì Ngài A Nan, Ngài Địa Tạng, Đức Quán Thế Âm, Đức Đại Hạnh Phổ Hiền v.v... vị nào cũng có nhiều thứ thuốc hay để chữa cho tâm bệnh của chúng sinh, nhưng ai cũng sợ các Ngài nên không dám tới.

Ngài A Nan trong pháp hội Lăng Nghiêm quỳ trước Đức Thế Tôn có phát nguyện rằng:

> *"Phục thỉnh Thế Tôn vị chứng minh,*
> *Ngũ trược ác thế thệ tiên nhập.*
> *Như nhất chúng sanh vị thành Phật,*
> *Chung bất ư thử thủ Nê Hoàn..."*

Nghĩa là:

> *"Kính mong Đức Thế Tôn chứng minh cho con,*
> *Trong đời ác con sẽ dấn thân vào trước.*
> *Nếu còn một chúng sanh nào chưa Giác Ngộ,*
> *Thì con sẽ không vào cõi Niết Bàn..."*

Lời đại nguyện vị tha ấy vẫn còn đó, nên chúng ta cố gắng mà tu hành, cõi Tây Phương Tịnh Độ của Đức Phật A Di Đà kia mới là Chân Tịnh, chứ cõi "Tây Phương" của chúng ta đang ở đây còn quá nhiều nhiễm ô, triền phược, tục lụy, đọa đày. Nên chúng ta cần phải cố gắng nhiều hơn nữa, chứ không nên ỷ lại vào một ai cả.

Nơi đây cứ mỗi độ xuân về, chim đua hót trên cành, hoa chen nhau phơi bày sắc thắm, là mùa báo hiệu sự ra đời của Đấng Từ Phụ Thích Ca Mâu Ni. Hàng trăm, hàng ngàn người từ khắp nơi khắp chốn đổ về Hannover để mừng đón chúa xuân sang mà cũng để đón mừng ngày Đản Sanh của vị cha lành nhân loại.

Khi lá vàng rơi lả tả, những giọt sương thu còn đọng thắm trên cành, dệt nên những gấm hoa của vùng cung điện cũ, cũng là mùa Vu Lan Báo Hiếu của người con Phật đó đây. Hannover lại một lần nữa tiếp đón khách thập phương có duyên lành với Phật Pháp cũng như đối với phụ mẫu sanh thành, điều mà người Phật tử quyết không bao giờ quên được, dầu cho chúng ta đang sống ở nơi đâu và làm bất cứ việc gì.

Khi *"nàng công chúa bị nhốt lãnh cung"* là những bông tuyết bắt đầu rơi lả tả trong bầu trời cô quạnh, báo hiệu đông đã sang rồi, thì người Việt Nam chúng ta cũng tiếp tục về chùa để nguyện cầu cho đất nước sớm thanh bình, dân tộc khỏi điêu linh vì những hiểm họa của chiến tranh tàn bạo nhân mùa Xuân Di Lặc, Hannover lại náo nức hẳn lên với quần hồng, áo lụa...

Hannover, Hannover - thành phố của tinh thần, thành phố của những người con Phật muốn rời xa nơi tục lụy, nhiễu phiền, không xa hoa, phù phiếm, không hách dịch, kiêu căng, đố ky... Thành phố của tình thương, thành phố của tâm linh và ý thức.

Nếu ai đó chưa có dịp đến Hannover thì hãy ghé qua một lần, để nguyện cầu, hàn huyên tâm sự, hay để lắng lòng mình hòa nhịp vào với sự cao thượng của Đấng Chí Tôn.

Đã 6 mùa hè trôi qua kể từ khi tôi dừng chân nơi xứ Đức, chưa có năm nào nóng bức như năm này. Có lẽ những mùa hè trước tôi chưa bao giờ ở lại Đức, vì phải đi nước này nước nọ, nên đã không cảm nhận được điều đó chăng? Hay ở Đức vẫn còn có được những ngày dễ thương, dễ mến!

Như vậy nắng ở đây cũng không là nắng của ngày xưa và tâm hồn tôi cũng không là tâm hồn năm cũ. Trong tôi vẫn không thấy sự đổi thay, nhưng lòng người và tình đời đã thay đen đổi trắng. Trời có lúc mưa lúc nắng thì lòng người cũng có khi trắng khi đen, nhưng kể từ khi hiểu được sự vô thường của cuộc đời qua kinh điển nhà Phật, tôi như thấy lòng mình cũng dửng dưng với thời gian và không gian vô tận.

Hư không hữu tận,
Ngã nguyện vô cùng
Tình dữ vô tình,
Đồng viên chủng trí.

Nghĩa là:

Hư không dù có chuyển đi,
Nguyện con muôn kiếp chẳng hề lung lay.
Nguyện cầu vạn pháp xưa nay,
Hoàn thành trí nghiệp đến nơi Bồ Đề.

Đạo sẽ không bao giờ thay đổi mà chỉ có lòng người mới hay thay trắng đổi đen, nên khuyên ai đó đừng mê nơi ngoại cảnh mà khổ lụy đến tinh thần, hãy thắp sáng hiện hữu để đi tìm chân giá trị trong cuộc đời giả dối này.

Tản Đà Nguyễn Khắc Hiếu cũng đã than rằng:

"Đời đáng chán hay không đáng chán,
Cất chén quỳnh riêng hỏi bạn tri âm.
Giá khuynh thành nhất tiếu thiên kim,
Mắt xanh trắng đổi nhầm bao khách tục.
Giang hà nhật hạ nhân giai trược,
Thiên địa lô trung thục hữu tình.
Đón đưa ai gió lá chim cành,

Ấy nhân thế phù sinh là thế thế.
Kiếp phù thế chửa dứt câu phù thế,
Người phong lưu còn đượm vẻ phong lưu.
Bức khăn hồng nâng đỡ hạt châu,
Chuyện kim cổ một vài câu phải trái.
Châu Nam Hải, thuyền chìm sông Thúy Ái,
Sóng Tiền Đường, cỏ áy bến Ô Giang.
Ngẫm nghìn xưa: ai tài hoa, ai tiết liệt, ai đài trang,
Cùng một giấc mơ màng trong vũ trụ.
Đời đáng chán biết thôi là đủ,
Sự chán đời xin nhủ bạn tri âm,
Nên chăng nghĩ lại kẻo nhầm."

Cuộc đời là thế đó, dưới mắt tao nhân mặc khách là rượu là thơ, dưới mắt những anh hùng cái thế là châu là ngọc, nhưng dưới mắt một người tu chỉ như phù hoa mộng ảo, có đó rồi mất đó, không không có có, có có không không, thật là vô thường biến đổi và thời gian cũng như không gian cũng sẽ thay hình đổi dạng. Nhưng đối với người tu, lòng họ không bao giờ biến đổi với niềm tin trên con đường giác ngộ và giải thoát.

Tất cả những ngôn ngữ hợp thành trong văn tự cũng giả hợp mà thôi, nhưng muốn mượn cái giả để tìm cái chân nên mới có vài hàng cùng độc giả, và mong tất cả niềm tin đối với Đạo, quý vị sẽ hình thành một nếp sống nội tâm cao hơn ngoại giới, để cho ngoại cảnh khỏi chi phối chúng ta.

6. CHUYỆN CHÂU ÂU: NƯỚC ĐỨC - PHẦN 2

Nói đến Đức ai cũng nghĩ ngay đến Bá Linh (Berlin) nên hôm nay tôi mời quý vị đến thăm vùng đất đặc biệt này. Từ Hannover, nếu muốn đi Bá Linh có thể đi bằng mj trong ba cách như sau:

- Lấy máy bay từ Hannover đến Bá Linh, chỉ độ chừng 20 phút. Nếu ai là người làm trong những cơ quan quan trọng của chính quyền không muốn đi ngang Đông Đức.

- Cách thứ hai là có thể đi xe lửa từ Hannover đến Tây Bá Linh, độ chừng 4 tiếng đồng hồ.

- Cách thứ 3 là đi bằng xe hơi, thời gian không thể xác định được, vì tùy thuộc vào giấy tờ của bạn, có thể sẽ đến được Tây Bá Linh sau 4 tiếng đồng hồ khởi hành từ Hannover, nhưng nếu có gì trục trặc, bạn có khi phải chờ đến 2 hoặc 3 tiếng đồng hồ tại biên giới.

Bá Linh trước đây hồi Đệ nhị Thế chiến là thủ đô của nước Đức, nhưng kể từ khi nước Đức bị chia đôi, thủ đô của Cộng hòa Liên Bang Tây Đức dời về Bonn và thủ đô của Cộng hòa nhân dân Đức (Đông Đức) vẫn đóng tại Đông Bá Linh. Khi Đức thua đồng minh Anh, Pháp, Mỹ hồi Đệ nhị Thế chiến thì thành phố Bá Linh bị chia làm 4 dưới sự kiểm soát của 4 cường quốc: Đông Bá Linh do Nga kiểm soát và Tây Bá Linh chia làm 3 phần do Mỹ, Anh và Pháp kiểm soát. Do đó, nếu ngày nay sang Tây Bá Linh bạn vẫn còn thấy những vùng quân sự được phân chia bởi những quốc gia này. Đây là mỗi nhục lớn của dân tộc Đức do mộng bá chủ đồ vương của Hitler.

Đồng bào Việt Nam tỵ nạn cộng sản nơi đây độ chừng hơn 1.000 người, có một số lớn đi từ bên Lào sang. Đặc biệt những người này rất sùng bái Đạo Phật. Điều đó cũng dễ hiểu, vì ở nước Lào Phật giáo là quốc giáo nên họ đã thừa hưởng được tinh thần ấy. Điều đó đáng khích lệ và học hỏi nơi họ.

Trước năm 1975, ở Bá Linh có khoảng 300-400 sinh viên Việt Nam, trong số đó có thành phần thân cộng sản cũng trên dưới 200 người và sau 1975 số này giảm bớt đi, vì gia đình thân nhân của họ từ Việt Nam sang kể cho họ nghe những sự "tự do" của cộng sản nên họ bớt sinh hoạt trong hội Đoàn Kết và số khác sau khi tốt nghiệp đã rời Bá Linh để đi Tây Đức hoặc đi nơi khác lập nghiệp sinh nhai.

Tình hình và khuynh hướng chính trị của đồng bào Việt Nam tại Tây Bá Linh rất phức tạp, không nên bàn nhiều nơi đây, vì những vấn đề ấy đã được đề cập nhiều ở những báo chí khác. Dưới con mắt của một nhà tu thì chuyện của người tại Bá Linh chỉ có người Bá Linh mới giải quyết được chứ những người khác bên ngoài khó có thể hàn gắn nổi. Vì Đức Phật dạy rằng: *"Sư tử trùng thực sư tử nhục"*, nghĩa là chỉ có con trùng sinh ra trong thân con sư tử mới ăn thịt được nó mà thôi, và cũng chính con sư tử ấy mới có thể tự chữa cho mình khỏi bệnh chứ không ai khác có thể chữa lành cho nó cả.

Nhưng dầu sao đi nữa, đất Bá Linh vẫn là đất lành mà nơi đây đa số những người ngoại quốc đều có mặt. Lành là so với chế độ cộng sản ở Việt Nam hay Đông Đức, nhưng Bá Linh cũng thật dữ với những ổ gián điệp động trời trong lịch sử. Bá Linh là võ đài tranh chấp giữa thế giới cộng sản và thế giới tự do, nên cũng không yên ổn gì cho mấy. Trong thành phố Tây Bá Linh người ta ít thấy không khí chiến tranh, nhưng đến gần vùng phi quân sự giữa Đông và Tây Bá Linh mới thấy cảnh chiến chinh dường như vẫn còn đó và "bức tường ô nhục" ngăn chia giữa Đông và Tây Bá Linh là một bằng chứng ghi lại những gì đã bị đổ vỡ bởi chiến tranh và thù hận. Nếu không bằng tình thương thì bức tường này vẫn còn là vết nhơ lịch sử của một dân tộc, mà dân tộc đó vẫn thường tự hào là tốt đẹp hơn tất cả những dân tộc của hoàn cầu.

Nếu những truyện ngụ ngôn của văn hào La Fontaine nước Pháp về "con ếch và con bò", hay "con cáo và con cò" mà ảnh hưởng được những tâm hồn tục lụy như những nhà lãnh đạo của Đức thời xưa trước Đệ nhất hay Đệ nhị Thế chiến thì có lẽ ngày nay Đức sẽ không như vậy, và ngày nay có nói cũng là chuyện đã rồi, nhưng lịch sử vẫn là lịch sử chứ không là một hình thức quyền uy nào khác.

Từ bức tường bên này có thể trông thấy người bên kia hay ngược lại, nhưng người bên này có vẻ phong lưu, tự tại, trong khi đó người bên kia bị bao phủ bởi những hàng rào dây kẽm gai và chông mìn như những thời tranh đấu năm 1963 giữa Phật giáo và chính quyền độc tài Ngô Đình Diệm. Cùng một dòng máu, cùng một dân tộc, cùng một ngôn ngữ nhưng bên này không thừa nhận bên kia, và bên kia cũng tìm cách phá rối bên này, cũng chẳng khác nào con sông Bến Hải trước và sau ngày 20 tháng 7 năm 1954 tại Việt Nam vậy.

Du khách đến đây để cảm nhận nỗi đau thương cũ của nhân thế và sự đổi dời của lịch sử Bá Linh, nên không vui khi nhìn bức tường thành ấy. Đôi lúc như cảm thấy mình cũng bị ảnh hưởng bởi sự chia ly này.

Tại thành phố Bá Linh có một chùa tên là "Buddhistische Haus". Chùa này được xây từ năm 1924 bởi một người

Đức là Dr. Paul Dahlke. Ông ta là một học giả uyên thâm của nước Đức, nửa đời vì thấy giáo lý nhà Phật thích hợp với đời sống nội tâm của mình nên từ bỏ công danh sự nghiệp sang Tích Lan để cầu thầy thọ giáo. Thượng Toạ Sunmangala Suriyagoda là vị Thầy nổi tiếng về ngôn ngữ Pali của ông, và ông đã quy y theo Thượng Tọa này. Sau đó không lâu ông về lại Đức, hiến ngôi nhà của mình cho Phật giáo Tích Lan. Ngôi chùa đó nằm tại Edelhofdam 54,1000 Berlin 28 Frohnau. Hiện nay chùa được những vị Sư người Tích Lan trông coi. Chùa có một chánh điện xây theo kiểu Nhật Bản, một thư viện với nhiều sách vở bằng tiếng Pali, Anh, Nhật, Trung quốc, Đức, Pháp v.v... về Phật học và văn học rất phong phú. Ngoài ra chùa còn có một trung tâm tọa thiền và nhập thất cho thiền sinh và tu sĩ. Cảnh vật thật xinh đẹp, chung quanh bao phủ bởi đồi cao thông xanh vi vút. Nếu gọi thành phố Bá Linh là nơi xa hoa kiểu cách, thì hãy xem ngôi chùa này như một bóng mát để chở che những tâm hồn đau khổ.

Mỗi lần Phật tử Việt Nam tại Bá Linh có lễ lộc gì đều có thể mượn nơi đây để nguyện cầu hay hội họp. Vị sư trụ trì thường hay nói với chúng tôi mỗi khi đến thăm rằng chùa là của chung tất cả mọi người chứ không phân biệt Đông Tây, Nam Bắc, vì Phật chỉ có một chứ không hai. Những vị sư ở đây nói tiếng Anh rất thông thạo, nhưng tiếng Đức có phần ít lưu loát hơn!

Tại Bá Linh chưa có một ngôi chùa Việt Nam nào, mặc dầu đồng bào Phật tử nơi đây cũng muốn có một vị sư hay một vị Thầy để lãnh đạo quần chúng Phật tử, nhưng vì chưa thuận duyên nên công việc trên chưa thực hiện được. Tuy nhiên, tại Tây Bá Linh đã có một Chi Hội Phật tử thuộc Hội Phật tử tại Tây Đức. Thành phần cốt cán của ban văn nghệ Hội Phật tử Tây Đức đều tập trung nơi đây. Mỗi lần có lễ lớn như Phật Đản, Vu Lan hay Tết là bà con Phật tử tại Bá Linh, nhất là ban Văn Nghệ đều kéo về Hannover để dự lễ và đóng góp phần mình vào công việc tổ chức những Đại Lễ trên. Bá Linh là như thế và Bá Linh có lẽ cũng chẳng đổi thay với thời gian và hoàn cảnh.

Đến Bá Linh cũng để nhớ đến Bà Huyện Thanh Quan của Việt Nam chúng ta trong những thế kỷ trước.

"Bước tới đèo Ngang bóng xế tà,
Cỏ cây chen đá, lá chen hoa.
Lom khom dưới núi, tiều vài chú.
Lác đác bên sông, rợ mấy nhà.
Nhớ nước đau lòng con quốc quốc,
Thương nhà mỏi miệng cái gia gia.
Dừng chân đứng lại trời non nước,
Một mảnh tình riêng ta với ta."

Bá Linh là vậy đó. Ai đã có cơ hội đến Tây Đức thì cũng nên đi xem Bá Linh một lần. Đến Bá Linh để hồi tưởng về Việt Nam trong quá khứ, rời Bá Linh để tìm cho mình một niềm vui thanh thoát nhẹ nhàng.

Tôi thương đất nước tôi, nơi quê hương, tình người và Đạo Pháp, nên tôi không bằng lòng cho những ai chia cách núi sông, vì dân tộc tôi phải sống bằng tình thương chứ không là thù hận. Dân tộc tôi phải sống lành mạnh chứ không đói rách đọa đày. Đất nước tôi có anh hùng liệt sĩ, quê hương tôi có đạo Phật lâu đời. Tôi phải sống, phải kiên gan bền chí để tạo cho được ngày về trong vinh quang muôn thuở không còn bóng dáng quân thù mà ngày ấy chỉ có những người thân vì tình đồng bào ruột thịt.

Bá Linh có rất nhiều điều hay và cũng lắm điều lạ,

nhưng Bá Linh cũng có không ít chuyện tang thương, nên ai đó trong chúng ta có lòng thì hãy đến thăm Bá Linh để có dịp nhớ về quê cũ. Và đến Bá Linh để tắm gội tình người trong kiếp sống tha hương đầy gian truân khổ nhọc.

Bá Linh duyên dáng như cô thôn nữ yêu kiều, nhưng Bá Linh cũng kiêu sa như những nàng cung phi được vua chiều chuộng nhất. Bá Linh là trung tâm của nước Đức và cũng là cửa ngỏ ngăn đôi giữa Tự Do và Cộng Sản, giữa tình thương và thù hận...

Những trang vừa qua, chúng tôi đã viết khá nhiều về nước Đức, chưa sang được phần những nước khác nên trong bài này, chúng tôi cố gắng tóm lược lại những gì viết và nói về xứ Đức.

Khi đi đám tang cho người Việt Nam hay người Việt gốc Hoa theo Phật giáo, tôi thấy những người Đức làm việc trong những nhà quàn phải gặp khó khăn không ít với mình. Vì sao vậy? Vì Đông và Tây chưa bao giờ gặp nhau. Người Đức ít hiểu về phong tục của người Á Đông. Trong khi đó, người Á Đông cố gắng làm sao để giữ lại một phần nào phong tục của mình để cho người chết được an lòng nơi cõi tịnh, hay người sống được đỡ nhớ thương, vì mồ được yên, mả được đẹp. Những sự khổ tâm ở đây là tập quán và phong tục. Một vị Sư Phật giáo thường hay đứng nhìn vào bàn thờ Phật để cầu nguyện, nhưng một vị Linh Mục Thiên Chúa Giáo hay Mục Sư Tin Lành thường đứng từ trên cao (đại diện cho Thiên Chúa), quay mặt ra ngoài để khuyên dạy giáo dân. Có lần tôi nhờ những người làm trong nhà quàn sắm cho một cái bàn để làm bàn thờ, họ chỉ lên cái bàn bên cây Thánh Giá, tôi nói: "Không phải cái bàn đó, tôi cần cái bàn để đứng nhìn vào chứ không phải đứng nhìn ra. Ông này trố mắt nhìn tôi rồi nói: "Vậy thì Đông và Tây có khác nhau nhỉ?" Tôi gật đầu, không nói thêm gì nữa. Ông ấy hỏi tiếp: "Vậy thì Đông và Tây còn gì khác nhau nữa?" Tôi bảo, còn rất nhiều, nhưng làm sao nói hết được. Ví dụ như người Tây Phương thường ăn mừng sinh nhật hằng năm, điều này chứng tỏ người Tây phương quý trọng và nhấn mạnh sự sống. Trong khi đó, người Đông phương hầu như không ăn sinh nhật, nếu có chỉ là bắt chước theo Tây phương thôi, mà thường hay chú trọng sự chết hơn. Vì sao vậy? Vì sau khi chết người Đông phương hay làm tuần 7 ngày cho đến 49 ngày, rồi 100 ngày, một năm, hai năm, ba năm v.v... rồi mãi mãi cứ mỗi năm là mỗi cúng giỗ. Như vậy không phải là khác biệt với Tây phương sao? Vả chăng người Đông phương quan niệm theo Phật giáo rằng chết không phải là hết, mà chết là để bắt đầu cho kiếp sống mới, trong vòng sinh tử, tử sinh. Ngược lại người Tây phương quan niệm rằng: Chết là hết, ai tin theo Chúa, làm việc thiện được lên Thiên Đường, còn ai không tin hoặc chỉ chuyên làm việc bất thiện thì sau khi chết phải đọa vào địa ngục. Theo Thiên Chúa Giáo, chỉ có hai đường đi lên và đi xuống, nhưng theo Phật giáo thì có rất nhiều đường đi lên, đi xuống, đi qua, đi lại, đi ngang, đi dọc v.v... đi Hằng hà sa số kiếp, đi trọn trong thế giới Ta Bà hay còn đi ra ngoài thế giới này nữa. Bao giờ thành bậc Giác Ngộ rồi, lúc đó muốn đi hay muốn nghỉ là tùy mình. Vì thế nên người Đông phương kỷ niệm một năm đã chết cũng là kỷ niệm một năm đã, đương và sẽ sinh về thế giới khác vậy. Cũng vì vậy nên người Đông phương trọng ngày chết hơn ngày sinh và người Tây phương thì ngược lại.

Tôi nói một hồi, hay đúng hơn là "thuyết pháp" cho ông ta nghe, ông ta gật đầu, nhưng không có lời nào đáp lại. Tôi định kể nhiều hơn nữa, nhưng trong nhà quàn nói nhiều không tiện, nên đành hẹn ông ta một dịp khác.

Người Á Đông, nhất là người Việt Nam có rất nhiều cái hay, nhưng cũng có khá nhiều cái dở mà chưa chắc có dân tộc nào có. Ví dụ như người Việt Nam lúc còn sống hầu như chỉ chuyên nói chuyện xấu của người này người nọ, chuyện có nói không, chuyện không nói có, thêm bớt đủ điều, nhằm làm giảm uy tín giá trị của đối phương mà mình không ưa thích, nhưng nếu một mai người ấy chết, trong tất cả những bài tiểu sử hay những bài điếu văn đều kể toàn những chuyện tốt để cho nhớ tiếc khóc thương...

Thỉnh thoảng cũng có vài trường hợp ngoại lệ, nhưng đa số là như vậy. Chẳng khác nào người Nhật, khi sống thì chẳng quy y theo Đạo Phật, nhưng khi chết rồi mới mời Thầy tới quy y, đặt Pháp danh cho người chết. Nếu Pháp danh nào hay, như Cư Sĩ, Đại Tỷ... thì phải trả tiền nhiều, Pháp danh nào dở như Tín Sĩ, Tín Nữ... thì trả tiền ít hơn.

Người Nhật cũng chỉ vậy thôi. Nếu sống không lo tu hành tinh tấn, lúc chết liệu có mang theo cái Pháp danh hay không, cũng không biết chư Phật có cấp được giấy "thông hành" để sang Tây Phương Cực Lạc hay không. Quả là những chuyện viển vông không đâu mà không đi đúng theo Chánh Pháp, nhưng người đời vẫn tin đó là đúng, là nên làm.

Người Việt Nam chúng ta cũng vậy, ở đâu cũng nghe toàn là những chuyện gì đâu. Bởi thế, không biết bao giờ người Việt Nam mới làm chủ được chính mình? Nếu "sống không cho ăn, chết làm văn tế ruồi" để làm gì? Và nếu không xây dựng được cho nhau thì thôi, đừng đả phá nhau, và đừng khen chê giả dối, hời hợt. Nếu là một Phật tử, nên thực hành theo lời dạy của Đức Phật, có lẽ ít mang khẩu nghiệp về sau. Nếu không là Phật tử cũng nên học cách làm người để tiến thân, cầu đạo...

Nước Đức không phải quê hương tôi, nhưng tôi đi hầu như đã hết chỗ, và nước Nhật cũng thế. Trong khi đó quê hương mình nhưng không được đi đâu cả, kể cũng thương tâm, nhất là lúc đã được "hòa bình, độc lập, thống nhất". Những nơi như Stuttgart, München, Frankfurt, Koblenz, Bonn, Köln, Aachen, Dortmund, Göttingen v.v... nơi nào cũng có dấu chân tôi đặt đến. Lẽ ra phải viết từng địa phương, nhưng bài ký sự này hơi dài so với nước Đức, nên lần này chỉ giới thiệu tổng quát một số địa phương ở trên.

7. CHUYỆN CHÂU ÂU: NƯỚC ĐỨC - PHẦN 3

München có chùa Tây Tạng đã thành lập hơn 20 năm rồi. Chùa này không có vị sư nào trù trì cả, chỉ có mấy người Mông Cổ ở đây để lo nhang khói, phụng thờ. Và trong tháng 10 năm 82 khi Đức Đạt Lai Đạt Ma ghé thăm nước Đức, Ngài đã dừng chân tại chùa này để thăm viếng Phật tử trong vùng. Có một điều hơi lạ, ít ai để ý đến danh từ "München" được biến thể từ danh từ "Mönch" có nghĩa là tu sĩ (có thể là Phật giáo, Tin Lành hay Thiên Chúa Giáo), nhưng danh từ "Mönch" thường được dùng để chỉ cho những vị tu sĩ Phật giáo nhiều hơn. Cảnh trí ở đây rất đẹp, nhưng nhân tình ở đây cũng hơi khác biệt, chẳng khác nào người Nhật với hoa Anh Đào. Hoa Anh Đào rất đẹp, rất quý nhưng không tỏa một chút hương thơm, người Nhật cũng rất là sang trọng, lễ phép, lịch sự, nhưng chỉ bề ngoài thôi chứ trong thâm tâm họ lại khác.

Rời München bạn có thể lên Stuttgart để xem thành phố chìm ngập trong một thung lũng thật hữu tình.

Tại đây có một trung tâm kiểu mẫu của người Việt Nam được thành lập vào đầu năm 1981, lấy tên là Trung Tâm Độc Lập. Trung Tâm phục vụ người tỵ nạn Cộng sản Đông Dương sớm hội nhập vào đời sống mới tại Tây Đức. Hướng dẫn mọi điều mọi việc cho đồng bào khi mới đến Tây Đức. Đây là một Trung Tâm được hỗ trợ bởi chính quyền cũng như những cơ quan từ thiện xã hội Tây Đức. Trong thời gian gần 2 năm qua, Trung Tâm đã đạt được nhiều thành quả to lớn. Trung Tâm còn mãi với thời gian, với đồng bào để đóng góp phần mình trong công cuộc bảo tồn và phát huy văn hóa của người Việt Nam tại Tây Đức nói riêng và hải ngoại nói chung.

Bonn là thủ đô của Tây Đức, nhưng tại vùng này có rất ít người Việt Nam cư ngụ. Vùng nhiều nhất phải nói là vùng thuộc tiểu bang Nordrhein Westfallen như Bochum, Dortmund, Köln, Aachen v.v... quy tụ ít nhất là 5.000 - 6.000 ngàn người Việt tỵ nạn. Nhưng tại đây cũng chưa có một ngôi chùa hay Niệm Phật Đường của người Việt Nam, kể cả những người Đức cũng không có nữa. Quả là một điều thiếu sót, nhưng trong tương lai gần, vùng này sẽ được những vị lãnh đạo tinh thần của Phật giáo chiếu cố nhiều hơn.

Nước Đức là thế đó, người Đức là vậy đó, chúng tôi đã kể cho các bạn và quý vị nghe qua nhiều rồi. Hy vọng trong tương lai có cơ hội chúng tôi sẽ trở lại một lần nữa để giới thiệu cho những vị ở xa nhiều cái hay, cái đẹp, những điều mới lạ ở xứ này.

Ngoài ra ở Đức phải nói có nhiều Hội Đoàn Việt Nam nhất trên thế giới. Mỗi một địa phương là một Hội Đoàn, có khi địa phương lớn có 5 hay 6 Hội Đoàn. Vào thời điểm sau 1975, tại Tây Đức có ít nhất là 50 đến 70 Hội Đoàn xuất hiện và khoảng 30 - 40 tờ báo cũng có mặt khắp nơi, nhưng trải qua bao cơn phong ba bão táp với thời gian, với sự nắng mưa dãi dầu của năm tháng, ngày nay trên nước Đức chỉ còn có 3 tờ ra với tính cách định kỳ và ba, bốn tờ ra không định kỳ. Đó là tờ Độc Lập, ra rất đúng kỳ hạn, hằng tháng, tờ Viên Giác ra mỗi 2 tháng một lần. Tờ Sự Thật của Hội Công Giáo Việt Nam tại Đức, tờ Khởi Hành v.v... hoặc một vài tờ báo khác, có tính cách chính trị, thời sự như Nhân Quyền v.v... vẫn còn tiếp tục, nhưng không có tính cách đều đặn. Lý do chính vẫn là tài chánh và nhân sự. Thật ra trình độ, khả năng của người Việt Nam ở bất cứ nơi nào trên thế giới vốn có thừa. Mong rằng với năm tháng ở hải ngoại, nhất là ở tại Đức, đồng bào Việt Nam chúng ta sẽ có nhiều kinh nghiệm và chuyên môn hơn về khía cạnh này.

Người Việt Nam của chúng ta được cái phước là "tái sanh" vào nước Đức. Chuyện gì cũng đã có chính quyền và các bộ liên hệ lo, chúng ta chỉ có bổn phận thực thi những điều kiện đó và làm tròn bổn phận của mình thôi. Nhưng nếu không làm được những điều đó, dù có lên được thế giới Cực Lạc chắc Đức Phật A Di Đà cũng cho về lại thế giới Ta Bà một thời gian nữa để tu nghiệp! Chừng nào công đã thành, quả đã mãn mới được diện kiến Đức Di Đà lại lần thứ hai vậy.

Ở Á châu tôi chọn Nhật Bản để học hành, làm việc. Vì sao vậy? Vì người Nhật Bản cần cù, chăm chỉ, biết kính trên nhường dưới, còn người Việt Nam mình ít biết kính nhường nhau, không nên học ở người Việt Nam điểm này. Nếu ở Âu Châu tôi sẽ chọn Đức để học về Giáo Dục và Luật Pháp. Vì người dân ở đây đa số ý thức được trách nhiệm của mình, làm việc chăm chỉ, tánh tình hiền hòa, chỉ hơi lạnh nhạt và tò mò chút thôi! Ngoài ra những lãnh vực khác khá tốt đẹp so với người Việt Nam.

Người Việt Nam chúng ta cá nhân thì có rất nhiều người giỏi, nhưng đoàn thể của mình ở tại ngoại quốc chắc chắn là thua những đoàn thể khác như Do Thái, Đại Hàn, Trung Hoa, Nhật Bản một cách hiển nhiên, ngoại trừ những đoàn thể tôn giáo, như Phật giáo, Thiên Chúa Giáo, Cao Đài v.v...

Bởi thế người ta thường hay nói rằng: *"Nếu người làm tôn giáo không biết đến chính trị cũng không sao, nhưng làm chính trị mà không có tôn giáo trong mình, quả như con sư tử có lòng mà không có dạ vậy!"*

8. CHUYỆN CHÂU ÂU: PARIS, PHÁP QUỐC

Có nhiều người hỏi tôi rằng: *"Đường không biên giới bao giờ chấm dứt đây?"*

Tôi cười và trả lời rằng: *"Đã không biên giới thì làm sao chấm dứt được."*

Vì thế, hôm nay Đường Không Biên Giới vẫn tiếp tục đến với quý vị độc giả xa gần. Kỳ này không đề cập đến những vấn đề liên quan xứ Đức, mà sẽ nói đến Paris thuộc xứ Pháp.

Ôi! Paris muôn màu muôn vẻ, dưới mắt một người tu, tôi sẽ viết gì được cho quý vị đây!

Paris có dòng sông Seine hữu tình thơ mộng nằm kế bên những đại lộ trải dài với nhiều kỳ hoa dị thảo.

Paris có tháp Effel, có viện bảo tàng Louvres, có Vương cung Thánh Đường Notre Dame với gác chuông cao ngất trời xanh. Paris có nhiều thiên tài, nhiều văn nhân họa sĩ. Paris là trung tâm của Âu Châu, đường giao lưu của quốc tế. Tại Paris có nhiều người Việt Nam nhất Âu Châu. Paris cũng có rất nhiều người Việt Nam đã làm nên được danh phận.

Paris còn nhiều điều nữa, nói không thể hết, kể ra cũng không bao giờ cùng. Vì thế người Việt Nam của chúng ta đi đến Âu Châu để định cư rồi, điều trước tiên là phải đi Paris, còn những nơi khác tính sau. Như thế đủ biết Paris quyến rũ biết dường nào! Đến Paris để thấy mình được sống trong thế giới bao la với văn minh thế giới, nhưng cũng để tự thấy chính mình được sống tại Sài Gòn trong những thuở xa xưa. Paris có những con đường đẹp, những ngôi nhà nhỏ... Người Paris có cách ăn mặc giống hệt Sài Gòn, hay nói đúng hơn là Sài Gòn giống hệt Paris, vì Sài Gòn là một thành phố Paris nhỏ tại Á Châu. Người Nhật cũng thường hay gọi như thế.

Đến Paris để nhớ về Việt Nam. Đó có thể là lý do đầu tiên mà nhiều người Việt Nam tại Âu Châu đều thích đi Paris hơn bất cứ nơi nào khác như Áo, Ý, Tây Ban Nha hay Bồ Đào Nha v.v...

Nếu ai chưa một lần đến Paris thì hãy đến để xem thử, và Paris cũng có sức quyến rũ diệu kỳ, nếu không vững tâm thì sẽ ở lại với Paris chứ không tài nào trở về quê hương cũ.

Riêng người viết bài này cũng đã nhiều lần đến Paris, nhưng mỗi lần lại thấy Paris thay hình đổi dạng. Paris lần đầu không giống Paris trong những lần sau, và Paris bây giờ hẳn không phải là Paris trong tương lai nữa, mặc dầu nhiều người đã sống, theo dõi, làm việc hay ngay cả chết cho Paris, nhưng Paris cũng lạnh lùng và kiêu sa như những cung phi được nhà vua chiều chuộng nhất.

Paris có nhiều cái hay, lắm cái đẹp, nhưng cũng có lắm cái phũ phàng, oái oăm, gay cấn. Vì lẽ trên thế gian này ở đâu cũng vậy. Có cái đẹp thì cũng không thiếu cái xấu, có người cao thượng cũng không thiếu những kẻ tầm thường. Vì thế ca dao Việt Nam mới có câu rằng:

"Ở đâu cũng có anh hùng,
Ở đâu cũng có kẻ khùng người điên."

Là vậy đó. Paris dưới mắt một nhà văn, một nhà thơ, một kinh tế gia hay một chính tri gia lại khác. Paris dưới mắt một người tu lại càng khác hơn nữa. Hôm nay chúng tôi đưa quý vị về Paris không phải chỉ để nhìn ngắm những cảnh đẹp phù hoa, mộng ảo ấy, mà đối với một người tu sẽ đưa quý vị trở về nội tâm, với đời sống tâm linh nhiều hơn.

Paris có những nóc chuông giáo đường cao chót vót, nhưng cũng không thiếu những ngôi chùa Phật giáo làm nổi bật thêm trên bình diện tôn giáo và văn hóa của Paris. Đó là những ngôi chùa của người Pháp, Tây Tạng, Việt Nam, Nhật Bản, Tích Lan v.v... xây dựng lên trong những thế kỷ gần đây nhất, có ai một lần nào đó thả bộ vào trong rừng cây Vincine - giữa chốn phồn hoa đô hội của Paris, mọc lên một ngôi chùa thật vĩ đại mà có lẽ khách lãm du không bao giờ ngờ rằng mình đang đi vào một chốn thiên thai với ánh hào quang của chư Phật ấy. Trước cổng tam quan của chùa có các tượng đá tạc hình những tu sĩ Nhật Bản thuộc phái Thiền Tông đang hành đạo. Trong chùa ấy còn có một tượng Phật cao khoảng 6 mét. Chung quanh tượng được thếp một lớp vàng lá thật trang nghiêm mỹ lệ.

Ngôi chùa này được gọi tên là chùa Quốc Tế Vincine, dưới sự bảo trợ của chính phủ Pháp và Hội Phật giáo Pháp. Ngày nay ngôi chùa được chăm sóc bởi chư Tăng Việt Nam tại Pháp - do Hòa thượng Thích Huyền Vi đảm nhiệm. Tất cả những chi tiết về chùa chiền Việt Nam tại Paris cũng như tại nước Pháp đã được đăng tải trong quyển *"Lịch sử Phật giáo Việt Nam tại Hải Ngoại trước và sau 30/4/1975"* xuất bản vào tháng 12 năm 1982, do chính chúng tôi biên soạn. Ở đó quý vị sẽ được nhìn tường tận hơn về cách thành lập, điều hành, sinh hoạt v.v... Trong khuôn khổ của bài này chỉ nói tổng quát hơn là chi tiết.

Một ngôi chùa khác thuộc vùng Bagneux. Đó là chùa Khánh Anh. Trước đây, chùa này được thành lập vào năm 1973 tại Arceuil, vùng nam Paris,nhưng đến năm 1977 chùa đã dời về địa điểm số 14 đường Henri Barusse thuộc Bagneux để thành một ngôi chùa vĩnh viễn cho đồng bào Phật tử tiện việc lui tới, lễ bái, nguyện cầu.

Từ trung tâm Paris đến chùa Khánh Anh không khó lắm. Quý vị có thể dùng xe hơi, xe bus hoặc xe điện v.v... một cách rất dễ dàng. Chùa có rất nhiều nét Việt Nam từ muôn thuở.

Đến Paris để thấy cảnh sinh hoạt ở Việt Nam thì nên đến khu Maubert hoặc khu Porte de Choisy, nơi có nhiều người Việt và người Hoa sinh sống nhất. Nhưng nếu muốn đến Paris để sống lại như những khung cảnh chùa tại Việt Nam thì phải đến những chùa Việt Nam tại Paris để sinh hoạt, thì mới đúng ý nghĩa của nó. Có nhiều người bảo rằng: "Tôi đạo Chúa thì đến đó để làm gì?" Nhưng quý vị hãy khoan nêu lên vấn đề đó. Cách đây khoảng một tuần, có 13 vị linh mục và nữ tu Việt Nam hiện ở Đức đã đến chùa Viên Giác tại Hannover để thăm viếng, trao đổi và đương nhiên là tìm hiểu để thông cảm nhau hơn nữa, để thắt chặt tình liên đới giữa hai tôn giáo lớn của Việt Nam. Sư Huynh Hà Đậu Đồng - người hiện đang ở Münster - trước đây có học chung với cố Hòa Thượng Thích Thiên Ân ở Nhật - đã tặng cho chúng tôi 4 câu thơ đối của hai vị cùng làm, thật hay và đầy ý nghĩa. Đây những câu thơ ấy:

"Mái chùa nghiêng bóng Từ Bi,
Giáo đường mở rộng thành trì yêu thương."

Câu trên là của Hòa thượng Thiên Ân, câu dưới là của Sư huynh Hà Đậu Đồng.

Và hai câu tiếp là:

"Công giáo, Phật giáo là đường,
Là nguồn công lý, là trường duy linh."

Câu trên là của Sư huynh Hà Đậu Đồng, câu dưới là của Hòa thượng Thiên Ân.

Con người thực hiện sai đạo chứ đạo sẽ không bao giờ sai cả, vì:

"Đuốc sáng không soi giúp kẻ mờ,
Nước sông khó rửa sạch lòng nhơ.
Túi tham không đáy bao giờ đủ,
Tỉnh ngộ tu hành thoát giấc mơ."

Quý vị linh mục và những vị nữ tu trao đổi nói chuyện thật là vui vẻ, cởi mở, thì tại sao những Phật tử và con chiên của Chúa lại không thể đứng gần nhau? Tôi đã làm lễ Phật ở nhà thờ Thiên Chúa Giáo hoặc Tin Lành, và cũng đã có nhiều vị linh mục cầu nguyện tại chùa là chuyện rất thường. Chúng ta nên bỏ những cái cực đoan mà trước đây thường hay gặp từ bên nhà, dầu đến từ bên nào cũng vậy.

Tại Paris có nhiều con chiên của đạo Thiên Chúa, nhưng đã đi chùa rất đều đặn, hơn cả những Phật tử không thuần thành, và ngược lại cũng thế, ở đây có nhiều người Phật tử Việt Nam, gần địa phương họ không có chùa, họ đã đi nhà thờ để niệm hồng danh Đức Phật. Đó là những tấm gương sáng để cho chúng ta noi theo. Khi một người Phật tử đã thuần thành, khi một con chiên đã ngoan đạo rồi, chúng ta thấy ít có sự cách biệt nào giữa những đấng Chí Tôn cả.

Nói như thế không có nghĩa là một lối truyền đạo để dụ dỗ đâu! Quý vị có Đạo nào cứ giữ nguyên Đạo đó để tin tưởng và phụng thờ, nhưng đi chùa thì cũng có thể đi, chứ Phật không bắt ép mà Chúa có lẽ cũng chẳng bảo mình làm điều đó.

Đến chùa Khánh Anh để thấy lòng mình được hòa đồng với mọi người, mọi giới. Ở đây có những người học cao hiểu rộng như bác sĩ, kỹ sư, học giả, dân biểu, nghị sĩ, sinh viên, trí thức... Nhưng chùa Khánh Anh hay bất cứ chùa nào trên thế giới, ngoài những thành phần trên ra còn có những người không tên không tuổi, ít ai biết đến nhưng suốt một đời họ đã phụng thờ lý tưởng, hy sinh thời giờ và tiền bạc để mong cho tâm hồn được hai chữ bình yên. Và giữa hai khung trời ấy không có một cách biệt nào, giữa người giàu với kẻ nghèo, giữa người trí thức với kẻ ít học bình dân. Đến đây mới thấy lời Phật dạy là đúng:

"Không có phân biệt giai cấp, tôn giáo trong máu người cùng đỏ và nước mắt người cùng mặn."

Dẫu là da vàng, da đỏ, da đen, da trắng, nhưng máu ai cũng đỏ và nước mắt ai cũng mặn. Do đó, không thể vì bất cứ một lý do gì để phân chia tôn giáo và giai cấp trong những người cùng hoặc khác chủng tộc. Lời Phật dạy vẫn còn đó, chúng ta là những người Phật tử nên cố gắng làm theo.

Đi đến chùa không vì quyền cao chức trọng, không phải vì địa vị, tài cao, mà đi chùa là để hòa mình vào trong cuộc sống bình đẳng với mọi người, để thấy tâm mình và tâm của bằng hữu được hòa đồng. Có như thế, thế giới mới mong được hòa bình và nhân sinh mới được an lạc, bằng ngược lại dầu cho có gần Phật hay gần Chúa mà tâm mình không bình an, cứ lo những chuyện tranh đua danh lợi, địa vị tiền tài, thì suốt đời chúng ta vẫn còn xa Chúa với Phật.

Đến chùa để thấy nhiều thế hệ đang sống, làm việc, thực hành giáo lý của Đấng Từ Tôn một cách bình đẳng, người lớn tuổi cũng có, kẻ thiếu niên cũng có. Họ đã vui vẻ san sẻ những nỗi vui buồn trong cuộc sống tha hương, hầu chia sẻ niềm vui hay nỗi đắng cay của cuộc đời nhân thế. Sống ngoài xã hội (nói theo danh từ Phật giáo là cuộc sống thế tục) thấy bị lường gạt bao nhiêu, đau khổ bao nhiêu thì vào chùa để thấy lòng mình càng thanh thoát bấy nhiêu. Cũng có nhiều trường hợp vào chùa nghiệp còn hiện ra nhiều hơn nữa, nhưng "phiền não tức Bồ Đề" là châm ngôn của Phật tử cần thực hiện. Do đó chúng ta cần đi chùa, nên đi chùa, phải đi chùa là vậy đó. Đi chùa để rèn luyện tâm ta, thử với gió sương, với phong ba cùng tuế nguyệt. Đi chùa để học hỏi những hạnh lành, để được gần với những bậc thiện tri thức, với Đấng Chí Tôn.

Trong con người của chúng ta có hai phần: thiện và ác, hay nói đúng hơn là cao thượng và thấp hèn, yếu kém. Phần cao thượng được ví như chiếc áo trắng trinh nguyên, phần yếu kém của tâm hồn được ví như chiếc áo đã vấy màu dơ bẩn. Từ một chiếc áo dơ bẩn mà tẩy rửa để thành một chiếc áo trắng thật hết sức khó khăn, nhưng từ một chiếc áo trắng chúng ta có thể vô tình hay cố ý nhuộm bẩn đi một cách dễ dàng. Nếu nói theo tâm lý học Phật giáo thì phải bảo rằng, việc thiện cũng giống như một chiếc đèn treo trước gió và việc ác như luồng gió có thể quạt tắt chiếc đèn.

Nhiều lúc tâm ta muốn đi chùa hay đi nhà thờ, nhưng những âm thanh và sắc dục ngoài đời lôi cuốn làm ta thấy vui hơn, trong lòng ta tự bảo rằng thôi đi làm gì cho nhọc sức, đến đó cũng chẳng có gì lạ, khi nào cũng giống khi nào, tụng kinh, niệm Phật, rồi hồi hướng, dùng cơm chay, nghe thuyết pháp v.v... Thôi thì ở nhà vui hơn, hôm nay có chiếu phim Lý Tiểu Long hoặc đá banh, hoặc đua xe đạp, hoặc một vài hình ảnh nào đó hấp dẫn hơn. Thế là ta đã không làm chủ được mình rồi, để cho phần cao thượng bị đánh mất đi và phần yếu hèn của tâm lên ngự trị. Như thế biết đời nào chiếc áo dơ kia được tẩy cho thành trắng?

Vào chùa hay đi chùa có nhiều lợi thế, nên cố gắng đi chùa để lợi lạc cho chính mình hay ngay cả tha nhân. Đi chùa để cho lòng mình được hướng thượng, ví như hoa hướng dương nghiêng về hướng ánh sáng mặt trời và cũng để cho lòng khỏi chơi vơi với những cảnh phù hoa mộng ảo khác.

Gần 100 năm người Việt Nam hiện diện trên đất Pháp, nhưng chỉ có một ngôi đình trong rừng cây Vincine, lâu ngày không có ai trông nom nên đã mục gần hết. Những cánh cửa làm theo lối xưa cũng đã rệu rạo, nếu không tu bổ, chưa chắc gì ngôi đình này còn chịu nổi với gió sương.

Nếu không kể Paris ra, tại Préjus, trước đây chừng 70 năm, có một ngôi đình dùng làm chỗ thờ tự cho những người lính phục vụ cho Pháp và đã hy sinh cho nước Pháp. Ngày nay ngôi đình ấy đã biến thành chùa Hồng Hiên do Hòa Thượng Thích Tâm Châu trông nom (xin xem quyển

Lịch sử Phật giáo Việt Nam tại Hải Ngoại trước và sau năm 1975, sách đã dẫn...)

Và chính từ năm 1975 đến bây giờ, nếu không có sự hiện diện của tôn giáo, thì ngày nay tại Paris, hay nói đúng hơn tại Pháp, sẽ chưa bao giờ có một cơ sở gì khác có tính cách cộng đồng cho người Việt tại đây lui tới, hàn huyên, tâm sự. Trường học cũng không, lăng miếu cũng không... Nguyên nhân chính có lẽ vì người mình chưa làm được chuyện chung với nhau, chứ chuyện riêng thì có nhiều người thành công lắm. Buồn hay vui, điều đó để lịch sử và con cháu đời sau nhìn lại bước chân của ông cha chúng để thẩm định.

Và cũng chính từ năm 1975 trở về sau này, nhờ sự lãnh đạo của các vị Cao Tăng, Đại Đức Việt Nam tại Pháp nói chung và tại Paris nói riêng, nên ngày nay riêng tại Paris đã thành lập được những ngôi chùa như chùa Khánh Anh, Chùa Quan Âm, chùa Hoa Nghiêm, chùa Linh Sơn, Chùa Tịnh Tâm, chùa Kỳ Viên v.v... là những nơi chốn của đồng bào Phật tử cũng như không Phật tử lui tới lễ bái, nguyện cầu. Nếu không có sự hiện diện của Phật giáo Việt Nam tại đất Pháp, chúng tôi đoan chắc rằng người Việt Nam chúng ta sẽ không bao giờ có một nơi nào tương xứng như thế cả. Bởi vậy nên chúng ta càng gìn giữ nó, bảo vệ nó như bảo vệ chính bản thân mình thì mới mong phát triển mạnh hơn được.

Cái gì không thuộc về ai hết người ta thường gọi là "của chùa", nhưng cái không thuộc về ai đó mà không biết bảo vệ thì nó cũng ra "của chùa" thật. Vì chẳng ai có trách nhiệm về cái chùa chung đó. Vì thế cần phải có những bậc danh Tăng biết hy sinh cho Đời cũng như cho Đạo mới mong gánh vác được Đạo-Đời, và cũng chính vì thế mà tại

Paris ngày nay mới có những cơ sở vững vàng của Phật giáo Việt Nam nói riêng và người Việt Nam tại Pháp nói chung vậy.

Tại chùa mỗi năm thường hay tổ chức những ngày lễ như Phật Đản, Vu Lan, Tết âm lịch, rằm tháng giêng, rằm tháng mười, Trung Thu v.v... Đó là cơ hội để người Việt trên đất Pháp, nhất là những người Phật tử có thể gặp gỡ, lễ bái, nguyện cầu và mỗi lần như vậy chùa thường không có đủ chỗ để dung chứa, nên phải thuê thêm những nơi công cộng để làm lễ và trình diễn văn nghệ.

Đó là những lễ lớn, còn những lễ nhỏ như cầu siêu, cầu an, đám cưới v.v... cũng hay tổ chức tại các chùa vào ngày chủ nhật hoặc những ngày lễ vía trong năm.

Tại Paris, ngoài những chùa tiêu biểu trên còn có những chùa nhỏ như Diệu Ấn Ni Viện, và ngoài ra một số Niệm Phật Đường cũng đã được mọc lên nhằm đáp ứng nhu cầu cho đồng bào Phật tử trong lúc hữu sự như quan, hôn, tang, tế v.v...

Nhưng như thế vẫn chưa đủ, vì tại Paris trên dưới chỉ có khoảng 30 vị tăng sĩ Việt Nam và có hơn 100.000 Phật tử, nên công việc của chùa nào cũng khá bề bộn. Ví dụ như chùa Khánh Anh chẳng hạn, cứ mỗi chủ nhật có chừng 200 người tựu về làm lễ cầu siêu, phát tang, làm tuần thất v.v... nhiều lúc lên đến 20 đám trong một ngày. Chùa Quan Âm, chùa Linh Sơn, chùa Hoa Nghiêm có thể ít hơn một chút, nhưng cũng khá đông đảo.

Thường sau bữa ngọ trai có nhiều chùa thuyết pháp và tụng kinh Pháp Hoa, đến năm giờ chiều mới mãn. Ở Việt Nam ngày xưa thời trước năm 1930 ít có vấn đề thuyết pháp mà chuyên về lễ cúng, tụng kinh nhiều hơn.

Ngày nay tại Việt Nam cũng bị hạn chế khá nhiều, nhưng sau năm 1930 cho đến năm 1975, vấn đề thuyết pháp rất cần thiết cho đồng bào Phật tử, nhằm hiểu thêm về Đạo lý. Nối theo truyền thống đó, nên tại hải ngoại ngày nay hầu như chùa nào cũng có thuyết pháp để Phật tử thấm nhuần Đạo Giải Thoát của Đấng Chí Tôn.

Những buổi thuyết pháp thường chọn những để tài có tính cách Đại Chúng khiến ai nghe cũng có thể hiểu được, như: Cuộc đời Đức Phật, Tứ Diệu Đế, Lục Độ, Tứ Ân, Lục Hòa, ý nghĩa Kinh Di Đà, Kinh Phổ Môn. Hoặc cao hơn nữa là Kinh Pháp Hoa, Kinh Bát Đại Nhân Giác, Kinh Bát Nhã v.v... Vì trình độ của Phật tử khá khác biệt, nên chưa có chùa nào giảng Kinh Hoa Nghiêm và Duy Thức Học Phật giáo, nhưng chắc chắn trong những Tu Viện và Phật Học Viện, chư tôn Hòa Thượng, chư Thượng Tọa, Đại Đức Tăng Ni có dạy phần này cho Tăng chúng.

Đó là phần lý thuyết, còn về phần thực hành thì thường hay dạy về nghi lễ như cách tụng niệm, cách lễ bái, cách thực tập chuông mõ, cách ngồi thiền, cách chào hỏi, cách lên chùa v.v... Nói chung về những oai nghi đi, đứng, nằm, ngồi đối với một người Phật tử đều được chỉ bày tỉ mỉ đúng với giáo lý của Đức Phật.

Nghi lễ thì đơn giản không quá rườm rà. Ngày nay tất cả những chùa ở Paris như Khánh Anh, Linh Sơn, Tịnh Tâm đều theo nghi thức của Giáo Hội Phật giáo Việt Nam Thống Nhất tại quốc nội ấn định nên Phật tử chùa này qua chùa khác đều có thể tụng theo nhịp nhàng được. Chỉ có chùa Hoa Nghiêm và chùa Quan Âm là theo nghi xưa. Nghi xưa có nghĩa là những nghi thức chỉ chuyên tụng bằng âm Hán Việt, hầu như không có một bản văn chữ Việt nào thuần túy. Chữ Hán ở đây đã được dịch ra âm

Hán Việt, nhưng những bản chữ Việt vẫn chưa đủ nghĩa, nên ngày nay nhiều chùa đã dùng quyển Nghi Thức Tụng Niệm để thay thế cho được thống nhất.

Có Phật tử cho rằng tụng kinh tiếng Việt không linh, hoặc giọng hơi khó tụng, nhưng thật ra linh hay không là do lòng chí thành của người Phật tử mà ra, không phải vì kinh chữ Hán hoặc chữ Việt mà có sự khác biệt đó.

Có nhiều chùa tại Paris đã tổ chức cho người Phật tử tại gia tu Bát Quan Trai. Tu Bát Quan Trai có nghĩa là thông thường người Phật tử tại gia chỉ giữ năm giới cấm, nhưng tu Bát Quan Trai, nghĩa là vào chùa tu một ngày một đêm (24 tiếng đồng hồ) học hạnh của người xuất gia và giữ tám giới, nghĩa là ngoài năm giới của người cư sĩ còn giữ thêm ba giới nữa, gọi là Bát Quan Trai Giới. Chương trình Tu Bát Quan Trai có thể thay đổi tùy theo từng chùa, nhưng tiêu biểu là như sau:

- Buổi chiều bắt đầu truyền và thọ giới Bát Quan Trai (khoảng 5 hoặc 6 giờ chiều),

- 7 giờ tiểu thực,

- 8 giờ tụng niệm,

- 9 giờ đến 11 giờ đọc sách, vấn đạo,

- 11 giờ đến 11 giờ 30 ngồi thiền, sau đó là chỉ tịnh.

- Đến sáng ngày hôm sau tất cả giới tử dậy lúc 4 giờ 30, ngồi thiền cho đến 5 giờ.

- Tụng kinh Lăng Nghiêm đến 6 giờ 30

- Từ 7 giờ đến 7 giờ 30 chấp tác,

- 8 giờ tiểu thực

- 9 giờ đến 11 giờ trưa học tập giáo lý,

- 12 giờ cúng ngọ và thọ trai,

- 1 giờ đến 2 giờ chỉ tịnh.

- Từ 2 giờ 30 đến 5 giờ là giờ học tập giáo lý,

- 6 giờ chiều xả giới.

Đó là lịch trình Tu Bát Quan Trai của những người Phật tử tại gia. Đời sống của người xuất gia không phải chỉ một ngày giữ tám giới như vậy, mà là suốt cả một cuộc đời, nếu người đó tiếp tục đường tu.

Không đơn giản như nhiều người lầm tưởng rằng: Những người tu hành không có chuyện gì làm và ngồi không ăn tiêu của tín thí. Những ai nói như vậy thì hãy vào chùa thực hành thử một ngày trong 36.000 ngày của một đời sống tu hành như thế nào rồi hãy phê bình và chỉ trích. Ở đời có nhiều điều nói được nhưng làm rất khó, ngược lại có nhiều điều rất dễ làm mà khó nói, nhưng lại ít người làm.

Riêng phần chư Tăng Ni ở những tu viện lớn như Linh Sơn, thường hay an cư cấm túc trong ba tháng hạ, từ rằm tháng tư đến rằm tháng bảy âm lịch, để sách tấn tu trì và vâng theo lời giáo huấn của đức Thế Tôn nghiêm trì giới luật. Những chùa khác vì ít tăng chúng mà công việc Phật sự lại nhiều nên thường tâm niệm an cư, hoặc đôi khi cũng không thể an cư được, phải đi lại nhiều nơi để thi hành Phật sự. Nhưng đối với một người tăng sĩ, ba tháng an cư gần như là ba tháng bắt buộc phải thực hành. Vì đó cũng là cơ hội để nuôi dưỡng thân tâm, thi hành Phật sự cho 9 tháng khác. Tuổi của một người tu theo Phật giáo được tính theo số lần thực hiện 3 tháng an cư kiết hạ này, gọi là tuổi hạ hay hạ lạp.

Một người tăng sĩ ngày xưa chỉ cần học kinh kệ bằng tiếng Việt và tiếng Hán là đủ, nhưng một người tăng sĩ ngày nay ở tại ngoại quốc không những chỉ học kinh điển, giáo lý bằng những ngôn ngữ trên thôi mà còn phải học hỏi những ngoại ngữ khác như Anh, Pháp, Đức v.v... về văn học cũng như chương trình giáo dục ngoài đời. Một người tăng sĩ học hai chương trình như vậy được gọi là nội điển và ngoại điển. Nội điển là học Kinh, Luật và Luận trong Tam Tạng Kinh Điển. Về việc học chương trình ngoại điển, vì quý vị Hòa thượng hoặc quý vị Thượng toạ thường chủ trương nếu học thêm kiến thức thế tục, tức là học việc đời, có thể làm người tăng sĩ dễ xao lãng việc Đạo. Theo quan niệm ngày xưa cũng có đúng phần nào, nhưng theo quan niệm tân học hiện thời, người tăng sĩ ngày nay cũng cần có những tri thức và bằng cấp thiết thực để độ đời. Đối với tăng sĩ Nhật Bản, nếu muốn làm trụ trì một ngôi chùa thì bằng cấp ít nhất phải có là Cử nhân Phật Học, trong khi đó giới tăng sĩ Việt Nam chưa đạt đến trình độ này. Nếu so sánh trường hợp của Nhật là 100% thì ở Việt Nam, theo thống kê trong nước, số tăng sĩ có bằng cấp như vậy chỉ chừng 10% đến 20% là cùng. Ở ngoại quốc ngày nay tương đối khá hơn, vì trước đó Giáo Hội có cho một số tăng sĩ Việt Nam sang Hoa Kỳ, Đức, Pháp, Ấn Độ, Đài Loan, Nhật du học. Những vị này đã thành tài, đang phục vụ cho đồng bào Phật tử tại năm châu. Nếu kể tỷ số, có thể lên đến ít nhất là 80 phần trăm.

Đức Phật cũng dạy rằng: "Tu mà không học là tu mù, học mà không tu là đãy sách." Cho nên người tăng sĩ lại càng phải thực hành điều của mình học được nhiều hơn là để phô trương bằng cấp với người đời.

Công chuyện chùa đã khá bề bộn, nhưng việc học không được lãng xao là một vấn đề rất khó đối với người tu. Nhưng nếu quý thầy thực hiện được thì sẽ được nhiều tổ chức, nhiều Hội Đoàn Phật giáo trên thế giới cung thỉnh về trụ trì, lãnh đạo tinh thần v.v...

Ngày xưa có nhiều người tu, nhưng ngày nay ở ngoại quốc tìm người tu mỏi mắt cũng chẳng thấy đâu. Chùa Linh Sơn tại Paris cũng có đào tạo một số Tăng Ni mới xuất gia, nhưng một ít đã bị giữa đường gãy gánh, khó mà có thể tiếp tục lại được. Nếu người nào tiếp tục được mới đúng là Trưởng tử Như Lai, không hổ danh chút nào. Trước đây Việt Nam tuy khó tu nhưng cũng có điểm dễ hơn. Khó vì vật chất không đầy đủ, khiến người tăng sĩ rất cực khổ trong việc tu hành, thiếu trước hụt sau, nhưng dễ là vì có những bậc trưởng thượng luôn luôn chăm sóc dìu dắt, và bạn bè đồng tu luôn sách tấn bên nhau. Còn ngược lại ở ngoại quốc ngày nay trông thì rất dễ, nhưng mà cũng có điểm khó. Dễ vì ngày nay vật chất đầy đủ muốn cái gì cũng có thể có được. Muốn có sách vở để học tập, nghiên cứu, muốn có phương tiện để đi học v.v... việc đó không còn khó nữa, nhưng việc khó nhất là vì những phương tiện dễ dãi kia, nếu người tu không làm chủ được mình thì vật chất ấy sẽ làm chủ mình và đời sống tu hành của mình cũng sẽ bị lãng quên theo với thời gian và năm tháng. Thật đáng tiếc, đáng hổ thẹn biết bao!

Bởi thế, kinh Pháp Cú có dạy rằng: *"Mùi thơm của các thứ hoa, dầu là hoa chiên đàn đi nữa... đều không thể bay ngược gió. Chỉ có hương đức hạnh của người chân chánh, dầu ngược gió vẫn bay khắp muôn phương."*

Đạo Phật Việt Nam ngày nay tại Pháp phát triển khá vững vàng hơn nhiều nơi khác trên thế giới. Nhưng nhìn chung Phật giáo Việt Nam vẫn chưa thoát ra khỏi những hình thức cổ điển để canh tân hóa Phật giáo nhằm đáp ứng những nhu cầu sinh hoạt của đồng bào Phật tử. Vì sao như vậy? Một điều rất dễ hiểu và ai cũng phải nhìn nhận là người Phật tử Việt Nam lo cho người chết nhiều hơn là lúc còn sống. Mà Đạo Phật là Đạo cho lúc còn sống và ngay cả khi chết chứ không phải chỉ lo lúc chết thôi. Nếu đạo Phật chỉ lo cho người chết, không còn lo cho người sống thì đó không phải là Đạo Phật thực dụng trong đời sống hằng ngày của người Phật tử tại gia nữa.

Có nhiều người Phật tử Việt Nam suốt đời không bao giờ đi chùa, không bao giờ chịu tìm hiểu giáo lý kinh kệ, nhưng nếu trong nhà hữu sự thì thế nào cũng tìm cho được một vị thầy đến tụng kinh siêu độ.

Nếu chỉ chờ lúc chết mới tu và chỉ cần nhờ oai lực của một vị tăng sĩ nào đó tụng kinh để được siêu độ, thì chúng ta đâu có cần tu trong hiện tại cho mệt xác. Như thế, lẽ nào chỉ một bài kinh, một câu niệm Phật lại linh nghiệm đến thế ư? Đành rằng Phật giáo quan niệm rằng sự sinh và sự tử đều quan trọng như nhau, vì chết không phải là hết mà chết là bắt đầu một kiếp sống khác, nên phải nguyện cầu lúc chết, nhưng người chết kia trong lúc sống không làm gì lợi đời, lợi Đạo, chuyên làm chuyện ác thì dầu cho có một trăm thầy tụng kinh, một ngàn lần cúng giỗ, quyết rằng hương linh đó cũng sẽ không được vãng sanh. Vì lúc sống không lo tu hành, học hỏi giáo lý, sống đúng theo giáo lý của Đạo Phật, thì tất cả những việc làm cho họ sau khi chết chỉ là che mắt thế gian mà thôi. Nếu có chăng, người chết cũng chỉ được hưởng một phần nhỏ phước báo, nhưng như thế đã trễ quá rồi.

Ngày xưa chư vị Tổ Sư đã dạy rằng:

莫待老來方學道，
孤墳盡是少年人。

"Mạc đãi lão lai phương học đạo,
Cô phần tận thị thiếu niên nhân."
Nghĩa là:

"Chớ đợi tuổi già mới học đạo,
Mồ hoang lắm kẻ tuổi xuân xanh."

Do đó chúng tôi mong rằng, lúc còn sống Phật tử chúng ta cần đi chùa nhiều hơn, làm phúc bố thí nhiều hơn nữa, thì lúc lâm chung mới nhẹ nhàng thanh thoát mà vãng sanh. Và nếu chính người Phật tử chúng ta không làm thì không ai có thể giúp chúng ta được điều đó cả.

Viết ra điều này là vì ngày nay chùa Việt Nam nào trên khắp năm châu cũng lo cho người chết nhiều hơn là kẻ sống, nên chúng tôi nêu vài ví dụ để chúng ta ý thức được việc đó, và mong rằng quý vị Phật tử nên đặt ngang hàng sự sống, tu học Phật Pháp cũng quan trọng như lúc chết phải cầu nguyện vãng sanh. Có như thế người Phật tử mới có cơ duyên tìm hiểu đạo nhiều hơn nữa. Chùa chiền Việt Nam tại ngoại quốc ngày nay phải mang một trách nhiệm nặng nề hơn, phải hiện đại hóa Phật giáo trên nhiều bình diện như văn hóa, xã hội, từ thiện như những tôn giáo khác tại Âu Châu đã và đương thực hành thì mới mong Phật giáo Việt Nam phát triển mạnh được.

Sự thật bao giờ cũng mất lòng. Nhưng nếu sợ mất lòng không nói lên sự thật, thì sự thật không còn là sự thật. Lỗi ấy do cả hai phía mà ra chứ không phải chỉ đơn phương bên người Phật tử. Có nhiều vị tăng sĩ Việt Nam chỉ chuyên về vấn đề tu hành mà quên đi phần hóa độ chúng sinh trên những bình diện khác như vừa nêu trên. Phật giáo Việt Nam ngày nay thiếu rất nhiều nhân sự trung kiên để thực hành việc truyền thông giáo lý ấy. Đành rằng việc lãnh đạo của Phật giáo Việt Nam tại hải ngoại không thiếu, nhưng rất rời rạc và thiếu tổ chức, cần phải củng cố nhiều hơn nữa.

Khắp cả năm châu ngày nay, quý vị tăng sĩ Việt Nam độ chừng 100 vị mà phải gánh vác 85 ngôi chùa và Niệm Phật Đường tại Châu Á, Châu Âu, Châu Mỹ và Châu Úc. Nên có nhiều vị làm việc suốt ngày lẫn đêm nhưng công việc vẫn không xuể, và đương nhiên là người kế vị cũng không có. Sự thiếu thốn người thừa kế có nguyên do là vì đời sống trong hiện tại của người Phật tử tại gia bị vật chất và hoàn cảnh chi phối quá nhiều, không như ở Việt Nam trước đây, nên dù có người muốn xuất gia tu tập Phật pháp, nhưng không thể nào thực hành được. Vì đã bị cám dỗ, đã bị lôi kéo vào đời sống mới tại đây. Vì thế nên chúng tôi đề nghị rằng mỗi năm tại mỗi chùa nên tổ chức những khóa huấn luyện chừng 2 tuần đến một tháng cho những Phật tử nhiệt tâm với đạo theo học về những môn như nghi lễ, xã hội, văn hóa, giáo dục v.v... để đảm trách bớt những phần nhiệm của những vị Giáo phẩm đạo cao, đức trọng và có nhiều khả năng khác như phiên dịch, viết lách, ngoại giao, truyền đạo v.v... trở về làm nhiệm vụ của mình, thì Phật giáo mới mong có chiều tiến lên được.

Nếu cứ như thế này thì 30 hay 50 năm sau Phật giáo Việt Nam cũng vẫn sẽ giậm chân tại chỗ như trong hiện tại. Đành rằng trong tương lai gần Phật giáo Việt Nam sẽ có nhiều động sản và bất động sản có giá trị ở ngoại quốc, nhưng để làm gì? Bởi thế chư vị Tổ Sư ngày xưa mới dạy rằng: *"Tạo Tăng khó, tạo tự không khó."* Có tăng sĩ đương nhiên sẽ có chùa, nhưng có chùa rồi chưa chắc gì đã có tăng sĩ để gieo hạt giống giác ngộ cho chúng sanh.

Cái khó khăn của Phật giáo Việt Nam trong hiện tại là thế, nhưng không và chưa thể nào thoát ra được. Trong khi đó thì Phật tử thờ ơ với niềm tin của mình và chờ cho vị tăng sĩ ấy có chuyện gì vui tai thì đem kể cho người này người kia nghe, rồi cười với nhau, hóa ra không ý thức được trách nhiệm giúp đời và hộ đạo của mình.

Mà trách nhiệm của người Phật tử tại gia cũng là trách nhiệm chung đối với ngôi nhà Phật giáo Việt Nam tại hải ngoại, chứ không phải chỉ người xuất gia không mà thôi.

Chỉ nhìn những ngôi chùa Phật giáo của Trung Hoa tại San Fransico mà đau lòng. Trước đây nhân cuộc cách mạng Tân Hợi tại Trung Hoa, có một số người Hoa chạy sang tạm trú tại Hoa Kỳ. Đương nhiên, trong cuộc di tản ấy cũng có một số những vị tăng sĩ của Phật giáo đi theo. Điều đầu tiên khi đến đó là họ lập nên chùa chiền, tu viện, để cho có nơi chốn đồng bào Phật tử lui tới lễ bái, nguyện cầu, nhưng sau những năm tháng dài sống nơi đất khách quê người thế hệ của những vị Hòa Thượng, những Thượng Tọa lớn tuổi đã ra đi mà không đào tạo được một thế hệ tăng sĩ trẻ hậu lai nhằm tiếp nối con đường hoằng đạo ấy, nên những ngôi chùa của người Hoa ngày nay xem như bị đóng cửa và biến thành nhiều tiệm ăn, thấy rất ngỡ ngàng. Nếu là khách bàng quan có thể nở một nụ cười châm biếm, nhưng người Phật tử nhiệt tâm với Đạo hay những tăng sĩ luôn thao thức với tiền đồ của Đạo Pháp thì không thể không ngậm ngùi trước cảnh Đạo pháp suy vi! Thật uổng công phí sức biết chừng nào...

Ngày nay Phật giáo Việt Nam tại Pháp hay tại bất cứ nơi đâu cũng thế, chùa nào cũng hầu như chỉ có một thầy trụ trì, chúng điệu thì rất hiếm. Mọi trách nhiệm thầy trụ trì đều gánh vác cả. Nếu không may có chuyện gì xảy ra (ví dụ như thầy viên tịch hay hoàn tục chẳng hạn) thì ngôi chùa đó sẽ như thế nào, nếu không có người trông nom và tiếp tục sứ mệnh truyền bá Phật pháp. Đó là chưa kể những tài sản của chùa đó. Ngày nay Giáo Hội Phật giáo Việt Nam tại ngoại quốc vẫn chưa có một quy chế nào rõ rệt về vấn đề này. Vì những tài sản là công lao của đồng bào Phật tử đóng góp, nhưng nếu Giáo hội không có một điều khoản quy định rõ ràng thì đương nhiên tất cả những chùa đó đều bị sung công vào chính quyền địa phương nếu không có người truyền thừa. Theo chỗ chúng tôi biết thì tất cả những ngôi chùa Việt Nam tại Pháp đều được mua lại và kiến tạo thành những ngôi chùa Việt Nam thuần túy. Trị giá mỗi ngôi chùa có thể trên 1.000.000 quan Pháp tiền mới. Tại nước Pháp, hiện tại chúng ta có tất cả là 8 ngôi chùa đã được điều kiện như trên, còn một số những ngôi chùa và Niệm Phật Đường khác còn thuê tạm nên không đặt thành vấn đề.

Lẽ ra vấn đề trên chúng tôi chỉ thỉnh ý riêng những bậc tôn túc trong Giáo Hội, nhưng vì muốn cho tất cả Phật tử cùng hiểu biết thêm về những khó khăn cũng như những hoàn cảnh chung quanh của Phật giáo, nên cần trình bày nơi đây để chúng ta cùng tiếp sức với nhau mà gánh vác việc Đạo. Vì chúng tôi quan niệm rằng việc Đạo là việc chung của người Phật tử tại gia cũng như những người tăng sĩ, cũng không riêng chỉ một vị nào hay một chùa nào. Dĩ nhiên chúng tôi nghĩ rằng, nêu ra như thế sẽ có một vài vị chống đối, nhưng đó là sự thật và tình trạng của tôn giáo Việt Nam trong hiện tại là như vậy đó. Chúng ta không nên chạy trốn sự thật. Trước sau gì chúng ta cũng phải đề cập đến, nên thà đề cập đến trước vẫn hay hơn là để trễ.

Người Việt Nam chúng ta hay có thói quen là khi chết mới tuyên dương công trạng và lúc chết thì mọi việc đều tốt hết. Còn khi sống thì chẳng thấy ai nói việc tốt của nhau bao giờ, mà chỉ thấy toàn chuyện chê bai, có phần đố kỵ. Vì thế chúng tôi đề nghị những phương pháp cụ thể như vậy để người Phật tử tại gia ý thức được trách nhiệm của mình và cúi xin các bậc Tôn Túc trong Giáo Hội từ bi hỷ thứ. Có như thế chúng ta mới có thể làm việc và phát triển được, nếu không chúng ta chỉ mang những cố chấp hẹp hòi thì không thể nào phát triển nhiều hơn được nữa.

Lẽ ra chúng tôi muốn tìm hiểu thêm về những sự hình thành cũng như những sự sinh hoạt của Phật giáo Việt Nam tại Marseille, Frejus, Nice v.v... nhưng vì chúng tôi đã viết trong quyển *"Lịch sử Phật giáo Việt Nam Hải Ngoại trước và sau năm 1975"* khá tỷ mỷ. Mong quý vị tìm đọc quyển ấy thì hiểu rõ ràng hơn.

Dầu sao đi nữa chúng ta cũng hãnh diện rằng: Nhờ có sự hiện diện của Phật giáo Việt Nam trên đất Pháp mà ngày nay người Phật tử Việt Nam tinh thần được sưởi ấm, ngôn ngữ được trau dồi, đạo đức và tôn giáo được thực hiện khai triển trên nhiều phương diện. Và chúng tôi cũng đoan chắc rằng: Nếu không có Phật giáo Việt Nam tại Pháp, thì chưa chắc người Việt Nam tại Pháp tạo dựng được một niềm tin, một nhịp cầu thông cảm như hiện nay.

Vì sao vậy? Điều đó cũng rất dễ hiểu, vì người Việt Nam chúng ta thực sự chưa biết đoàn kết, chưa ngồi lại với nhau làm việc chung, ngoại trừ Phật giáo hay các tôn giáo khác. Việt Nam không thiếu người tài giỏi, nhưng vì nhiều người giỏi quá nên không ai lãnh đạo được ai, dường như rắn không đầu, hay là nhiều đầu quá nên không ai dám nắm cả. Nhưng người Việt Nam chúng ta hay có khuynh hướng nghe lời người ngoại quốc, còn người bản xứ nói thì không tin hoặc thất hứa, nghi kỵ lẫn nhau. Đó là một cái khổ trong muôn ngàn cái khổ mà Phật giáo đã hiểu từ lâu, nhưng người thực hành lại chưa trung thực. Ví dụ như chúng ta hứa với người ngoại quốc, thường thường chúng ta đến đúng giờ hẹn, nhưng những lời hứa giữa người Việt Nam với nhau, chưa thấy họ đúng hẹn khi nào, ít nhất cũng trễ 5 đến 10 phút, nhiều khi lên cả tiếng đồng hồ.

Cho nên chúng tôi tạm kết luận rằng, khi nào người Việt Nam chưa biết tự trọng với nhau, thương yêu giúp đỡ nhau, hay giúp đỡ chính mình, thì sự đoàn kết với nhau để thực hiện những điều lợi ích cho dân tộc và Đạo Pháp vẫn chỉ là lời nói suông thôi.

9. CHUYỆN CHÂU ÂU: THỤY SĨ

Tình cờ, tại một tiệm sách Việt Nam ở Montreal, có một người Phật tử mua tặng tôi cuốn *"Đường Đi Không Đến"* của Xuân Vũ. Sách được xuất bản vào năm 1973 tại Sài Gòn và sau này được tái bản tại Mỹ. Nhìn tựa đề quyển sách, có lẽ người Phật tử liên tưởng đến loạt bài *"Đường Không Biên Giới"* của tôi đã viết bấy lâu nay cũng nên. Tôi vui vẻ nhận sách và đọc một cách say mê trong hai ngày đã xong, và nội dung quyển sách có thể tóm lược như sau:

Một người cán bộ quá say mê lý tưởng giải phóng Miền Nam nên đã băng rừng lội suối Trường Sơn để về Nam chiến đấu. Trên đường đi anh cán bộ này gặp biết bao nhiêu gian lao thử thách, nào chuyện đói, chuyện khổ, chuyện tình, chuyện bạn, chuyện Đảng v.v... Và sau bao tháng ngày băng rừng vượt suối, anh ta đã đến được miền Nam. Lúc bấy giờ anh ta mới thấy rằng Đảng đã nói dối, Đảng đã lừa gạt nhân dân miền Bắc đủ mọi điều, Đảng đã tuyên truyền láo khoét, Đảng đã bịt miệng thế gian... nên anh ta đã ra đầu thú, quy chánh dưới thời Đệ nhị Cộng Hòa, sau đó viết nên được tập hồi ký này. Nội dung chỉ có thế.

Không biết sau khi cộng sản chiếm miền Nam anh ta đã ra sao. Quả thật anh cán bộ kia đã đi trên *"đường đi không đến"*, vì có lý tưởng nhưng mục đích lại phiêu lưu, không đúng thật, nên cuối cùng chẳng đạt được kết quả gì.

Ở đây không phải đem so sánh giữa "Đường Không Biên Giới" và "Đường Đi Không Đến", mà chỉ cốt ý để đề cập đến tựa đề hơi giống nhau thôi. Vì đi đến đâu cũng có nhiều người Phật tử thường hay nhờ tôi kể chuyện "Đường Không Biên Giới" cho họ nghe. Và nội dung của "Đường Không Biên Giới" như quý vị đã biết, đó là nội tâm của một người tăng sĩ Việt Nam luôn luôn muốn mang đạo vào đời, đi khắp năm châu bốn bể, mang theo hạt giống Bồ-đề của Đức Phật gieo cấy khắp nơi. Con người tăng sĩ ấy luôn luôn tâm niệm rằng:

> *"Con là Trưởng Tử Như Lai,*
> *Phát nguyện trọn đời hy sinh cho đạo.*
> *Chỗ nào chúng sanh cần con đến,*
> *Chỗ nào Đạo Pháp gọi con đi,*
> *Chẳng nệ gian lao, chẳng từ khó nhọc."*

Mục đích chỉ có vậy và cũng chính vì vậy mà có "Đường Không Biên Giới".

Sau chuyến công du Phật Sự vừa qua tại Canada và tại Úc Châu 6 tuần lễ, lễ ra lần này chúng tôi viết về những sinh hoạt Phật sự tại những nơi trên để gửi đến quý độc giả bốn phương, nhưng vì việc của Âu Châu chưa xong trọn vẹn, nên lần này cũng vẫn tiếp tục đi thăm Âu Châu vậy.

Nước Pháp, hay nói đúng hơn là người Việt Nam tại Pháp, chúng tôi đã có dịp đề cập đến nhiều trong lần trước. Giờ đây xin mời quý vị sang thăm nước Thụy Sĩ.

Ngày xưa khi tôi còn học Tiểu học, có một giáo viên đã đi Thụy Sĩ và khi về nước, vị giáo viên ấy có kể cho chúng tôi nghe rằng: "Nếu các em đi Thụy Sĩ, điều đầu tiên là thấy nước Thụy Sĩ sạch sẽ không đâu bằng, sạch đến nỗi đi ra đường suốt cả tuần lễ nhưng không cần lau chùi giày dép, giày vẫn sáng như thường." Lúc đó tôi và các bạn đồng học không tin, nhưng ngày nay tôi đã đi đến Thụy Sĩ rồi, mới thấy điều ấy là đúng.

Nước Thụy Sĩ toàn là đồi núi, có nhiều kỳ hoa dị thảo khắp nơi. Khi mùa xuân đến, không có hoa anh đào nở rộ như Đông Kinh của Nhật Bản, nhưng những nụ hoa xuân cũng tươi thắm muôn màu. Những bông hoa mọc dọc theo hai vệ đường ở Lausanne, Genève hay ở Luzern, Zürich v.v... cũng đủ để chứng minh điều đó, khi khách thưởng du có lần đặt chân đến xứ Thụy Sĩ vào một mùa xuân tiết trời êm ả. Và nếu người đến vào mùa thu, Thụy Sĩ cũng không kém Canada là mấy. Nếu rừng thu Gatineau tại Ottawa của Canada đẹp bao nhiêu thì những chiếc lá vàng bên bờ hồ thơ mộng của Lausanne cũng không kém phần thi vị đó. Cái đẹp của chốn núi rừng vào mùa xuân, thu, đông tàn hay hạ chí vẫn là những cái đẹp mỹ miều của thiên thiên.

Cái đẹp không bị người đời đố kỵ, ganh tỵ, nhỏ nhoi mà cái đẹp của thiên nhiên là cái đẹp vượt lên trên mọi sự thiên vị của cuộc đời. Người thế gian có buồn, có vui, có giận, có hờn, có tham sanh úy tử, nhưng thiên nhiên không có những thứ đó, vì thiên nhiên là của thiên nhiên, là của nguyên thủy, của cuộc sống nội tâm, của những tâm hồn biết hướng thượng. Còn cuộc đời là ô trược, là đáng cho chúng ta phải tự hỏi lại lòng mình có trong sạch được như thế chăng?

Con người dầu thay trắng đổi đen, thay lòng đổi dạ, nhưng thiên nhiên tôi đoán chắc rằng không, mặc cho có thời tiết đổi thay nhưng nguyên thủy của thiên nhiên vẫn không thay đổi. Vì thế Nguyễn Bỉnh Khiêm (1491-1585) cũng có thơ rằng:

"Ta dại ta tìm nơi vắng vẻ,
Người khôn người đến chốn lao xao!"

(Nhàn Hứng)

Nơi vắng vẻ đây chính là thiên nhiên. Trở về với nội tâm vắng lặng của nguyên thủy, còn bao nhiêu trần cấu của cuộc đời đều là những thứ phù vân ảo ảnh mà con người cứ mãi lặn hụp trong chốn bụi trần nên đầy nỗi khổ đau và tục lụy.

Thụy Sĩ nhỏ, nhưng người Thụy Sĩ nói đến ba, bốn thứ tiếng. Vùng Genève, Lausannee nói tiếng Pháp, vùng Luzern, Zürich nói tiếng Đức, vùng Lugano nói tiếng Ý v.v... Đồng bào Việt Nam chúng ta quen nói tiếng Pháp nên đều đổ dồn về vùng Lausanne và Genève nhiều hơn là những nơi khác. Mặc dầu nhỏ nhưng Thụy Sĩ đã thâu nhận từ 7-8.000 người tỵ nạn Đông Dương kể từ năm 1975 cho đến nay. Trong đó kể cả thành phần sinh viên du học từ thời trước còn lại.

Người Thụy Sĩ sang trọng nhưng ít kiểu cách hơn những dân tộc khác tại Âu Châu, vì đây là xứ chỉ chuyên mời gọi những khách du lịch và khách ngân hàng. Có lẽ vì thế mà họ không muốn mất đi mối lợi từ những nước khác, nên họ cư xử như thế chăng? Đặc biệt xứ Thụy Sĩ nhận nhiều trẻ em hoặc người lớn tật nguyền nhiều hơn bất cứ nơi nào tại Âu Châu, hay nói đúng hơn là trên thế giới. Người ta thường nói: *"Phú quý sinh lễ nghĩa, bần cùng sanh đạo tặc."* Điều đó cũng đúng, vì nước Thụy Sĩ giàu vật chất nên mới có điều kiện mang tình thương ra giúp đỡ nhân sinh. Tại Âu Châu ngày nay, nước nào cũng lâm vào nạn thất nghiệp một cách trầm trọng, duy chỉ có Thụy Sĩ là không có thất nghiệp. Đó là cái giỏi của người Thụy Sĩ, gần bằng cái giỏi của người Nhật tại Á Châu.

Đời sống của người Việt Nam tại đây tương đối đầy đủ, thoải mái không kém nước Đức là bao về các lãnh vực học nghề, đại học, đi làm tiếp tục hay nhận tiền trợ cấp thất nghiệp, trợ cấp xã hội v.v...

Có nhiều người vui miệng bảo rằng: "Quả thật hồi xưa mình có tu, nên bây giờ về Tây Phương rồi thấy sướng thật." Điều đó cũng không sai mấy, nhưng nếu đến phương Tây rồi mà không chuyển hướng để tu hành tiếp tục thì đường về Lạc Bang cũng vẫn còn xa.

Trong kinh Phật có dạy rằng, ngay cả những vị chư thiên ở những cõi thượng giới khi đã hưởng hết phước đức rồi cũng phải đầu thai làm người, nếu không tiếp tục tu. Và bây giờ cũng thế, ở tại đây, xứ sở này, chúng ta nhận được nhiều đặc ân của quốc gia đó, nhưng nếu chúng ta không tự phát triển khả năng của chúng ta thì phước hữu lậu kia có ngày cũng sẽ chóng mất như người đã có sở làm mà không siêng năng, cần mẫn thì chưa biết ngày nào đó mình sẽ bị đuổi sở như bao nhiêu người khác.

Khi ta sống trong cảnh ấm êm nên nhớ thời đói rách và khi ta sung sướng về vật chất rồi cũng đừng quên những kẻ đang cơ hàn giá buốt, đang chờ sự sưởi ấm của chúng ta.

Tại Thụy Sĩ chỉ có một Niệm Phật Đường Linh Phong dưới sự chủ trì của Sư cô Thích Nữ Trí Hạnh. Niệm Phật Đường vẫn còn nằm trong một khu chung cư (apartement), nhưng rất khang trang, rộng rãi, gần hồ Lausanne trông rất thơ mộng mỗi khi thời tiết đẹp. Đây cũng chỉ là nơi chốn tạm thời để có chỗ cho những đồng bào Phật tử đến lễ bái nguyện cầu. Trong tương lai, dầu muốn dầu không, Niệm Phật Đường cũng phải ở vị trí độc lập để khỏi phiền hà hàng xóm vì tiếng chuông, tiếng mõ.

Ở Việt Nam, những người Phật tử hiểu Đạo, nghe tiếng chuông thấy lòng trần tục của mình chùng xuống để những niệm thiện được phát sanh, nhưng qua những xứ văn minh vật chất này, họ chẳng biết hay nói đúng ra là ít biết đến ý nghĩa của tiếng chuông, tiếng mõ, nên mỗi khi nghe họ còn nổi "thiên xung động địa" nữa là khác, chứ không khởi mối từ tâm. Họ nghe tiếng chuông nhà thờ lâu đời rồi họ không thấy khó chịu, nhưng vì tiếng chuông chùa thì khác biệt. Vì thế nhiều chùa ở Mỹ, Úc, Canada bị kiện không ngừng, may là ở Âu Châu chỉ có một vài nơi chứ chưa bị kiện hoàn toàn. Có lẽ người Âu Châu dễ dãi, họ cũng phải nghĩ rằng: Nếu không có văn minh của Thiên Chúa Giáo thì các xứ Âu Châu ngày nay đều nhạt nhẽo vô vị như ăn cơm chẳng có canh, lúc buồn không có bạn, nên họ vẫn còn biết nghĩ ít nhiều về những đạo khác chăng?

Dù vậy họ vẫn chưa hiểu người Phật tử, phải cần nhiều năm tháng người Âu Châu mới có thể hiểu được Phật giáo và hiểu được sự linh diệu của tiếng chuông chùa như thế nào. Tại Thụy Sĩ cho đến ngày nay vẫn chưa có một vị tăng sĩ nào mà chỉ do quý vị ni sư và ni cô ở đó hướng dẫn đồng bào Phật tử thôi. Ngoài ra, tại Thụy Sĩ cũng có một trung tâm Phật giáo Tây Tạng rất lớn. Đây cũng là trung tâm cho tất cả Âu Châu. Thỉnh thoảng cũng có nhiều người Việt đến đó lễ bái, nguyện cầu, nhưng vì ngôn ngữ không đồng nên sau này họ đi về Niệm Phật Đường Linh Phong để học đạo.

Người Thụy Sĩ cũng có một Hội Phật giáo, nhưng sự hoạt động của họ chuyên về nghiên cứu nhiều hơn là lễ bái như những người Phật tử Á Đông khác.

Sinh hoạt tại Niệm Phật Đường Linh Phong cũng giống như những chùa khác tại bất cứ nơi nào trên thế giới, nghĩa là cứ mỗi năm đến ngày lễ Phật Đản, lễ Vu lan hay Tết Nguyên Đán là mọi người cùng nhau về chùa lễ Phật, học hỏi giáo lý, trao đổi kinh nghiệm, gặp gỡ hàn huyên v.v... Cũng vì Niệm Phật Đường Linh Phong chỉ có khả năng dung chứa một số người, nên mỗi khi có lễ lớn thường phải mượn những cơ sở cộng đồng để hành lễ. Tuy nhiên, bao giờ cũng vậy:

> *"Mái chùa che chở hồn dân tộc,*
> *Nếp sống muôn đời của tổ tông."*

Nên ai nấy cũng đi chùa, đến chùa, nghe và học hỏi giáo lý tại chùa. Vì thế, chùa chiền biến thành những trung tâm văn hóa của người Việt Nam tại hải ngoại trong hiện tại và trong tương lai cũng vậy. Nếu chúng ta chưa trở lại được quê hương thì chùa chiền Việt Nam tại hải ngoại vẫn là một chất liệu dưỡng sinh, nơi nương tựa tinh thần của người Phật tử trong cuộc sống tha hương đầy khổ đau này.

Chúng ta ở đây ấm no về vật chất nhưng đói kém về tinh thần, nên cần phải bồi bổ nó. Nếu chỉ đầy đủ ở một phương diện, còn phương diện kia không thỏa mãn thì cán cân trí tuệ và phước đức không được cân bằng. Ở đây đầy đủ tất cả, nhưng thiếu rất nhiều, nhất là những thứ mà người đồng hương mình không có. Đó là quê hương, tình người và Đạo Pháp.

Những ai tuổi đã về chiều, chắc niềm khắc khoải của quê hương còn sâu đậm hơn nữa. Vì thế chùa chiền, thánh thất, nhà thờ là những nơi linh thiêng nhất để hàn gắn những vết thương lòng qua năm tháng khổ đau. Về chùa để tìm lại không khí thiêng liêng, một tình tự dân tộc mà bao đời Phật giáo đã có công đóng góp, vào việc giữ nước và dựng nước cho đến ngày nay. Phật giáo đã không hổ thẹn với quốc gia và dân tộc. Khi nào dân tộc khổ đau đều có sự hiện diện của Phật giáo, nhằm xoa dịu những vết thương do lịch sử hay dục vọng và hận thù của con người gây nên.

Nguyện cầu cho chúng ta được thắp sáng bởi ngọn đuốc trí tuệ của Đức Thích Tôn, để con đường đi không còn bị lầm lạc nữa.

10. ĐƯỜNG SANG BẮC ÂU

Đường về mạn bắc của quả địa cầu không như đường về Nam Cực. Nếu ai đã có lần sang Úc hay Na Uy, Đan Mạch sẽ thấy rõ điều đó.

Trên cánh chim đại bàng bằng thép - nếu đi về Nam Cực - ta sẽ thấy mặt trời luôn luôn ở về phía trước mặt - như một chân lý sáng ngời trên con đường đi và đến. Nhưng nếu ai đã có lần đi Na Uy, Thụy Điển, Phần Lan,

Đan Mạch thì sẽ thấy ngược lại, mặt trời luôn luôn ở phía sau lưng chúng ta. Theo như nhiều người đã biết, mỗi năm cứ đến ngày 23 tháng 6 là tất cả du khách khắp nơi tại Âu Châu và thế giới đều dồn vào mạn Bắc của địa cầu để xem *"ngày mặt trời không bao giờ lặn"*, ngày mà 12 giờ khuya, mặt trời vẫn còn lơ lửng trên hư không. Đó là sự thật và những ai sống tại miền bắc của quả địa cầu đều chứng thực điều đó. Có nhiều người không tin rằng mỗi năm tại các xứ Bắc Âu có 6 tháng ngày và 6 tháng đêm. Thế mà điều đó có thực.

Thế nào là 6 tháng ban ngày? Nghĩa là dầu cho lúc 11 giờ hay 12 giờ khuya trời vẫn sáng và mới 1 hay 2 giờ đêm mặt trời đã bắt đầu lố dạng rồi. Còn 6 tháng ban đêm thì sao? Nghĩa là: *"Mặt trời không bao giờ có thật."* Trời mùa đông đến 10 giờ hoặc 11 giờ nhưng vẫn chưa hừng sáng. Ban chiều mới 2, 3 giờ thì đã tối rồi. Mới nghe qua ta hơi khó tin, nhưng đó là sự thật.

Người Việt Nam ngày nay có mặt khắp nơi trên quả địa cầu. Từ vùng băng giá lạnh lùng khi tuyết xuống mùa đông, cho đến những xứ nóng bức oi ả như đường xích đạo. Không biết ngày xưa dân tộc Việt Nam đã bị cộng nghiệp và biệt nghiệp như thế nào mà cái quả ngày nay chúng ta phải đánh đổi một giá quá đắt như vậy. Đó là niềm vui hay nỗi buồn thì không biết, nhưng theo quan niệm của Phật giáo thì đó là một nghiệp lực tương đối khá nặng. Muốn cái nghiệp xấu thành nghiệp tốt, chính tự mỗi cá nhân phải biết tự sửa thân mình. Còn đợi chờ nơi kẻ khác hoặc không lo tu niệm thì chúng ta chẳng khác nào một bầy gà con đang lạc mẹ, bay nhảy khắp bốn phương trời.

Nỗi buồn viễn xứ biết có bao giờ nguôi, khi bên mình những người da trắng lạnh lùng, lãnh đạm ngôn ngữ bất đồng, cử chỉ không diễn tả được những gì sâu kín nhất trong tâm hồn. Khí hậu khá khác biệt giữa đông, thu, xuân, hạ.

Càng đi về phương bắc, tôi cứ ngỡ là rất xa lạ với Việt Nam hơn là những xứ Trung Âu Châu. Miền Trung Âu Châu toàn là vùng đồng bằng ruộng khô, đất đai màu mỡ, nhưng càng hướng về phương bắc chừng nào, những con quạ đen, những cây thông nặng trĩu lá cành, những cảnh núi non chập chùng hùng vĩ càng khiến ta nhớ đến quê hương rất nhiều. Một quê hương đã quá nhiều cảnh tang thương của chiến tranh - tình người và thù hận. Dân tộc Việt Nam cả 3 miền Nam Trung Bắc gồm lại mới bằng nửa dân tộc Nhật, hoặc ngang nhau với Tây Đức - nhưng chúng ta đã làm được gì? Khi đã hòa bình rồi mà máu mẹ Việt Nam vẫn cứ chảy mãi trên quê hương? Xứ ta tuy hẹp hơn các xứ Bắc Âu, nhưng dân tộc ta đông gấp 5-10 lần, tại sao ta không xây dựng được quê hương ta, để đi lo xây dựng cho xứ người? Phải chăng những thể chế chính trị trong quá khứ và hiện tại không mang lại được một cuộc sống tốt đẹp nào cho dân mà ta chỉ nghe toàn là những danh từ hoa mỹ, nào độc lập, tự do, hạnh phúc... Nhưng có độc lập gì đâu khi ta còn nô lệ, có tự do nào mà chỉ một số người độc quyền buôn bán 2 chữ tự do? Và hạnh phúc ở đâu trong khi hơn 50 triệu dân đã moi tìm lâu ngày nhưng chẳng thấy?

Thể chế nào rồi cũng mai một với thời gian, chính phủ nào rồi cũng lặng lẽ ra đi, khi lòng dân không muốn. Chỉ có niềm tin vào tôn giáo là một sức mạnh đời đời không thể đổi thay. Mấy ngàn năm rồi Phật vẫn là Phật, Chúa vẫn là Chúa, chưa ai có thể thay thế vào những ngôi vị đó cả. Chỉ có con người còn tham sanh úy tử nên mới có triều đại này, cơ nghiệp khác. Nghĩ cũng quá bi thương nhưng loài người vẫn còn bị lặn hụp trong dòng đời trôi nổi. Đáng tiếc thay!

Tại Đan Mạch ngày nay đã có một Niệm Phật Đường, nhưng chưa có Thầy nào về trụ xứ. Niệm Phật Đường nằm ngay tại Aarhus, thành phố lớn thứ nhì của Đan Mạch, sau Kopenhagen. Sinh hoạt Phật sự tại đây vẫn đều đặn mỗi năm khi có lễ lớn như Phật Đản, Vu Lan, Tết Nguyên Đán hoặc những ngày lễ vía nhỏ trong năm. Hằng tháng Niệm Phật Đường vẫn cử hành hai thời khóa lễ công cộng, bái sám. Và mới đây lần đầu tiên lễ Phật Đản được tổ chức thật thành công viên mãn. Gần cả ngàn người tham dự, không phải là chuyện dễ dàng tập trung tại xứ hải đảo này. Hy vọng càng ngày cây Bồ Đề miền Bắc sẽ được Phật tử vun xới, đừng để cho cái lạnh của đêm đông làm ảnh hưởng đến việc đâm chồi nảy lộc về sau.

Cũng ít ai ngờ được rằng vị Nữ Hoàng đang trị vì Đan Mạch là vợ của một người Pháp, mà ông này đã sinh trưởng tại Việt Nam. Trong những thời chinh chiến loạn ly đã có nhiều người đến Việt Nam để lập nghiệp, rồi lại ra đi, họ ra đi như từ một ánh thái dương tỏa rộng khắp bốn phương trời. Có phải vì thế mà Nữ Hoàng có cảm tình với dân tộc Việt Nam chăng? Đan Mạch là một xứ nhỏ, nhưng đã thâu nhận khoảng hơn 5.000 người tỵ nạn, và những nước lân cận đó cũng thế, như Na Uy, Thụy Điển đã có nhiều người Á Đông đến sinh sống.

Mùa Phật Đản 2527 vừa qua tại thành phố Oslo đã tập trung hơn 1.000 người về lễ Phật, chiêm bái, nguyện cầu. Điều đó chứng tỏ rằng những người này vẫn còn quan tâm đến tình người và mối Đạo.

Tại Oslo chưa có Thầy, nhưng bên Giáo Hội Thiên Chúa

Giáo đã có đến 3 linh mục để lo về đời sống tinh thần cho tín hữu.

Tôi đã ở lại với quý Linh Mục trong một nhà nghỉ mát trên đồi thông thật là thơ mộng, giống Đà Lạt của Việt Nam. Nghe tiếng thông reo, nhìn người cùng chí hướng lo phụng sự cho nhân quần. Tôi thấy mình như đang tham thiền giữa chánh điện của chùa Viên Giác. Ít thấy có sự khác biệt nào giữa những người đi phụng sự cho lý tưởng, cho Chúa hay cho Phật cũng vậy.

Nhưng trong tương lai gần thì sẽ có Đại Đức Thích Nhất Chơn từ Pháp qua hướng dẫn tinh thần. Một Ban Trị Sự Hội Phật giáo đã được thành hình với nhiều người có đạo tâm và sốt sắng.

Thành phố Oslo chưa bằng thành phố Đà Nẵng, nhưng núi đồi chồng chất khá cao. Đi trước Hoàng Cung của vua, nhưng tôi cứ ngỡ mình đang đi trong một công viên tại Đà Lạt hay phố Hội An. Nơi vua ở chẳng có lính gác mà cũng không có người hầu, không có tường cao mà chỉ toàn rào thưa hay bỏ trống. Đó mới thật là tự do, dân chủ. Các xứ Bắc Âu theo chế độ xã hội chủ nghĩa, nhưng tại sao họ có tự do? Trong khi đó Cộng Sản Việt Nam lúc nào cũng đi rao bán 2 chữ tự do mà chẳng có ai mua được cả.

Đời sống của dân chúng ở đây khá cao so với các nước Pháp và Bỉ hoặc Áo, những người đi làm việc phải đóng thuế 50 phần trăm cho nhà nước và người thất nghiệp được hưởng trợ cấp gần 50 phần trăm. Như thế ít có sự chênh lệch nào giữa làm việc và không làm việc. Nếu người dân không ý thức được trách nhiệm và bổn phận thì có lẽ họ đã ngồi nhà hết cho thư thái. Nhưng không, ở đây họ sống tròn trách nhiệm và bổn phận, chỉ lạnh lùng chút ít thôi. Có lẽ họ bị ảnh hưởng bởi thiên nhiên và địa lý.

Từ Tây Đức ta có thể dùng nhiều phương tiện khác nhau như xe hơi, tàu thủy, tàu hỏa hoặc máy bay đi đến Na Uy và Đan Mạch. Nếu đi từ Hannover đến Oslo bằng tàu hỏa, phải mất 19 tiếng đồng hồ, nếu xe hơi có thể lâu hơn thế nữa. Trong khi đó máy bay chỉ mất có 2 tiếng đồng hồ, nhưng giá không cao hơn xe lửa là bao. Hoặc ai có thì giờ thích ngao du sơn thủy thì hãy đến Kiel để xuống tàu, ngủ một đêm đến 10 giờ sáng hôm sau đã đến Oslo rồi.

Ngôn ngữ được dùng tại vùng Bắc Âu đối với người ngoại quốc là tiếng Đức. Hoặc tốt hơn hết là tiếng Anh, đi đâu cũng thông dụng cả.

Nghe nói rằng tại Thụy Điển cũng có nhiều người Việt Nam, nhưng tiếc thay tôi chưa có lần đặt chân đến. Hy vọng một ngày nào đó sẽ có cơ duyên, sau khi đi rồi, về sẽ viết cho quý độc giả bốn phương chuyện Bắc du trông xa vời thăm thẳm.

11. HOA TULIP Ở HÒA LAN

Nơi chánh điện chùa Viên Giác, tôi thấy một vị linh mục người Đức lạy Phật một cách thành kính. Người ông hơi cúi xuống thấp, 2 tay, 2 chân và đầu ông dập xuống dưới chân Đức Phật, rồi ông lâm râm khấn nguyện... Nhìn hình ảnh đó, lòng tôi tự nhiên chùng xuống và kính nể vị linh mục ấy vô cùng. Đức Phật ngự trên tòa sen có lẽ đã thấu hiểu căn cơ của những người gần với giáo lý của Ngài và sẽ giúp họ giác ngộ được chân lý nhiệm mầu giải thoát như bao chúng sanh khác.

Nhìn ngược lại nơi chúng ta, có những người xưng là Phật tử, có đi chùa, nhưng hầu như chưa bao giờ biết lạy Phật như thế nào. Có lẽ họ không biết thực sự, sợ lạy sai sẽ có người chê cười. Nhưng cũng có thể vì tính kiêu căng, tự cao, ngã mạn, nghĩ mình là ông này bà nọ nên chưa chịu đảnh lễ Đức Thế Tôn. Nhưng hỡi ai đó hãy xem gương A Dục ở Ấn Độ, Thánh Đức Thái Tử ở Nhật, hay vua Lý Thái Tổ ở Việt Nam để học hỏi những hạnh lành. Ai giàu có, địa vị, quyền uy hơn những bậc phụ mẫu trong thiên hạ, nhưng họ đã chịu quy phục pháp Phật, quy y theo Tam Bảo. Giang hồ ngang dọc như Nguyễn Công Trứ hay Nguyễn Trải rồi cuối cùng cũng đầu Phật quy y. Hung hăng như chàng Vô Não và độc ác như Đề Bà Đạt Đa, A Xà Thế rồi cũng phải chịu khuất phục giáo lý vô ngã của Đức Phật. Nên những người Phật tử cần phải noi gương những bậc tiền bối kia, hãy thu nhỏ cái ngã của mình lại để học hỏi những hạnh lành. Lạy Phật, đối với người trí thức không phải van xin Ngài để cho mình một điều gì, mà lạy Đức Phật để cho lòng tự cao, ngã mạn của mình được đè xuống, nguyện học theo gương sáng của đời Ngài. Lạy Phật là lạy chính mình, không phải lạy đối tượng được lạy. Vì thế, là người Phật tử cần phải hạ mình xuống nhiều hơn nữa, để chúng ta học hỏi phép Phật nhiệm mầu.

Ngày nay tại Đức nói riêng hay Âu Châu nói chung có rất nhiều nhà thờ mở lớp thiền cho công chúng, có rất nhiều linh mục theo tu thiền trong các chùa Nhật Bản. Nhiều đại học Thiên Chúa Giáo và các đại học công, tư lập khác đều có mở những phân khoa Phật Học. Điều đó chứng tỏ rằng giáo lý Đức Phật đang được xiển dương ở các quốc độ phương Tây. Và mới đây tại Hòa Lan tôi gặp một vị linh mục người bản xứ. Ông ấy nói về Tứ Diệu Đế, về

Bát Chánh Đạo một cách khá rành mạch và hợp với tinh thần khế lý cũng như khế cơ của Đạo Phật. Tôi ngồi đối diện với vị linh mục kia, đôi lúc lại tưởng rằng mình đang nói chuyện với một khách tăng hay là một Phật tử thuần thành đối với Đạo.

Ngày xưa không biết Nguyễn Đình Chiểu hay Nguyễn Cư Trinh ảnh hưởng đạo Nho như thế nào mà viết nhiều bài chê bai đạo Phật, như trong truyện Sãi Vãi và một vài tác phẩm khác. Nếu ngày nay những người này còn sống, ta nên mời họ sang Âu Châu để xem thế thái nhân tình.

Niềm vui cũng hiện lên trong tôi và nỗi buồn cũng len lỏi nơi tâm hồn, khi nghĩ đến những người khác đạo tìm hiểu giáo lý của đức Phật trong khi chính những người Á Đông lại bài xích triết thuyết Á Đông để chạy theo một cái gì ít có trường tồn vĩnh cửu.

Đến Hòa Lan để xem hoa tulip nở vào mùa xuân khi tiết trời ấm áp, hay vào thu khi những bông cúc, bông hồng nở rộ, cũng không bằng đến đây vào mùa Phật Đản hay Hội Vu Lan để xem những người con Phật khắp nơi trên mọi miền đất nước, hân hoan đón chào ngày xuất trần của bậc Đại Giác Ngộ, và vào ngày báo hiếu cho song đường.

Hòa Lan chưa có Thầy và có chùa Việt Nam như chùa Thái, chùa Tàu và chùa Nhật đã có từ lâu. Có lẽ ở đây chưa có vị thầy nào hướng dẫn? Nói như thế cũng chưa đúng, vì có rất nhiều nơi trên thế giới không có Thầy mà Phật giáo vẫn phát triển một cách vững vàng. Như vậy ở Hòa Lan người Phật tử không nhiệt tâm với Đạo hay sao? Điều đó hoàn toàn sai. Vì ai đến Hòa Lan đều thấy rằng người Việt tại đây đa số là Phật tử, mà Phật tử thuần thành cũng không phải là ít. Nhưng có lẽ vì cơ duyên chưa đến nên Phật tử vẫn còn đợi chờ, chưa thành lập Hội và Chùa đấy thôi. Nhưng hy vọng từ nay Hòa Lan sẽ phát triển khả quan hơn các nước khác, vì Hoà Lan sanh sau để muộn hơn các nước khác tại Âu Châu, nhưng sẽ trưởng thành sớm bởi có nhiều điều kiện thuận tiện hơn.

Xứ Hòa Lan vui vào xuân và buồn vào thu, như bao nhiêu xứ Bắc Âu khác, vì khí hậu và phong thổ. Đến đây để thấy một đất nước mà phần lớn diện tích nằm thấp hơn mực nước biển, để thấy lòng mình tê tái khi gió thu sang, cảnh Hòa Lan đã buồn lại càng buồn hơn nữa khi tiếng gió đưa lạnh lẽo, khi bầu trời mùa thu âu sầu ảm đạm.

Vốn biết rằng cuộc đời là vô thường, nhân sinh là giả hợp, vũ trụ vạn hữu biến chuyển không ngừng, nhưng mấy ai hiểu được lòng mình khi gió thu sang, hay hình ảnh mùa xuân lại chợt đến. Có vị thiền sư bảo rằng:

"Sống ngày nay biết ngày nay,
Còn xuân thu trước ai hay làm gì?"

Đúng như thế. Chúng ta chỉ nên sống cho hiện tại thật đầy đủ, đừng luyến tiếc quá khứ và đừng mơ tưởng tương lai, vì hiện tại đẹp, tương lai sẽ tốt. Nếu hiện tại xấu thì biết rằng quá khứ đã không được tốt. Chúng ta sống cho hiện tại không có nghĩa là buông thả theo dục vọng mà là sống cho chính mình, sống cho nội tâm của mình, để được giải thoát một cách siêu việt.

12. CHUYỆN XỨ PHÙ TANG

Ngày tháng trôi qua nhanh như *"bóng câu qua cửa sổ"*, mới đó mà đã tám năm trường xa xứ. Có ai trong chúng ta tự hỏi rằng trong tám năm ấy chúng ta đã làm được gì cho chính ta? Cho gia đình? Cho bè bạn? Cho cuộc đời? Cho đoàn thể? Có lẽ câu trả lời cũng có mà cũng không, như triết lý Bát Nhã chân như vậy:

"Có thì có tự mảy may,
Không thì cả thế gian này cũng không.
Có, không bóng nguyệt lòng sông,
Xin đừng bám víu có, không làm gì?"

Nhưng ít ra chúng ta cũng tự biết rằng nội tâm của chúng ta đang biến đổi bởi hoàn cảnh và không gian.

Có nhiều người thay đổi cả cuộc sống, thay đổi trong mọi lãnh vực giao tế hằng ngày, như thế tốt hay xấu, được hay mất, chẳng ai hiểu được. Vì dòng đời luôn biến đổi và thế sự quá thăng trầm. Mong rằng những người Phật tử nên luôn luôn tâm niệm:

"Hư không dù có chuyển di,
Nguyện con muôn kiếp chẳng hề lung lay.
Nguyện cầu vạn pháp xưa nay,
Hoàn thành trí nghiệp đến nơi Bồ Đề."

Lúc còn ở Nhật cũng như khi xa Nhật, mỗi khi gặp bạn bè hay người thân, họ thường hỏi tôi rằng: *"Người Nhật và nước Nhật ra sao?"* Câu trả lời rất đơn giản và được lặp đi lặp lại nhiều lần như sau: *"Người Nhật giống như hoa anh đào, có sắc nhưng chẳng có hương."* Nhiều người bạn Nhật giật mình khi nghe câu trả lời đó và cũng có lắm người Việt

Nam trợn mắt bảo tôi rằng, như vậy làm sao đúng với câu phương ngôn ông bà mình thường hay nói là *"ăn cơm Tàu, ở nhà Tây, lấy vợ Nhật"*.

Tôi không phủ nhận câu phương ngôn ấy, nhưng nếu nhìn chung người Nhật là như vậy. Nhiều người Nhật hỏi người ngoại quốc câu hỏi ấy với mục đích được nghe lời khen tặng, không ai mong mỏi có một lời phê bình. Vì bản tính xã giao của người Nhật, dở cũng thường khen ngon, xấu cũng khen đẹp. Không biết sau lưng người khác, họ có chê không thì chỉ riêng họ biết, chứ trước mặt bất cứ người khách nào, họ vẫn luôn lễ phép lịch sự.

Cách đây chừng tám năm tôi có viết một bài với tựa đề *"Nihon no Watashi no me no shita"* nghĩa là *"Nhật Bản dưới mắt tôi"*, đăng trong tạp chí NIHON TOSHO. Tiền nhuận bút được trả rất hậu, nhưng có lẽ họ phải bóp bụng để đăng bài này. Sự thật như hoa anh đào - tượng trưng cho linh hồn người Nhật. Hoa đẹp vô ngần, mỗi năm chỉ nở một lần và mỗi lần chỉ kéo dài khoảng một tuần lễ. Trong khi hoa nở không bao giờ có một chiếc lá non chen lẫn vào. Màu sắc thật tươi như ánh xuân sang, nhưng tuyệt nhiên không có một loại hoa anh đào nào có mùi hương ngọt ngào cả.

Nếu ép người Nhật vào câu nói ấy, kể cũng tội cho họ, vì họ còn những đức tính khác mà các dân tộc Á hoặc Âu ít có được. Đó là tinh thần đoàn kết, tôn trọng, trên dưới phân minh, chủ tớ không lập lờ. Tôi chê Nhật mà cũng thích Nhật, giống như biết rằng ăn khổ qua là đắng, nhưng vẫn muốn dùng khi nhớ đến mùi vị của quê hương. Ngày nay nước Nhật cũng đã ngang hàng với các nước lớn trên thế giới, chỉ có một điều dễ hiểu là họ thương yêu nhau, đoàn kết với nhau và cố tạo dựng một nước Nhật không còn nghèo đói sau Đệ nhị Thế chiến.

Nhật và Đức đã thua Mỹ sau Đệ nhị Thế chiến mà ngày nay các dân tộc này đã tiến bộ đến đâu, chắc không cần nói ai cũng biết. Trong khi đó Việt Nam chúng ta vào thời điểm 1975, người Cộng sản luôn tự hào rằng họ đã thắng Mỹ, nhưng để làm gì? Hay để ngày nay đi ăn xin trên thế giới? Nhiều người Nhật rất giận Mỹ, căm thù Mỹ, nhất là những người bị nạn bom nguyên tử tại hai đảo Hiroshima và Nagasaki. Nhưng cũng có lắm người Nhật ca tụng Mỹ và cám ơn Mỹ. Có người nói rằng: "Sau Đệ nhị Thế chiến, nếu không nhờ bo bo của Mỹ thì nước Nhật không có ngày nay."

Có lẽ cùng chính nhờ cái nhục nhã thua trận và đói khát đó mà người Nhật đã ý thức được tinh thần đoàn kết, xây dựng quê hương họ. Nếu chẳng may họ giống như dân tộc Việt Nam chúng ta, không biết bây giờ họ đã ra sao rồi?

Ngày xưa khi đặt chân đến Nhật, thấy cái gì cũng văn minh, tiến bộ, cảm nghĩ đầu tiên của tôi hay của nhiều người Việt Nam khác lúc bấy giờ là phải tìm học những cái hay ấy, thâu thập tinh thần ấy cũng như văn hóa, tri thức của họ để mang về quê hương, trao đổi kinh nghiệm sống của người quốc nội. Đó là nói trên bình diện khác có thể được, còn về tôn giáo thì lại không, hầu như hoàn toàn trái ngược lại những điều mình nghĩ lúc ban đầu. Nhiều lúc suy đi nghĩ lại không biết mình đi học ở Nhật có đúng không, hay đã đi lầm đường?

Các nước khác trên thế giới có lẽ khác hơn Việt Nam nhiều, khi sinh viên muốn đi học nước nào, họ phải nghiên cứu nhiều về nước đó, có rất nhiều tài liệu. Còn tại Việt Nam ta thời bấy giờ hầu như không có một quyển sách nào hướng dẫn về đời sống của người sinh viên Việt Nam và ngoại quốc tại Nhật cả. Nếu có đi chăng nữa, lâu lâu có người tốt nghiệp ở Nhật về diễn thuyết một vài lần tại vài nơi ở Sài Gòn rồi đâu lại vào đấy. Người nào đi nghe thì biết, còn người nào không có dịp nghe coi như mù tịt. Riêng về lãnh vực tôn giáo thì lại càng mờ mịt hơn. Trước đó có nhiều vị Thượng Tọa, Đại Đức du học tại Nhật về, làm việc tại Việt Nam, nhưng quý Thầy cũng chẳng hề đề cập gì đến Nhật Bản. Có lẽ vì ngại viết về sự thật của một nước mà quý Thầy đã bao năm dồi kinh mài sử chăng?

Ở Việt Nam có một dạo nhiều người bảo rằng phong trào "tân tăng" tại Nhật thạnh hành lắm. Nghe như vậy, tôi chỉ hiểu như vậy thôi. Khi qua đến Nhật tôi có đề cập với các tu sĩ Nhật Bản về vấn đề này, nhưng ai cũng ngạc nhiên và chữ shinso (tân tăng) không ai hiểu là gì và trong tự điển của Nhật cũng không có. Vì Phật giáo của họ không có người theo phái cũ nên ai bảo rằng mới chứ thật ra với họ không mới, mà đã cũ lắm rồi. Ngài Thân Loan Thánh Nhân (Shinran Shonin) là Tông Trưởng của phái Tịnh Độ Chân Tông (Jodoshinshu) đã có vợ có con từ khoảng thời gian tương đương với đời nhà Trần của Việt Nam và kể từ đó các tăng sĩ của Tông này đều được quyền lấy vợ. Hỏi ra mới biết nguyên do rằng: Thuở bấy giờ trong Tăng chúng có người muốn tu và có kẻ muốn hoàn tục, cửa thiền hay náo động luôn nên Ngài đã cho phép đệ tử của Ngài lập gia đình nhưng vẫn tu theo phương pháp *"tức thân thành Phật"*. Và chính Ngài cũng đã lấy một vị công chúa của triều đình.

Câu chuyện xưa thực là xưa, gần như là thần thoại Nhật Bản, nhưng Việt Nam mình ở kế sát vách mà không biết gì. Và gần đây nữa, hồi Minh Trị Duy Tân (1868), nhà vua bắt buộc giới tăng sĩ phải có công ăn việc làm và phải có một cuộc sống như người thế tục để đóng góp vào công việc xây dựng đất nước theo lối Âu Châu, và cũng kể từ thời điểm này tất cả giới tăng sĩ Nhật Bản hầu như 95 phần trăm đều lập gia đình, họ sống trong chùa, sinh con đẻ cái giống như người thế tục. Chúng tôi tin rằng biết trước sự việc trên vẫn tốt hơn, vì người tăng sĩ Việt Nam nếu đến Nhật sẽ có thời gian và điều kiện để đối phó với những khó khăn sắp tới. Ai ngờ khi gặp họ, mình bảo rằng: "Tu gì mà lập gia đình sinh con đẻ cái trong chùa, coi chẳng giống ai hết", thì họ lại bảo rằng: "Tu như mấy ông mới kỳ chứ. Tu gì mà không có người nối dõi tông đường thì làm sao ngôi chùa được đứng vững!" Tôi thật buồn cười cho lối lập luận trên. Vì trong một đám người da đen mà bị lọt vào một người da vàng hay da trắng thì mình cũng trở thành một người dị biệt, và ngược lại cũng thế!

Vì thế, ở Nhật không có chế độ phát tâm xuất gia, mà xuất gia như là bổn phận và trách nhiệm để gìn giữ tông môn mà thôi. Nếu vị sư trụ trì có một hay nhiều người con trai, bắt buộc ít nhất là một người phải đi tu. Nếu vị sư trụ trì đó chỉ có một người con gái thì bắt buộc chàng rể kia phải đi tu. Từ sinh ra cho đến khi học hết Trung Học Đệ Nhất cấp, người con trai ấy có thể học bất cứ trường nào, giống như bao nhiêu người Nhật khác, nhưng khi vào Đại Học bắt buộc phải học phân khoa Phật học của trường đại học thuộc tông phái của ngôi chùa đó. Ở Nhật có 13 tông và hơn 50 phái. Mỗi tông có nhiều đại học và ngày nay trên toàn cõi nước Nhật có gần 1.000 đại học thì Phật giáo đã chiếm hơn 50 cái rồi. Khi người con trai ấy tốt nghiệp đại học, có thể là cử nhân, cao học, hay tiến sĩ, còn phải đi tu luyện khổ hạnh 3 tháng trường.

Ba tháng này gọi là Aragyo, như tông Nhật Liên vẫn thường gọi, là ba tháng lạnh nhất trong năm. Người tu khổ hạnh không được cạo tóc râu, mỗi ngày tắm nước lạnh sáu lần, tụng kinh, ngồi thiền 6 thời, ăn cơm một lần và ăn cháo 6 lần. Có nhiều người theo không nổi bị bệnh nặng giữa đường thì phải chờ năm khác hoặc có khi cũng có người chết vì cơ thể quá yếu đuối. Nhưng nếu không trải qua giai đoạn tu hành cam go ấy thì không thể làm trụ trì được.

Sau khi tu khổ hạnh 3 tháng xong, người tăng sĩ ấy về chùa của sư phụ mình. Lúc này được đàn gia và tín đồ đón rước tử tế và vị thí chủ nào giàu nhất, có con gái đẹp nhất sẽ đem gả cho vị sư ấy. Danh vọng, địa vị, tiền tài, quyền thế chẳng thiếu gì, nhiều lúc còn hơn những tay cự phú ở thế gian. Vì thế có nhiều cô thiếu nữ Nhật lớn lên chỉ mong được làm vợ ông thầy chùa là đủ rồi. Đó là sự thật không ngoa chút nào. Nếu ai đó có tò mò thì hãy sang Nhật một chuyến cho biết thôi, chứ biết mà thực hành theo thì nguy cho Phật giáo Việt Nam lắm!

Hồi trước năm 1975, có nhiều vị Thượng Tọa sau khi đi Nhật về đã đề xướng phong trào Tân Tăng, nhưng chưa thực hiện đã bị phản đối, vì Phật tử quan niệm rằng: Cuộc đời còn quá nhiều đau khổ thì quý Thầy vui chi mà sung sướng riêng một mình. Do đó mọi dự án đã bị hủy bỏ. Tuy nhiên, vẫn có nhiều người thực hiện bán công khai, nhưng như thế vẫn tội lỗi. Thà rằng cứ minh bạch như Phật giáo Nhật Bản còn tốt hơn là lén lút làm hoen ố cửa Thiền. Vì nếu tu trong chùa không được mà bị ép buộc ở lại thì chuyện đó không nên, lại quên đi lời nguyện lúc ban đầu thì cũng sợ hổ phận với mình, với cha mẹ và bằng hữu. Thật là thiên nan vạn nan. Vì thế Phật giáo Việt Nam chắc cũng phải có lối thoát mới giúp được những trường hợp như trên.

Mong rằng sự thật không mất lòng những người bạn Nhật, và mong quý vị độc giả Việt Nam hiểu cho một người đã ở chùa Nhật lâu năm, nên mới viết lên đây đôi dòng để biết đâu là chơn, đâu là giả, hầu có thể hiểu người Nhật và tôn giáo của Nhật Bản một cách sâu xa cặn kẽ hơn.

Người Pháp có câu châm ngôn rằng: *"Con mắt là cửa sổ tâm hồn"*, nhưng nếu nói đúng hơn thì *"Ngôn ngữ là cửa sổ tâm hồn"*. Nói như vậy mới hợp với hoàn cảnh của người tỵ nạn Việt Nam chúng ta trong hiện tại. Ngôn ngữ dùng để diễn tả những gì mình muốn biểu lộ, để đối phương hiểu được điều mình muốn nói. Ngôn ngữ là một gạch nối, nối liền giữa hai dân tộc với nhau, hai nền văn hóa khác nhau hoặc hai tư tưởng khác nhau v.v... Một người biết được nhiều ngôn ngữ, người ấy sẽ thoải mái trong vấn đề giao tế hằng ngày. Nếu không, ngôn ngữ sẽ là một bức tường kiên cố ngăn chia đôi ngả giữa dân tộc này và dân tộc khác, vững chắc hơn là Vạn Lý Trường Thành.

Có nhiều loại ngôn ngữ tương đối dễ học, nhưng cũng có lắm loại rất khó. Nói dễ, vì nó là tiếng được nhiều người dùng đến, không phức tạp cầu kỳ. Thật ra, bất cứ một ngôn ngữ nào, muốn học cho đến nơi đến chốn không phải là chuyện dễ. Các loại ngôn ngữ khó nhất, nhì trên thế giới như tiếng Đức, tiếng Hòa Lan, Na Uy, Nga, Tàu, Nhật v.v... Các loại ngôn ngữ tương đối dễ học như Anh, Pháp v.v... Tiếng Nhật và tiếng Đức khá giống nhau về cách cấu kết văn phạm, nhưng không giống nhau về âm thanh. Ngược lại tiếng Tàu và tiếng Việt khá giống nhau về âm thanh, nhưng văn phạm lại sai khác rất nhiều. Các ngôn ngữ Âu Châu đa số tử âm nhiều hơn mẫu âm, nên người đọc phải cần nhiều dấu giọng, lúc lên lúc xuống. Nhưng tiếng Nhật thì không cần, vì mẫu âm nhiều hơn tử âm, nên chúng ta có thể học và nói tiếng Nhật một cách dễ dàng.

Lần đầu tiên đến Nhật, tôi nhìn đâu cũng thấy toàn chữ Hán và chữ Hiragana hoặc Katakana, hầu như không có một mẫu tự La Mã nào được dùng thông dụng, ngoại trừ trong trường Nhật ngữ dành cho những sinh viên ngoại quốc lúc ban đầu.

Người Nhật viết chữ Hán, nhưng đọc theo âm Nhật, cũng giống như chúng ta có âm Hán Việt, hoặc Đại Hàn cũng viết chữ Hán nhưng đọc theo âm Đại Hàn.

Dầu cho người Nhật có giỏi tiếng Anh hay tiếng Pháp đi chăng nữa, nhưng nếu ai hỏi họ bằng tiếng Anh thì họ sẽ tận tụy trả lời bằng tiếng Nhật. Một mặt vì tự hào, mặt khác vì người Nhật nói ngoại ngữ rất dở. Cách phát âm cũng như động tác thua người Việt Nam và Ấn Độ nhiều, nên họ ít muốn nói. Tuy nhiên, trên lãnh vực nghiên cứu thì hầu như không có sinh viên ngoại quốc nào qua mặt nổi người Nhật cả.

Những lúc ban đầu, tôi thấy ngôn ngữ quá phức tạp. Nó là một bức tường thành ngăn chia đôi ngả. Tôi vẫn thường hay nghĩ rằng: Loài thú, dầu là con trâu, con bò, con chim se sẻ, chim bồ câu, con gà, con vịt v.v... ở đâu chúng cũng kêu hình như chỉ có một âm thanh duy nhất. Tại sao loài người lại đặt ra quá nhiều ngôn ngữ làm gì? Không biết một nhà bác học nào đó muốn tìm một *"thế giới ngữ"* cho loài người thì bao giờ mới thực hiện được? Nếu thực hiện được điều đó, có lẽ loài người sẽ đỡ bận tâm nhiều như trong hiện tại.

Ngày xưa khi Đức Phật còn tại thế Ngài dùng tiếng Ấn địa phương để giảng pháp, nhưng Ngài có thể hiểu tất cả tiếng của chư thiên, rồng, dạ-xoa, càn-thát-bà, a-tu-la và những loại chúng sanh khác nữa. Quả thực bậc đã chứng được thiên nhĩ thông, thiên nhãn thông thì không cần học, chỉ cần tu cũng biết hết. Lúc đó là lúc *"tu nhi vô tu, hành nhi vô hành"* và *"chứng nhi vô chứng"* nên mới được biện tài vô ngại như thế. Vì thế, có nhiều bậc tôn túc bảo tôi rằng: *"Có nhiều người mong đi khắp nơi để biết tất cả, nhưng không bằng ở một nơi mà biết tất cả mới hay hơn."* Câu nói thật đầy đủ ý nghĩa trong việc tu và hành đạo. Nhưng thời nay vì phước mỏng, nghiệp dày, chướng nhiều, huệ ít, nên khó có thể ngồi một nơi mà biết được như các vị Phật và các vị Bồ Tát.

Đức Quán Thế Âm Bồ Tát có lời nguyện lắng nghe khắp đại thiên thế giới để cứu độ chúng sanh gặp khổ não. Nếu nơi nào có chúng sanh niệm đến danh hiệu ngài, ngài đều hiện thân cứu khổ. Trong khi đó, dầu xã hội loài người ngày nay có văn minh đến đâu đi chăng nữa cũng chỉ có thể đi phi cơ siêu thanh concorde, phản lực cơ hoặc phi thuyền là cùng. Thời gian quá tốn kém, nhưng chỉ đi được có một đoạn đường giới hạn.

Ở Nhật, nếu ra ngoài đường không biết lối đi, điều đầu tiên là hỏi cảnh sát. Nếu không gặp cảnh sát, nên hỏi đàn bà và không nên hỏi đàn ông. Vì đàn ông Nhật rất lãnh đạm và đàn bà Nhật thì tử tế không bút mực nào diễn tả hết. Cho nên đã có nhiều người sinh viên Việt Nam chịu ở lại Nhật luôn, không về nước hoặc không đi nước khác, chỉ có một điều duy nhất là mến đức hạnh của người đàn bà Nhật.

Theo Khổng giáo thì đàn bà phải đủ các phương diện *tam tòng* (*tại gia tòng phụ, xuất giá tòng phu, phu tử tòng tử* - ở nhà theo cha, có chồng theo chồng, chồng chết theo con) và tứ đức (*công, dung, ngôn, hạnh*), nhưng ngày nay ảnh hưởng của Khổng giáo không còn mạnh như thuở xa xưa nữa, đối với người đàn bà Á Đông nói chung hay ở Nhật Bản nói riêng. Người đàn bà Nhật trước khi đi lấy chồng, điều kiện bắt buộc là phải biết cắm hoa (ikebana) và biết cách pha trà (chado). Cắm hoa và pha trà là những nghệ thuật khá điêu luyện được phát xuất từ Thiền tông của Phật giáo. Hình ảnh cắm một cành hoa hoặc rót một ly trà, có thể nói lên hết tâm niệm của một con người, động hay tĩnh, chân chánh hay lả lơi. Vì thế, nếu người đàn bà Nhật nào đó chưa biết cắm hoa và chưa biết rót trà thì ngày cưới hỏi chưa được đề cập đến. Vô hình trung điều đó đã trở thành một tập quán và một luật lệ khá phổ thông cho bất cứ người đàn bà Nhật nào muốn lấy chồng.

Người Nhật sanh ra ở tại nhà, lớn lên dựng vợ gả chồng thì ở nhà thờ hoặc thần xã, chết đi lại vào chùa. Họ quanh quẩn chỉ có vậy, mà ngày nay việc đi thần xã hoặc đi chùa là một thói quen và cũng là một tập tục.

Một đám cưới sang trọng hay một đám cưới bình dân hầu như cô dâu nào cũng phải mặc áo kimono cả, cũng giống như Việt Nam chúng ta, nếu một đám cưới mà cô dâu không mặc áo dài thì đám cưới đó không còn giữ đúng phong tục và lễ nghi của người Việt Nam nữa.

Kimono là một loại áo dài may thành 3-5 lớp rất công phu và ngắn gọn. Vì chiếc kimono ngày cưới quá đắt tiền nên ngày nay các cô dâu và chú rể thường đi thuê nhiều hơn là may sắm.

Đám ma đa số tại tư gia hoặc đem về chùa để làm lễ. Thông thường người Nhật ngày nay hay thiêu nhiều hơn chôn. Thiêu đỡ tốn chỗ và hợp vệ sinh hơn. Đó là điều chính phủ vẫn thường khuyến khích.

Trong vườn chùa nào cũng có nghĩa địa dành cho việc chôn cất những hài cốt đã thiêu của tín đồ. Mỗi một gia đình có một ngôi mộ chung. Người mới mất, sau khi thiêu để đến 49 ngày, đem vào để chung trong mộ với những thân nhân quá vãng.

Nếu tang chủ hữu sự, mời một vị Thầy đến để hướng dẫn buổi lễ cầu siêu. Lần tụng niệm trước khi đi thiêu gọi là Otsuya (thông dạ), đến sáng hôm sau đưa linh cữu vào hỏa lò, có thân nhân đi theo và sau một tiếng đồng hồ thiêu xong, chính thân nhân sẽ gắp xương của người thân mình bỏ vào hộp rồi mang về chùa. Một đám hỏa thiêu được cử hành sớm nhất là sau 24 tiếng đồng hồ. Vì Phật giáo cũng như khoa học quan niệm rằng: Chết chưa phải là hết, mà chết chỉ là một số phần nào trong cơ thể chết thôi, chết từ từ có thể trong vòng 24 tiếng đồng hồ có nhiều người còn sống lại vì một số tế bào còn hoạt động. Nên bắt buộc phải sau 24 tiếng đồng hồ mới được thiêu hoặc chôn. Phật giáo đã có mấy ngàn năm nay, khoa học thì mới phát triển trong những thế kỷ gần đây, nhưng nhận thấy rằng quan niệm của khoa học cũng rất gần với Phật giáo. Khoa học ngày càng tiến bộ thì giáo lý của Phật giáo càng được triển khai nhiều hơn nữa.

Việc cúng dường ma chay thì tùy tâm của tín chủ, nhưng ngày nay Phật giáo Nhật Bản chủ trương nhiều chuyện khó tin và ít có quốc gia Phật giáo nào trên thế giới thực hiện cả.

Đối với chúng ta, pháp danh là một tên trong đạo khi người Phật tử thọ Tam quy, ngũ giới được thầy Bổn Sư truyền cho. Trong khi đó, Phật tử tại Nhật Bản lúc sống không có pháp danh mà lúc chết mới xin vị sư đặt cho. Pháp danh đẹp hay thông thường, cư sĩ hay tín sĩ, tín nữ v.v... theo đó mà giá cả có lên xuống. Tu sĩ không phải là một nghề nghiệp như bao nhiêu nghề nghiệp khác, nhưng ngày nay tu sĩ Nhật Bản đã bước vào một cái nghề như bao nhiêu nghề khác.

Khi người Nhật vào nhà hay vào chùa phải để giày dép trước hành lang, xếp hàng ngay ngắn và thuận chiều ra để lúc đi ra dễ xỏ chân vào. Người Nhật thường quý khách và tiếp khách rất tận tâm, niềm nở. Cách cười, cách nói, cái duyên dáng, điệu bộ của người đàn bà Nhật lúc tiếp khách trong nhà hoặc ở ngoài cửa tiệm, chưa có người đàn bà nào trên thế giới chu toàn bằng.

Nhà cửa người Nhật rất chật chội, nên nhiều nhà phòng khách cũng là phòng ngủ, phòng làm việc, học hành cũng chỉ chung một phòng. Đồ dùng của Nhật Bản không cồng kềnh như đồ dùng của Âu Châu. Ban ngày họ bày biện ra thành gian phòng khách, ban đêm họ thu xếp lại để thành phòng ngủ. Người đàn bà Nhật lo chu toàn mọi việc trong nhà nên gọi là gia nội. Ngoài cái nhà ra là bổn phận của người chồng, không còn là bổn phận của đàn bà nữa. Bởi thế có nhiều chính khách Nhật Bản đi đâu cũng chỉ đi có một mình, ít khi mang gia nội theo. Trong khi đó người Âu Mỹ đi đâu cũng có nội tướng đi theo. Có thể đi giúp đỡ đấng lang quân, mà cũng có khi đi để dòm ngó, xem thử chồng mình có nhỏ to gì không, vì đàn bà ở phương Tây được xem trọng.

Nhưng theo Đức Phật và Đức Chúa cũng như những vị Giáo chủ của các đạo khác, tuy vẫn tôn trọng giới nữ nhưng họ vẫn chưa được bình đẳng cân xứng với đàn ông, vì họ có nhiều nghiệp lực cần phải tu sửa nhiều hơn nữa.

Người Nhật ăn sáng 10 phút, ăn trưa 15 phút và ăn tối khoảng 20 phút là nhiều. Họ làm gì cũng có tính cách vội vã, nhưng rất chu đáo, kỹ lưỡng và sạch sẽ nhất nhì trên thế giới. Tôi đi khắp năm châu, dọc ngang qua bốn bể không biết bao nhiêu để biết rằng người ăn ở sạch sẽ nhất thế giới là người Thụy Sĩ, nhì là Nhật và Đức thứ ba, thứ tư, năm, sáu là các nước Úc, Âu và Mỹ Châu. Ngôi chùa đã sạch còn phải được sạch hơn nữa. Có lần một vị Sư Nhật bảo tôi rằng: *"Nếu mình lau cái nhà không sạch, làm sao lau cái tâm mình cho sạch được."* Tôi bừng tỉnh vì câu nói ấy, mãi cho đến bây giờ hay tương lai về sau, câu nói ấy vẫn là đề tài thiền quán của tôi khi tham thiền cũng như lúc tụng niệm. Người Việt Nam chúng ta nếu thấy nhà sạch cứ để dơ nhớp mới lau chùi, trong khi đó người Nhật vẫn lau chùi hằng ngày mặc dầu nhà rất sạch. Hai hoàn cảnh và hai quan niệm rất khác nhau, nhưng nếu chúng ta làm được như người Nhật, có lẽ chúng ta không như ngày hôm nay, cam phận lưu đày nơi ngoại quốc như thế này.

Người Nhật chỉ biết có làm việc và làm việc. Lúc nào cũng chăm chú vào việc làm. Trong khi đó Việt Nam chúng ta quá nhiều nhân tài, nhưng chúng ta không chịu đầu phục, nên vận nước mới suy vi. Người Nhật hiểu được như vậy là nhờ vào tinh thần dân tộc và mạch sống tâm linh của Phật giáo. Còn chúng ta, tinh thần dân tộc vẫn có nhưng chỉ là những phát biểu suông. Phật giáo vẫn còn đây, nhưng không có nhiều người phụng sự hết lòng. Chúng ta rất thờ ơ với niềm tin tôn giáo và rất dễ dãi với chính mình. Nếu cứ như vậy thì dù 300 hay 500 năm sau nữa cũng vẫn cứ đà này mà đi xuống, không cách nào tiến bằng Nhật Bản như hôm nay.

Viết về một dân tộc, trên mọi bình diện không phải là dễ, điều khó hơn nữa là làm sao bắt chước được những cái đáng làm và nên làm, đó là điều đáng lưu tâm. Hy vọng rằng *"Đường không biên giới"* sẽ còn đi mãi và kỳ sau sẽ về tận quê hương yêu dấu của chúng ta - Việt Nam trong muôn thuở.

13. NHỚ VỀ NHỮNG NGÔI CHÙA XỨ QUẢNG

Ta sinh ra đời từ chỗ không đến có. Lớn lên, gầy dựng sự nghiệp, góp mặt cho đời này, để từ có rồi trở lại không. Khi hai tay đã buông xuôi với việc thế sự thăng trầm, dầu là công hầu hay khanh tướng, cũng chỉ lưu danh hậu thế một thời gian, rồi theo định luật tuần hoàn của tạo hóa mà lãng xao vào dĩ vãng.

Thời gian có xuân, hạ, thu, đông, không gian có đông, tây, nam, bắc. Loài người có lúc trẻ, lúc già, lúc thương yêu, lúc ghét bỏ, nhưng mấy ai ý thức được sự vô thường trong cõi tạm? Quả thật cuộc đời là một cái gì trong vòng lẩn quẩn.

Chúng ta sinh ra, lớn lên từ quê hương Việt Nam yêu dấu, những tưởng rằng ta lại ở mãi với cỏ cây, sông núi và ruộng đồng, với người xưa, bên những hình bóng cũ. Nào ngờ đâu sự thế đổi thay, dòng đời xuôi ngược, khiến bao người phải trôi nổi ở nhiều quốc độ để tìm một niềm tin và một lẽ sống. Phải chăng nghiệp thức chiêu cảm của chúng sinh trong cõi Ta Bà này vẫn còn quá nặng, nên dân tộc ta và chính chúng ta còn phải chịu nhiều khổ nạn như ngày nay?

Ra đi bỏ lại sau lưng biết bao nhiêu niềm vui lẫn nỗi buồn trong quá khứ, nhưng chúng ta đành phải chấp nhận. Nếu ai hiểu được hai chữ *"vô thường"* thì đỡ đi một phần khổ tâm nhọc trí, luyến tiếc cảnh cũ, người xưa. Còn nếu chúng ta chưa thẩm định được giá trị của cuộc đời theo nhân sinh quan của Phật giáo thì ta vẫn còn khổ. Vì ta chưa tự làm chủ được ta, mà để cho ngoại cảnh làm chủ mình.

Viết về quê hương Việt Nam để nhớ và nghĩ đến đất nước của chúng ta. Nơi đó đã trưởng dưỡng biết bao nhiêu tinh hoa của dân tộc, từ tôn giáo, văn hóa cho đến đời sống của những người đầu trần áo vải làm lụng quanh năm suốt tháng cho quê hương đất nước này.

Nhắc đến cảnh đẹp của quê hương hay những anh hùng liệt sĩ, đã có nhiều người làm. Ở đây, chúng tôi muốn đưa quý vị về lại, thăm cảnh cũ người xưa của chúng ta, nơi xứ Quảng, đặc biệt là về tôn giáo. Đó là Phật giáo, một tôn giáo đã bao đời góp mặt với quê hương và đạo pháp, với tình người và dòng đời biến chuyển. Một quê hương nghèo khó nhất miền Trung của xứ Việt, nhưng tấm lòng của người xứ Quảng chẳng nghèo khó bao giờ, lúc nào cũng muốn vươn lên với cuộc sống, dầu ở bất cứ lãnh vực nào.

Đến Quảng Nam để xem phong cảnh chùa chiền như Non Nước đã có nhiều người đi, nhưng qua phố Hội An và về chùa Chúc Thánh, Phước Lâm, Vạn Đức, Long Tuyền, Viên Giác thì hầu như ít có người tìm đến. Nếu ai có đọc sử Phật giáo thì biết rằng chùa Chúc Thánh là do Tổ Minh Hải người Phước Kiến qua Hội An, đã khai sơn và truyền đạo tại đây từ thế kỷ 17. Ngài là người bắt đầu của dòng Thiền Lâm Tế khởi đi từ xứ Quảng.

Chùa Chúc Thánh nằm về phía tây bắc Tỉnh lỵ Quảng Nam chừng 3 cây số. Khách thập phương sau khi đã trải qua một đoạn đường với cát bụi và đá sỏi, sẽ thấy được những mái chùa cong, với rồng bay phượng múa, vươn lên sau những tàn cây thị lớn. Trước khi vào chùa, khách phải qua một cổng tam quan đã được dựng lên từ bao đời phủ kín rêu phong theo với thời gian năm tháng, tạo nên một nét thâm u, huyền diệu, tịch mịch của cảnh thiền môn. Hai bên vườn cây kiểng đủ màu, đủ loại. Đây là những ngôi bảo tháp của các bậc chân tăng hữu công, bao đời đã duy trì mối đạo, rạng danh là Thích tử Như Lai. Tháp gồm nhiều tầng, trong đó an trí pháp thân của các bậc tu hành quá vãng. Ngôi mộ tháp của Ngài Minh Hải vẫn còn đấy, sừng sững với gió sương qua bao cuộc phế hưng của thời đại.

Tiến sâu vào bên trong, khách thập phương sẽ thấy một hồ bán nguyệt. Trong đó trồi lên những đóa sen, cùng hoa lá đủ màu. Sen là một loại hoa quân tử, gần bùn mà chẳng bị bùn làm vẩn đục. Đạo Phật vẫn lấy hoa sen tượng trưng cho phần Phật tánh của chúng sanh, dầu sanh trong chốn trần ai khổ lụy này, nhưng nếu biết trưởng dưỡng thân tâm và tu hành công đức thì cũng sẽ giống như hoa sen thoát lên khỏi chốn bùn nhơ vậy.

Sau tấm bình phong bên hồ bán nguyệt là những chậu cây kiểng, nào tùng, nào bách, nào bông trang, thược dược, đủ loại đủ màu, bày la liệt trong sân. Chính giữa là chánh điện và hai bên là Đông và Tây Đường. Nơi đây mời gọi khách thập phương hãy lắng lòng trần, vào đây để cho tâm hồn được thanh thản.

Bên trong chánh điện tôn thờ các vị Phật, chư vị Bồ Tát, chư vị A La Hán, các vị Hộ Pháp, Long Thần, Thập Điện Minh Vương và Diệm Nhiên Vương Đại Sĩ. Hai bên tường có vẽ những hình nơi cõi Cực Lạc của Đức Phật Di Đà, và những khổ lụy trần ai nơi âm cung biệt cảnh, để so sánh giữa thế gian và xuất thế gian, để so sánh giữa tình thương và bạo lực hay giữa thiện và ác, nhằm khuyến tấn chúng sanh trong sự tu hành giải thoát.

Tiến vào bên trong nữa, khách vãn cảnh sẽ thấy hai dãy nhà Đông và Tây, dành cho chư tăng cư ngụ và học tập, cũng như nơi giảng dạy giáo lý cho hàng Phật tử tại gia và xuất gia mỗi khi có trai đàn hay nhập hạ. Bên trong cùng là nơi thờ bài vị của các vị Tổ Sư tiền bối và hai bên là linh vị của chư hương linh quá vãng.

Chùa Chúc Thánh là một Tổ Đình lớn và lâu đời nhất của tỉnh Quảng Nam nên mỗi năm, tất cả các bậc tôn túc Tăng già đều về đây để họp mặt và dự lễ ky Tổ. Nếu chúng tôi nhớ không lầm, lễ ky tổ của chùa Chúc Thánh được cử hành vào ngày mồng 8 tháng 12 mỗi năm, là ngày Đức Phật Thích Ca thành đạo. Ngôi Tổ Đình bỗng nhiên sống động bởi tiếng chào hỏi hay tiếng kinh cầu. Không yên lặng như những tháng ngày chìm sâu trong sự định tĩnh của núi rừng xứ Quảng.

Chung quanh vườn chùa là những hàng cây ăn trái, nào ổi, nào mít, nào dừa... và dọc theo hàng rào của chùa có những ngôi mộ của các đàn gia và thí chủ cũng được chôn cất thành hàng nơi đó. Người Việt chúng ta vẫn có quan niệm rằng: "Sống có nhà, già có mồ", nên ngôi mộ nào cũng được xây dựng rất công phu và trang nhã.

Đi xa hơn về hướng tây bắc, độ chừng một cây số, khách thập phương sẽ gặp một ngôi cổ tự cũng không kém Tổ Đình Chúc Thánh là bao so về thời gian năm tháng được tạo lập. Đó là Tổ Đình Phước Lâm.

Tổ Ân Triêm là người khai sơn chùa Phước Lâm, cũng như Tổ Minh Hải là Tổ khai sơn chùa Chúc Thánh, nhưng thời gian đầu còn rất đơn sơ. Sau đó Ngài Hòa Thượng Minh Giác mới tạo dựng chùa Phước Lâm to lớn rộng rãi hơn và duy trì đến ngày nay.

Cuộc đời Hòa Thượng Minh Giác ít thấy sử liệu Phật giáo nào ghi chép, nhưng theo Thượng Tọa Thích Như Huệ, giảng sư Tỉnh Hội Phật giáo Quảng Nam, hiện trụ trì chùa Pháp Hoa tại miền Nam nước Úc, thì Hòa Thượng Minh

Giác là bậc chân tăng đạo cao đức trọng, vừa là một nhân tài của quê hương xứ Quảng. Lúc thiếu thời, quyết chí xuất gia học đạo, lớn lên nhằm lúc nước nhà ly loạn, Ngài không thể ngồi yên nhìn cảnh non sông bị giày xéo nên cởi áo nâu sòng trả lại chốn thiền môn để đi đánh giặc Chiêm Thành. Sau khi đánh giặc xong về, để chuộc tội của chính mình, hay chuộc tội cho sơn hà, xã tắc, Ngài nguyện quét chợ Hội An 20 năm, cũng là để đền ơn Phật Pháp. Sau đó Ngài trở về cương vị của người tu hành, tạo tượng đúc chuông, tiếp tăng độ chúng. Đại Hồng Chung của chùa Phước Lâm và của ngôi chùa tại Cù Lao Chàm hiện nay vẫn còn chính là do Ngài Hòa Thượng Minh Giác đề xướng và thực hiện. Về sau, vua Tự Đức cảm niệm ân sâu của bậc tu hành hữu công với đời và đạo nên đã ban Sắc Tứ Phước Lâm Tự và tặng cho Ngài Minh Giác Hòa Thượng 2 câu thơ, được chạm trổ sơn son thếp vàng, mãi cho đến ngày nay vẫn còn được treo tại chánh điện Tổ Đình Phước Lâm như sau:

> *- Bình Man, tảo thị, lưỡng độ gian lao, xuất gia kỳ, phát nguyện vưu kỳ, bát trật sanh thiên thành chánh giác.*

> *- Tạo tượng, chú chung, nhị thung công đức, cách cựu hảo, đảnh tân cố hảo, thiên thu giác thế vĩnh truyền đăng.*

Tạm dịch:

> *- Bình Chiêm, quét chợ, hai lần khó nhọc, xuất gia lạ, phát nguyện càng thêm lạ, tám mươi tuổi vãng sanh thành chánh giác.*

> *- Tạo tượng, đúc chuông, hai tầng công đức, khéo thay cũ, sửa mới càng thêm khéo, ngàn năm sáng mãi ngọn đèn thiền.*

Đọc hai câu đối, lòng ai chẳng bồi hồi xúc động. Thật là một danh tăng mà cũng là một danh tướng. Ngài đã lập công với đời bao nhiêu thì có công với đạo cũng không kém. Vừa nhập thế, vừa xuất thế. Quả là một bậc chân tăng có một không hai trong lịch sử Phật giáo vào thế kỷ 18 và 19 của nước nhà. Từ đó ta có thể kết luận rằng Ngài Hòa Thượng Minh Giác cũng không kém những bậc chân tăng trong các thế kỷ trước như Thiền Sư Vạn Hạnh, Quốc Sư Khuông Việt, Thiền Sư Mãn Giác v.v...

Ngoài ra, cách kiến trúc ngôi Tổ Đình Phước Lâm cũng giống như Tổ Đình Chúc Thánh, nhưng bên phía những ngôi mộ tháp của các vị Tổ và các vị Hòa Thượng, khách thập phương có thể thấy được mộ của Ngài Vĩnh Gia, một danh tăng của Phật giáo nước nhà, đã tấn đàn truyền giới Tỳ Kheo và Bồ Tát giới tại Tổ Đình Phước Lâm này. Chính Hòa Thượng Tăng Thống Thích Tịnh Khiết (Đệ Nhất) và Hòa Thượng Tăng Thống Thích Giác Nhiên (Đệ Nhị) của Giáo Hội Phật Giáo Việt Nam Thống Nhất là những bậc cao tăng đã thọ giới tại Tổ Đình Phước Lâm với Ngài Đại Lão Hòa Thượng Vĩnh Gia.

Đã bao nhiêu năm với mái Tổ Đình Phước Lâm yên ổn ấy, bỗng chiến tranh trở mình trong cơn giông tố của thời đại, khiến bao nhiêu chiến sĩ áo nâu, kẻ đã ra đi, người còn ở lại, tạo cho cảnh thiền môn càng thêm u tịch.

Người dân xứ Quảng càng cực khổ bao nhiêu với ruộng vườn, thiên tai, hạn hán, thì người tu sĩ của xứ Quảng cũng chịu ảnh hưởng không ít. Trong kinh có dạy rằng: "Cái nghèo cũng là một nghiệp tội." Biết đâu kiếp trước những người sinh ra nơi xứ nghèo này đều đã tạo ra nhiều tội lỗi nên kiếp này phải trả chăng?

Chùa chiền xứ Quảng có thể nói là rất đẹp đẽ, nguy

nga, nhưng ruộng vườn chung quanh chỉ toàn là cát trắng. Việc trồng trọt rất khó khăn và phải tốn lắm công nhiều sức mới có được chút hoa lợi cuối mùa. Món ăn chính của các chùa miền Trung xứ Quảng là nước tương tự làm, rau lang hoặc rau muống tự trồng, chỉ có thế thôi. Vì thời buổi chiến tranh ở các giai đoạn mấy chục năm trước, còn bây giờ chắc càng ưu bi khổ não nhiều hơn nữa. Ở trong sự khốn khổ tột cùng của tâm thức, con người thường hay đi tìm tôn giáo để nương tựa, nhưng khi vết thương đã chữa lành, đâu được mấy ai quý trọng phụng thờ? Nếu có người nào ở trong bất cứ hoàn cảnh nào của thời đại vẫn một lòng giữ đạo, dầu cho phong ba bão tố hay dòng đời xuôi ngược, thay đổi đổi thay, người ấy đáng phục lắm. Vì họ đang mang một tâm hồn kiên cường bất hoại.

Người đời thay vợ đổi chồng, thay đen đổi trắng, ấy là chuyện thường tình của thế gian. Nhưng không lẽ người tu theo Phật cũng bị ảnh hưởng ấy hay sao? Câu trả lời để dành cho tất cả chúng ta, cho những người còn thao thức đến quê hương, tình người và Đạo Pháp.

Rời ngôi Tổ Đình Phước Lâm, bạn có thể trực chỉ hướng tây bắc để đi đến Tổ Đình Vạn Đức. Ngôi chùa nằm trong tận cùng của núi rừng xứ Quảng, suốt ngày chỉ nghe tiếng chim kêu và nước chảy, không có bóng dáng một người qua lại, ngoại trừ hình bóng của những chiếc áo nâu sòng đã bạc màu cùng năm tháng của những vị tăng sĩ sống nơi chốn già lam này. Chung quanh ngôi Tổ Đình Vạn Đức không thấy một ngôi nhà nào, cũng chẳng thấy một thảo am nào của những người ẩn tu, chỉ thấy núi và đồi trùng trùng điệp điệp, chồng chất lên nhau và kéo dài thăm thẳm, tạo nên một cảnh đẹp của thiên nhiên trong phong vị của đạo thiên.

Kẻ nào muốn lánh tục vào đây chắc là hợp lắm. Nhưng lánh tục chưa đủ, mà phải lắng lòng trần là chuyện khó hơn. Biết đâu khung cảnh thiên nhiên này rất tốt cho những tâm hồn muốn thoát tục, nhưng rất khổ sở, giày vò, ray rứt cho những người chạy trốn cuộc đời, muốn chôn tất cả mọi mối tình trong dĩ vãng. Cái gì con người chạy trốn chúng thường hay đến quấy phá ta hoài. Ngược lại cái gì chúng ta muốn rượt bắt chúng, chúng xa lìa ta trong muôn thuở. Đời là thế và cuộc đời chỉ có thế! Nên tu là chấp nhận tất cả và phải vượt qua tất cả. Tu là chấp nhận và đối diện với cuộc đời và đừng bao giờ chạy trốn cuộc đời, vì càng chạy trốn bao nhiêu thì cuộc đời sẽ bám sát ta bấy nhiêu.

Có người nghĩ rằng, những người đang mang mối tình dang dở, vào chùa tu để mong chôn giấu kỷ niệm xưa vào nơi đáy lòng, và sẽ quên đi tất cả, nhưng họ có ngờ đâu tiếng chuông chùa thong thả ngân nga, như đem mùi thiền, làm tăng vẻ đẹp của thiên nhiên, càng làm cho tâm hồn của kẻ bị đời hất hủi kia trở nên xốn xang và đau khổ. Tưởng rằng vào chùa để vơi đi những nỗi khổ, nhưng khổ vẫn chất chồng.

Bước đến cổng tam quan của Tổ Đình Vạn Đức, thấy nước chảy, thông reo, chim ca, hoa nở, có nhiều người đã muốn đi tu, nhưng chỉ trong giây phút ấy vì:

"Lên chùa thấy Phật muốn tu,
Về nhà thấy mẹ công phu chưa đền."

Nhưng:

"Muốn đi tu công phu chưa có,
Muốn lên chùa chuông mõ cũng không."

Hành trang của người tu chỉ có chuông và mõ, với kệ với kinh, với nâu sồng áo vải và chỉ một tấm lòng thanh khiết hiến dâng cho đạo. Chỉ có thế thôi, đơn giản lắm, nhưng rất khó tìm trong chốn trần ai tục lụy này.

Cuộc đời đã quá chán chường, nhưng đường vào tăng viện không thong dong như đường vào tình sử. Mặc dầu có hoa thơm cỏ lạ, nhưng đâu phải là men ngọt của tình yêu. Biết chấp nhận như thế thì mới mong:

"Vui theo thế tục vui rồi khổ,
Khổ để tu hành khổ hóa vui."

Càng đi sâu vào bên trong, khung cảnh uy nghi hùng vĩ của Đại Hùng Bửu Điện và hai gian nhà tả hữu dựng lên hai bên, như bao bọc bởi gió sương và làm tăng thêm vẻ đẹp thiên nhiên thoát tục nơi núi rừng cô quạnh ấy.

Nơi đây một bóng sư cụ già, với cây gậy trúc, một chén trà bốc hơi sẽ mời khách thập phương lắng lòng trần tục trong giây lát qua một mẩu chuyện thiền. Bên trong chánh điện của Tổ Đình Vạn Đức có thờ Tam Thế Phật, quá khứ, hiện tại và vị lai. Những bàn thờ chính giữa được xếp theo cửu phẩm liên hoa, chín tầng như hoa sen trên thế giới Cực Lạc. Phía sau thờ Tổ và chư Đại Lão Tổ Sư Hòa Thượng truyền giáo cũng như khai sơn các danh lam. Nơi hậu đường thờ chân dung của Ngài Nghĩa Huyền Đại Lão Tổ Sư, người sáng lập Lâm Tế Tông bên Trung Quốc. Hai bên phương trượng dùng làm Tăng phòng và thư phòng cho Tăng chúng.

Bước sang nhà trai, khách thập phương chiêm ngưỡng được tôn nhan của vị Giám Trai Sứ giả, thân hình đen, trên tay cầm búa. Ý nói rằng người này lo tiếp Tăng độ chúng qua hạnh nguyện làm công việc gánh nước bửa củi cho chùa. Trong sử sách Phật giáo không thấy có nơi nào nói Giám Trai Sứ giả là Lục Tổ Huệ Năng, nhưng kẻ viết bài này đoán chắc là đúng. Vì Ngài Huệ Năng là con lai chủng, có nước da đen, khi gặp Ngũ Tổ Hoằng Nhẫn chỉ có công tác xay lúa, bửa củi, giã gạo cho Tăng chúng, về sau được Ngũ Tổ truyền tâm ấn, nên các chùa Phật giáo Đại Thừa, nhất là những Tổ Đình, vì muốn nhớ công ơn của Ngài nên thờ tượng ấy chăng? Trong các chùa Phật giáo nguyên thủy hầu như không thấy có cách thờ tự này.

Sân vườn chùa phía sau thường rộng hơn hay bằng sân chùa phía trước. Thông thường, người thế gian hay cất nhà lùi ra phía sau cho phía trước có phần đất rộng hơn, nhưng ngôi chùa bao giờ cũng cất ngay ở chính giữa khoảng đất, để thấy rằng chân tâm của vũ trụ và vạn hữu nằm nơi ấy. Chùa không cần khoe khoang mặt tiền, mà tiền, hậu, trung, thượng, hạ, đều cân đối nhau, không có bên nào lấn át bên nào. Những ngôi chùa nhà quê, mỗi chùa thường hay đào một hay nhiều cái giếng để lấy nước uống hoặc tưới rau cải trong vườn. Nước giếng cung cấp mọi nhu cầu cho Tổ Đình hay chùa trong các công việc nấu nướng, giặt giũ, ngay cả nước cúng Phật. Nhưng nhiều khi có chùa không cúng Phật bằng nước giếng mà cúng bằng nước mưa hay những giọt sương mai, tượng trưng cho sự trong sạch của tâm hồn.

Tổ Đình Vạn Đức cũng như Tổ Đình Chúc Thánh và Phước Lâm được kiến trúc cùng một kiểu giống nhau. Tuy nhiên mỗi chùa đều có một sắc thái riêng biệt. Chùa Chúc Thánh với lịch sử Tổ truyền của dòng Thiền Lâm Tế nơi xứ Quảng. Chùa Phước Lâm nguy nga, đồ sộ, nửa cổ nửa tân, như chia sớt, như cộng hưởng cái thanh thoát u nhã và an nhiên tịch mặc của Chúc Thánh và Vạn Đức.

Chùa Vạn Đức như đã nói trên, là một cảnh thiền môn yên tĩnh nơi núi rừng xứ Quảng, là một phong cảnh thiên nhiên tuyệt mỹ, còn lưu dấu nơi tận đáy lòng người viễn xứ.

Tại Hội An còn các ngôi chùa khác như Long Tuyền, Viên Giác, Bảo Thắng và chùa Tỉnh Hội. Những ngôi chùa này có lịch sử khoảng 100 năm trở lại đây, nên lối kiến trúc có vẻ tân thời hơn so với ba Tổ Đình trên đã có trên quê hương xứ Quảng hơn 400 năm rồi.

Chùa Long Tuyền, sau này biến thành Phật Học Viện Long Tuyền - nơi đào tạo mầm non của Giáo Hội cho những người *"tác Như Lai sứ, hành Như Lai sự"*. Trước chùa Long Tuyền có an trí pháp thân của Hòa Thượng Phổ Thoại là một cao tăng và là một danh tăng Phật giáo của xứ Quảng nói riêng và Phật giáo Việt Nam nói chung trong thời cận hiện đại mà trong quyển *"Phật giáo Việt Nam sử lược"* của Thượng Tọa Thích Mật Thể đã có lần đề cập đến.

Chùa Viên Giác, trước đây là một ngôi đình của làng Cẩm Phô, sau này cúng lại cho Giáo Hội để biến thành ngôi chùa. Ngày xưa có nhiều ngôi nhà biến thành chùa để thờ Phật gọi là *"cải gia vi tự"*. Bây giờ chùa Viên Giác tại Hội An *"cải đình vi tự"* có lẽ cũng trong ý nghĩa này.

Chùa Tỉnh Hội trước đây là cơ quan hành chánh của Tỉnh Giáo Hội Quảng Nam, sau này được đổi ra là chùa Pháp Bảo, lấy Pháp hiệu của Tổ Minh Hải để đặt tên cho ngôi chùa chung ấy. Chùa Pháp Bảo có lối kiến trúc rất tân thời, nhưng cũng không kém phần trang nghiêm cổ kính. Chùa nằm ở trung tâm thành phố Hội An, nơi để liên lạc với những ngôi chùa khác và đồng bào Phật tử tại phố Hội cũng như trong tỉnh. Bên cạnh chùa Pháp Bảo là trường trung học Bồ Đề được xây dựng từ năm 1964 đến năm 1970 hoàn thành với hai cấp bậc Trung Học đệ nhất cấp và đệ nhị cấp. Vị trí của ngôi trường ấy nằm trên một ngôi tháp Chàm đã bị hư hỏng qua bao cuộc biến đổi tang thương của thời đại. Cổng tháp Chàm vẫn còn đấy, nhưng người Chàm không bao giờ còn thấy nữa ở quê hương nghèo đói này. Kinh đô Đồ Bàn có lẽ là đây, và hiện giờ vẫn còn một vài vết tích. Không biết thời gian và năm tháng dần trôi có làm cho những chất liệu lịch sử này phai dần vào lãng quên chăng? Đứng trước cảnh huống ấy, nếu ai có lòng hoài cổ hẳn không khỏi ngậm ngùi cho một dân tộc đã bị diệt vong trong một dân tộc khác. Ôi! Thế sự thăng trầm! Ôi! Quê hương, tình người và sông núi!

Đi về miệt cửa Đại, khách thập phương sẽ gặp một ngôi chùa sư nữ mang tên Bảo Thắng Ni Tự. Tên này có lẽ rút ra từ Kinh điển. Chùa mới thành lập khoảng 50 năm trở lại đây. Ngôi chùa nằm trên một khu đất có phong cảnh khá hữu tình. Nào non, nào nước, nào cảnh, nào người. Với bàn tay khéo léo của những ni cô đã chăm bón vườn cây, cho đến chánh điện, trai đường, nơi đâu cũng sạch sẽ và thứ lớp. Người đàn bà ở thế gian tỉ mỉ, ngăn nắp bao nhiêu, thì người tu trong cửa Đạo càng cao thượng và giải thoát bấy nhiêu. Những mái tóc xanh đã đổi thành những tràng hạt dài, để niệm thành câu danh hiệu: Nam Mô A Di Đà Phật. Thời gian và năm tháng chất chồng, nhưng tấm lòng thanh tịnh của quý ni cô đã gieo vào câu niệm Phật: *"Lục tự Di Đà vô biệt niệm, bất lao đàn chỉ đáo Tây phương"* là thế đó.

Thời gian có trôi đi, không gian có ngừng lại, lòng người sư nữ vẫn chập chùng với lời kinh tiếng kệ, mặc cho thế sự nhiễu nhương. Đã có nhiều vị tăng sĩ xuất gia rồi hoàn tục, nhưng ta ít thấy vị ni cô nào đã đoạn dứt ái ân rồi còn trở lại với đời sống thế tục lần nữa. Phải chăng khi người đàn bà đã quyết chí rồi thì chẳng bao giờ thay đổi được lòng dạ của họ?...

Quê hương ta giờ đây đã phủ mờ một lớp bụi, không phải bụi chinh y của người tráng sĩ ngoài trận mạc, mà là bụi của thời gian, bụi của cuồng ngông, bạo lực và tục lụy thế gian. Nhưng ta có quyền hy vọng rằng một ngày mai đây trời sẽ sáng, mang lại thanh bình cho đất nước, cho quê hương xứ Quảng nói riêng, cho tình người, cho mối đạo ở quê hương ta được thi nhau đua sắc thắm.

Viết về quê hương của những anh hùng dân tộc như Phan Bội Châu, Phan Châu Trinh, Huỳnh Thúc Kháng, Ông Ích Khiêm... mà chỉ chừng đó thì chưa đủ. Đó chỉ là một vài nét đại cương nhằm giới thiệu những nét đặc thù về chùa chiền và lãnh vực tinh thần của quê hương xứ Quảng mà thôi.

14. MỘT PHIM PHẬT GIÁO NAM HÀN

Khoảng sau 10 giờ tối ngày 26/4/1984, chuông điện thoại reo inh ỏi trong phòng. Theo thông lệ tôi ít nhận điện thoại sau 10 giờ đêm, vì thỉnh thoảng có những người say rượu hay gọi để chọc phá. Nhưng cũng lắm khi vì có chuyện cần nên mới có người gọi trễ như thế. Tôi nghi trường hợp thứ hai nên nhấc ống nghe. Ở đầu kia tiếng của một người Phật tử quen thuộc nói rằng: *"Hôm nay đài truyền hình Đức có chiếu một phim về Phật giáo Nam Hàn rất nổi tiếng, nhan đề là 'Niềm tin và cuộc sống'. Thầy xem cho vui."*

"Nhưng mà khuya quá rồi, để tính lại thử xem sao." Tôi trả lời thế.

Đã toan đi về phòng đọc sách, chờ giấc ngủ như mọi khi, nhưng tôi lại quay ra phòng khách, bật máy truyền hình để xem thử như thế nào. Phim được đóng tại Nam Hàn và đài truyền hình Đức đã chuyển âm và trình chiếu cho dân chúng xem vào tối hôm đó. Nội dung câu chuyện như sau.

Có một sinh viên đang học ở đại học, anh ta thấy cuộc sống không lối thoát, sanh tử vẫn gần kề, mặc dầu bên cạnh anh ta đang có một người yêu dễ mến do cha mẹ hai bên đã sắp đặt chuyện lứa đôi cho nhau. Nhưng sau đó anh bỏ tình yêu, rời xa tình phụ tử, vào chùa xuống tóc xuất gia học đạo. Anh đã tìm được minh sư, nhưng không may trên bước đường hành đạo và tu tập trong chốn thiền môn, dưới những ngôi chùa rêu phong, cổ kính được tạo dựng lâu đời ấy, anh gặp phải một người bạn đồng tu chỉ lo rượu chè và phạm giới. Đồng tu với anh dĩ nhiên còn có rất nhiều bậc chân tăng khác. Anh là một người mặc dầu có ý chí thoát tục xuất gia, giữa lợi danh và giải thoát anh đã cân nhắc kỹ, không cần danh lợi nữa Đối với tình yêu, gia đình và cá nhân anh cũng đã bỏ ra ngoài, nhưng giữa chốn thiền môn yên tĩnh ấy, anh thấy có người tu hơi quái lạ, cứ uống rượu và say sưa. Trong tâm thức anh đang có chiều hướng suy nghĩ khác nhau, một mặt lo tu sao cho giải thoát để chứng thành Phật quả, mặt khác không biết rằng mình có nên nghe lời theo kẻ "Tế Điên Tăng" kia không? Anh suy nghĩ mãi. Thiền định anh vẫn ngồi, kinh Bát Nhã anh vẫn tụng, nhưng sao nhiều lúc anh thấy chàng "Tế Điên" kia cũng có lý. Vì chàng "Tế Điên" lý luận rằng: "Phật ở cùng khắp trong nhân gian và vũ trụ, chứ không chỉ ở trong chùa. Nếu người nào chỉ tìm Phật trong chùa là không hiểu đạo." Cuối cùng, không phải anh theo tiếng gọi của "Tế Điên" mà vì anh cũng muốn thử cuộc đời mình trôi nổi đến chốn nào. Mục đích của anh chỉ tìm Phật chứ không tìm gì khác, dầu cho có trong phòng dâm hay ngoài quán rượu.

Một hôm nọ anh và sư "Tế Điên" đi đến chốn lầu xanh, "Tế Điên" vì quen thói trụy lạc nên chẳng ngại ngùng gì trong chuyện gió trăng với các nàng kỹ nữ. Còn anh, anh vẫn rụt rè, nhưng cuối cùng rồi anh cũng được mụ tú bà giao cho một cô ả. Anh nằm ngủ trong chốn lầu xanh, nhưng tai anh vẫn còn nghe văng vẳng đâu đây bài kinh Bát Nhã và Tăng chúng đang kinh hành niệm Phật. Nửa đêm, chuyện ái ân đã đến với anh. Rồi anh xấu hổ và mặc cảm nghĩ lại chuyện xưa, mình với người tình cũ, trước khi cắt tóc xuất gia. Phải chăng chiếc áo đã làm nên tu sĩ? Hay là Phật tánh còn hiển lộ đâu đây?

Anh trở về chùa với kinh với kệ, với mõ với chuông. Còn sư "Tế Điên" vẫn còn ở chốn lầu xanh với những nàng kỹ nữ.

Trong khi vị thiền sư dạy công án cho những người đệ tử, bắt buộc họ phải suy nghiệm. Dầu cho câu trả lời đó có thể trong một đời hay một sát-na cũng phải lo chu toàn sự đối đáp. Anh chưa liễu ngộ đạo thiền nên vẫn còn thắc mắc. Một bên lời dạy của Thầy khó tận đốt xương, một bên thực tế của cuộc đời thì khác hẳn. Anh ta buồn đi lang thang ngoài biển cả, dưới tuyết sương để tìm "con chim lòng" của mình đã an trú tự nơi nao?

Anh chán nản đi như thế trong chốn Già Lam, ngoài đồng ruộng và ngay cả trong núi rừng. Một hôm nọ anh gặp người yêu cũ xuất hiện trong vườn chùa và cô ta đã năn nỉ anh trở về với thế tục để lập gia đình, hãy quên đi thời gian tương chao dưa muối. Nhưng vì anh đã nguyện với lòng, nên dứt khoát ở lại với thiền môn.

Sau bao năm tháng dần trôi, anh gặp lại sư "Tế Điên" trong niềm vui trùng phùng tao ngộ. Mãi cho đến giờ này lời Thầy dạy vẫn còn văng vẳng bên tai, nhưng tâm anh thì chưa nhiếp phục được, nên hai người đã chọn một cái cốc riêng để tu hành.

Không may cho hai sư là có một tín chủ đến nhờ làm lễ khai quang điểm nhãn tôn tượng ở nhà để thờ. Đầu tiên hai sư từ chối. Nhưng vì lòng từ bi thúc giục nên lại nhận lời. Dưới đàn tràng tôn nghiêm thanh tịnh, hai sư vẫn làm lễ chí thành trong câu kinh tiếng kệ. Đến khi đăng đàn thuyết pháp, anh thuyết về pháp "Tế Điên" hơi nhiều, hơi khó hiểu, nên các tín chủ đều ngơ ngác khả nghi.

Sư Tế Điên buồn chán nên bỏ đi lang thang trong giá buốt cơ hàn. Anh phát tâm xuất gia kia về lại Thiền đường để tiếp tục suy niệm lời Thiền sư dạy bảo. Anh gặp một người bạn đã tự đốt tay mình để làm tròn một đại nguyện và nhiều thiền sinh khác nữa. Nhưng trong anh vẫn chưa liễu ngộ được đạo Thiền. Anh rủ người phát nguyện đốt tay cúng Phật ấy ra đi tìm Phật nữa.

Hai người đi lang thang và cuối cùng gặp sư "Tế Điên" nơi một cổng chùa hoang vắng, đang chết cứng dưới làn tuyết phủ của đêm đông. Anh lấy mõ, lấy chuông, lấy tràng hạt và câu kinh của người quá cố mang về cốc cũ. Anh suy niệm về sự chết, về cuộc đời, rồi anh hỏa thiêu cốc ấy. Lửa cháy cao ngất tận trời xanh, trả thân tứ đại về cho tứ đại...

Cuốn phim chấm dứt sau gần hai giờ trình chiếu, tôi trở lại phòng ngủ, định điện thoại cho người đệ tử thân tín để tường thuật lại câu chuyện vừa rồi. Nhưng đã quá khuya nên để đến lúc khác vậy.

Nếu nhìn một cách khách quan mà nói, cuộn phim ấy thật quá táo bạo về thế tục, nhưng cũng rất sâu sắc về đạo Thiền. Nếu người xem phim là một khách bàng quan thì sẽ đánh giá hai mặt. Niềm tin là thế đó và cuộc đời là thế đó. Niềm tin bao giờ cũng được thử thách bằng những khó khăn và nghịch cảnh. Còn cuộc đời thì luôn luôn quyến rủ khách phù tang. Nếu ai đó khó tính đi xem phim xong có quyền phán đoán rằng: "Quả Phật giáo đã đến thời kỳ xuống dốc. Chỉ có sự xuống dốc về tâm linh mới dám cho trình chiếu một cuốn phim hở hang như thế. Làm sao có những người đang mặc áo nhà tu mà lòng trần phủ kín? Mà thế gian cũng có biết bao kẻ đang bị dòng đời quyến rủ, nhưng quyết không say đắm bởi cảnh trần?"

Nếu là một người bình thường thì sẽ phán đoán rằng: Quả con sâu đã làm rầu nồi canh, chứ thật ra trong Tăng chúng đâu phải ai cũng vậy. Đương nhiên trong xã hội phải có người này người nọ, thì chốn thiền môn cũng có kẻ căn cơ hạ đẳng mà cũng có lắm người có chí hướng thoát tục như hoa sen, gần bùn mà chẳng hôi tanh mùi bùn.

Nếu một người được xem là chứng đạo thì họ nghĩ: *"Dâm phòng tửu điếm vô phi thanh tịnh đạo tràng"*, dầu là phòng dâm hay quán rượu, đối với người ngộ được lý đạo thì đều là những nơi chốn trang nghiêm thanh tịnh cả." Còn trong chúng ta mấy ai được như vậy?

Tựa đề của cuốn phim bằng tiếng Phạn là Mandala (Mạn Đà La), nhưng dịch ra tiếng Đức là "Niềm tin và sự sống", xem ra cũng hay và hợp với nội dung phim. Chắc chắn tại Nam Hàn phim ấy là một phim được ăn khách nhất. Vì lâu nay mấy ai biết được sự thật trong cửa chùa. Không biết các vị sư tu hành ra sao và đời sống thể xác cũng như tâm linh của họ được thể hiện như thế nào? Nhưng nhà đạo diễn có lẽ vì muốn câu khách nên có những màn thật quá táo bạo, không hợp với nhãn quan của Phật giáo chút nào.

Còn đối với người Tây phương khi xem phim ấy không biết họ đánh giá ra sao, nhưng chắc rằng cũng không lạ mắt gì với họ, với cuộc sống hằng ngày tại đây. Nhưng có lẽ họ sẽ có một dấu hỏi to tướng trong đầu: Phật giáo là như thế ư?

Riêng tôi vẫn miên man suy nghĩ, không phải về cuộc đời mà về một sự giác ngộ của chân lý. Có nhiều người đi tìm Phật xa xôi, nhưng thật ra Phật đã hiển lộ nơi chân tâm họ mà họ không tìm thấy. Chỉ lo chạy tìm kiếm bên ngoài. Trong thế gian này đã có biết bao nhiêu kẻ khổ đau vì thế. Khi một niềm tin đã được thắp sáng thì cứ phải gắng công tu tạo quả phúc, để chân tâm Phật tánh được hiển lộ, chứ không phải vì lòng trần thổn thức mà làm cho nhân sinh vốn dĩ đã yếu lòng lại càng sa vào trong tội lỗi mãi. Ta biết rằng, mỗi người chúng ta sinh ra trong thế giới này hay thế giới khác đều là do nghiệp thức chiêu cảm của chính mình gây ra và phải đi tái sinh trong vòng sanh tử luân hồi. Nếu là một Phật tử phải luôn luôn tâm niệm rằng, dầu chúng ta sinh ra vì nghiệp, nhưng chúng ta có thể hoán cải ác nghiệp thành thiện nghiệp được, chứ đừng để cho dòng đời cuốn trôi đi không định hướng.

Cuộn phim cũng còn khá nhiều chi tiết, nhưng những nét chính tôi đã tường thuật qua, có lẽ những người Phật tử Việt Nam tại Đức cũng đã xem phim ấy tối hôm đó và mong rằng sự nhận thức đừng chỉ một chiều mà tất cả hãy hiểu theo tinh thần và nhân sinh quan Phật giáo. Cuộc đời là vô thường, thế gian là giả hợp, chẳng có gì là trường cửu cả, ngoại trừ chân lý.

15. NHỮNG NGÔI CHÙA XỨ HUẾ

Sống ở ngoại quốc nhiều năm mới thấy được cái lạnh buốt và sự trống trải của tâm hồn. Người thế gian còn có những trò chơi giải trí, hoặc du lịch nghỉ hè để choán bớt những khoảng trống đó, nhưng đôi khi còn chưa hết trống được. Kẻ được tôn xưng là Trưởng tử Như Lai, *"tác Như Lai sứ, hành Như Lai sự"*, họ sẽ làm gì trong một thế giới khác lạ và cuộc sống xô bồ hỗn độn này?

Ở đâu và thời buổi nào họ cũng phải có bổn phận *"thiệu long thánh chủng, chấn nhiếp ma quân"*, để cho bên ngoài hạt giống giác ngộ được đâm chồi nảy lộc và bên trong chấn nhiếp tất cả não loạn của nội tâm, dầu là một vi trần đang dấy động.

Tục ngữ Việt nam có câu: *"Ăn cơm có canh, tu hành có bạn."* Tô canh cần thiết đối với bữa cơm như thế nào thì người tu hành cũng cần có những người bạn hiểu đạo và cùng lý tưởng để sách tấn nhau tu hành và phụng sự cho đạo như thế ấy.

Nhìn cảnh chùa chiền ngày nay tại ngoại quốc không phải là cảnh *"nhất Tăng nhất tự"* mà thậm chí là *"nhất Tăng đa tự"*, một thầy kiêm nhiệm cả ba, bốn chùa chứ không phải chỉ một chùa. Do đó thì giờ đã không có, lại còn có nhiều việc hơn nữa phải làm.

Nhân việc đi giảng nhiều nơi cũng như tại chùa Viên Giác, tôi có trình bày về thực trạng trên của Phật giáo Việt Nam tại hải ngoại ngày nay, nên có người đã phát tâm xuất gia, có người đang và sẽ khoác lên mình màu áo giải thoát, cho hoa giác ngộ được nở khắp muôn phương, để sen trong đầm và trong tâm hồn còn có cơ khoe sắc thắm, cảm niệm ân đức của Tam Bảo và nghĩ đến "Thánh chủng" của Như Lai đã, đang và sẽ đâm chồi nảy lộc nơi xứ trời Âu giá buốt này một ngày không xa.

Khi đói người ta có thể tìm cách no lòng bằng cơm, canh, bằng kẹo bánh v.v... Nhưng khi tâm hồn bị trống rỗng, người ta biết nương tựa vào đâu, nếu không có một ngôi chùa, không có một vị thầy khả kính để hướng dẫn Phật tử.

So sánh cảnh chùa ở ngoại quốc ngày nay với cảnh quê hương qua xứ Huế êm đềm thơ mộng, có sông Hương, núi Ngự, có hoàng cung biệt điện, có đền miếu chùa chiền, để nhớ thương về trong dĩ vãng.

Quê hương ta vẫn còn đó, đạo pháp ta muôn đời bất diệt, nhưng không biết ngày tháng dần trôi, chốn thần kinh kia, nơi có núi đồi trùng điệp, có chùa tháp hằng hà, có bị tang thương biến đổi như chốn ngự triều kia trải qua bao cuộc đổi thay dâu biển chăng? Có sinh thì có diệt, có đến phải có đi. Khi hiểu được luật vô thường của tạo hóa, chắc ta cũng không tiếc gì cả, chỉ tự thương cho dân tộc mình quá điêu linh thống khổ. Tất cả đã mất mát, chỉ còn một chút tinh thần, để hiến dâng cho quê hương và sông núi, nhưng cũng không được trọn vẹn.

Trở lại với tình tự dân tộc qua mấy câu ca dao:

"Học trò xứ Quảng ra thi,
Thấy cô gái Huế chân đi không đành."

Điều này chỉ đúng với một giai đoạn lịch sử nào đó, khi mà người con gái Huế còn sống trong cảnh thanh bình gần nơi quan quyền vua chúa. Còn bây giờ thì sao? Chắc lòng dạ của người Huế vẫn còn đẹp, nhưng người xưa không còn nữa. Nếu có còn chăng, chỉ nghe thoang thoảng đâu đây:

"Gió đưa cành trúc la đà,
Tiếng chuông Thiên Mụ, canh gà Thọ Xương."

Tiếng chuông u minh vào hai thời công phu sáng tối đã thức tỉnh lòng người âm cũng như kẻ dương và nguyện cầu cho bao vạn sinh linh được siêu thoát.

Huế đẹp lắm, Huế có chùa Thiên Mụ, có chuông Diệu Đế, có dốc Nam Giao, có lăng tẩm của các vua triều Nguyễn và bến Vân Lâu v.v...

Nếu ai đó có lần đi ngược dòng sông Hương để lên miền núi Ngự, bên tả ngạn của con sông hữu tình này sẽ thấy một ngôi chùa đã được dựng lên gần 4 thế kỷ. Các bậc thang cấp chạy dọc từ bến sông lên tận hai gác chuông và trống cao ngất tận trời xanh. Đến bên trên sân trước, khách thập phương nhìn thấy một ngôi tháp 7 tầng xây theo lối kiến trúc cổ hình lục giác bằng gạch. Hình lục giác có lẽ tượng trưng cho *"Lục tự Di Đà vô biệt niệm, bất lao đàn chỉ đáo Tây phương"*. Bên trong ngôi tháp cổ ấy, khách thập phương chiêm ngưỡng được pháp thân của Chư Phật trong quá khứ. Bước thêm lên mấy chục nấc thang nữa sẽ gặp ngay các vị Hộ Pháp đứng hai bên để bảo hộ người hiền cũng như trừng trị những người phá đạo. Hai bên là 2 dãy lầu chuông, trống. Đây là quả chuông có giá trị lịch sử lâu đời, nghe đâu nặng đến mấy ngàn cân và mỗi lần gióng lên, tiếng chuông vang dội đến mãi bên làng Thọ Xương vẫn còn âm hưởng. Tiến vào sâu bên trong, khách thập phương phải qua một hoa viên với đầy đủ những loại hoa thơm cỏ lạ của chốn thần kinh. Nào hoa sứ, hoa sung, hoa bưởi, hoa lài, hoa bìm bịp... tạo nên một mùi thơm kỳ diệu nơi chốn thiền môn u tịch, khiến khách nhàn du như chợt liên tưởng đến mùi hương của hoa Ưu Bát La từ ngàn xưa vẫn còn lan tỏa.

Tiền đường của chùa Thiên Mụ cũng còn gọi là Thiêu Hương Điện, nơi có một lư hương thật lớn để khách thập phương lễ bái dâng hương trước khi vào Phật điện. Bên cạnh đó có thờ tôn tượng đức Từ Thị Di Lặc Phật bằng đồng đen với nụ cười hoan hỷ, như thầm nhủ với khách trần tục rằng: Vào đến nơi đây, từ nội tâm cho đến ngoại cảnh đều phải dứt bỏ hết. Chỉ còn lại một nụ cười hé mở trên môi để hiến dâng lên đấng Điều Ngự.

Khách thập phương muốn vào chánh điện phải qua hai dãy Đông Tây đường ở hai bên rồi mới có thể cung kính, nhẹ nhàng đến sụp lạy trước tôn tượng của Đức Bổn Sư đã bao ngàn năm giáng thế. Nhờ phép Phật nhiệm mầu nên đã cảm hóa được các bậc Nhân Vương Hộ Quốc như chúa Nguyễn và các vua đầu đời nhà Nguyễn, mới xây dựng được ngôi chùa này qua lời báo mộng của một người đàn bà, nên chùa này sau khi xây xong đặt tên là Linh Mụ hay Thiên Mụ.

Phía sau chánh điện là Hậu tổ và sau nữa có Quan Âm Các. Ngày xưa Thúc Sinh đã xây Quán Âm Các cho nàng Kiều để nàng vào đó tu hành, chép kinh ghi sử, không biết rộng được bao nhiêu mkhiến cho Hoạn Thư phải ghen tương và cuối cùng vì ni cô Trạc Tuyền không còn giữ được chữ nhẫn để phải ôm chuông vàng khánh bạc trốn khỏi nơi đây? Nhưng rồi nghiệp ấy cũng không khỏi. Có lẽ vì Quan Âm Các ấy quá nhỏ chăng, nên không đủ để dung chứa 3 tâm hồn, 3 mối tình đã đến thời kỳ náo loạn? Còn ở đây, Quan Âm Các của chùa Linh Mụ rất nguy nga và tráng lệ. Không biết ngày xưa có nàng công chúa nào vào đây tu không, không thấy sử sách nào nhắc tới, nhưng chắc chắn rằng phải có sự giúp đỡ của các bậc quân vương triều Nguyễn, chùa Linh Mụ và Quan Âm Các mới nguy nga tráng lệ như thế này.

Ngày xưa các vua chúa hay phong cho các vị trụ trì là Tăng cang hoặc phong sắc tứ cho chùa. Có thể vì chùa đó thuộc về quốc bảo của đất nước, hoặc giả nơi đó có các bậc danh tăng, hay có vị công tôn vương tử nào đó vào đây tu chẳng hạn. Ví dụ như chùa Tam Thai ở núi Non Nước thuộc Đà Nẵng có một nàng công chúa con vua Minh Mạng vào đấy tu và chùa này được triều Nguyễn bảo hộ mãi cho đến những năm tháng sau này.

Đến Linh Mụ để lễ Phật, ngắm hoa, rồi đến khi đói dạ, khách thập phương có thể đến nhà trù để gặp quý vị tịnh nhân mà thưởng thức món tương chay chấm với trái vả cùng cơm hẩm. Ngon làm sao lạ, cơm Thiên Mụ có lẽ ngon hơn cơm Âm Phủ ở gần thành nội nhiều. Ăn cơm Thiên Mụ dễ đi lên, vì cơm chay thanh tịnh, nhưng cơm Âm Phủ chỉ có khách phù tang mới dám mời, còn các vị chân tăng chắc không bao giờ đặt chân đến đó.

Tại Huế, ngoài chùa Linh Mụ ra còn có các chùa nổi tiếng như chùa Diệu Đế, chùa Từ Đàm, chùa Tây Thiên, chùa Báo Quốc, chùa Tường Vân, chùa Kim Tiên v.v... Chùa Từ Đàm, đã có lần Thượng Tọa Thích Tín Nghĩa giới thiệu sơ lược về lịch sử trong một số báo Viên Giác nào đó và sau này, năm

1963 Từ Đàm là nơi phát xuất công cuộc tranh đấu đòi bình đẳng tôn giáo. Từ đó "Từ Đàm quê hương tôi" lại vang vọng cả bốn phương trời, khắp Trung Nam Bắc rồi lan dần qua các xứ tự do và ngay cả nước Cộng sản thuở bấy giờ.

Chùa Tường Vân là nơi di dưỡng pháp thân của Đức Tăng Thống Thích Tịnh Khiết. So với lịch sử Phật giáo Việt Nam, kể từ khi vua Đinh Tiên Hoàng phong cho Khuông Việt Thái Sư năm 981 là vị Tăng Thống đầu tiên của nước Việt, Đức Tăng Thống Thích Tịnh Khiết là đời thứ mấy, không thấy lịch sử ghi chép, vì những thế kỷ sau này không có chức Tăng Thống mà chỉ có Quốc Sư do vua ban, nhưng ở hậu bán thế kỷ 20 này chắc chắn Ngài là vị Tăng Thống đầu tiên vậy.

Chùa Tường Vân có cách kiến trúc cũng giống hệt như chùa Vạn Đức và Chúc Thánh tại Quảng Nam, như đã giới thiệu với quý vị phần trước. Có lẽ ngày xưa các vị Tổ đều cùng một quan điểm và ý niệm như nhau, nên dù xa từ Quảng Nam ra Huế hàng mấy trăm cây số vẫn có kiến trúc giống nhau, mặc dầu lúc bấy giờ, 400 năm về trước, hẳn là phương tiện giao thông không dễ dàng như ngày nay.

Chùa Tây Thiên có Ôn Tây Thiên sống lâu trường thọ. Các Ôn ngoài Huế thường sống từ 80 đến 113 tuổi là thường. Không biết đất Huế có gì đặc biệt? Hay người Huế có vẻ chân tu hơn những miền khác của đất nước? Có phải Huế nhờ gió mát sông Hương hoặc nhờ vào vị thế của các núi có hình long, lân, quy, phụng? Câu trả lời xin dành cho các bậc chân tăng xuất thân từ đấy và cũng là một đề tài để Phật tử giảo nghiệm.

Chùa Tây Thiên là tiền thân của Phật Học Viện Tây Thiên mà các Ôn như Ôn Trí Thủ, Ôn Đôn Hậu v.v... đã có thời tòng học tại đó.

Chùa này nằm xa thành phố Huế hàng mấy chục cây số. Đúng là một chốn tùng lâm, hay trúc lâm thì đúng hơn, vì ở đấy có trồng nhiều cây trúc.

Chùa Báo Quốc, cũng gọi là Phật Học Viện Báo Quốc, nơi đã đào tạo biết bao nhiêu chân tăng tài đức của nước nhà, như Hòa Thượng Thích Thiện Hòa (Phó Tăng Thống), Hòa Thượng Thích Thiện Hoa (Cố Viện Trưởng Viện Hóa Đạo Giáo Hội Phật giáo Việt Nam Thống Nhất) v.v... Và còn rất nhiều vị cao tăng lỗi lạc khác đang sống tại quốc nội cũng như hải ngoại ngày nay, cũng được đào tạo từ Phật Học Viện này.

Phật Học Viện Báo Quốc chung quanh vườn trồng thật nhiều trà và phong cảnh nơi đây thật thơ mộng hữu tình, có thông reo vi vút và gió mát thổi quanh năm...

***

Cứ mỗi năm đến ngày Phật Đản thành phố Huế như sống lại sau một thời gian lãng quên của tạo vật bởi những rừng cờ Phật giáo treo tại tư gia cũng như trong các chốn Già Lam. Những xe hoa được kết thành bởi các bông sứ, bông vạn thọ, bông huệ, bông lan v.v... đủ màu đủ sắc và tạo nên những hình giả cũng như những hình thật về cuộc đời của Đức Phật để cúng dường ngày đản sanh của đấng Điều Ngự Bổn Sư. Những xe hoa này chạy qua các đường lớn của thành phố, nhiều khi còn chạy vào đến tận Đà Nẵng hoặc Hội An để cổ võ tinh thần của đồng bào Phật tử. Khách thập phương về chùa sẽ được các o, các mệ nói chuyện "bên ni bên tê" và tiếp đãi thật nồng nàn.

Quý Ôn, quý Thầy bận rộn trong những nghi lễ, các buổi giảng kinh, thuyết pháp... Chùa nào chùa nấy cũng khói trầm nghi ngút, quyện tỏa vào hư không, dệt nên những đóa tường vân nhiều sắc, tỏa rộng vào không gian, như mang lại những tinh ba thanh khiết cho muôn loại gội nhờ.

Một người nào đó chưa muốn đi chùa, cũng như chưa hiểu giáo lý nhà Phật một cách thâm sâu thì hãy tập nghe giọng tụng kinh Huế của các thầy và của các sư cô, hẳn sẽ muốn đi tu liền, vì nó thanh thoát hồn nhiên, trang nghiêm và đài các như chốn lầu son gác tía của tam cung lục viện ở hoàng triều.

Bến Vân Lâu, nơi ngồi câu cá của nhà cách mạng trí sĩ Phan Bội Châu vẫn còn đấy, một con người luôn luôn lo cho dân cho nước. Sau bao nhiêu năm bôn ba tại hải ngoại, hết Đông Kinh tới Thượng Hải hoặc Hương Cảng cũng chỉ nhằm có một điều là làm sao đưa dân tộc và nước nhà ra khỏi ách thống trị của thực dân.

Huế có các đại học đời cũng như Đạo, có nơi cao thượng cũng có chốn bình khang. Ai cao thượng thì hãy vào chùa để nghe những lời giáo huấn. Ai muốn ngâm thơ vịnh nguyệt đã có mấy mái đò thả dọc trên bến sông Hương. Ôi! Thanh nhàn một thuở nay còn đâu!

Miền Nam có tiếng là trái cây ngon nhất nước, nhưng nhãn lồng của Bình Dương làm sao so được với vị ngọt của nhãn lồng thành nội ở đây. Món ăn Huế xinh xinh nho nhỏ, nhưng thật thắm giọng mặn mà, giống như người Huế trong câu ca muôn thuở.

Người đàn bà Huế rất lịch sự và lễ phép, khi ra khỏi nhà luôn luôn mặc áo dài, mà các xứ miền Trung, miệt trong hay miệt ngoài đều ít thấy được. Dầu đi chùa, đi chợ, đi làm ruộng, chèo đò hay bất cứ đi đâu, người đàn bà Huế vẫn không rời chiếc áo dài. Có lẽ đó là một thói quen đã trở thành một nề nếp đẹp.

Người đàn ông xứ Huế có lẽ siêng năng, cần mẫn chịu khó như những người đàn ông của các miền xứ Quảng, nhưng nho nhã hơn, vì sống gần nơi cung vua và được đào tạo nên bởi chốn hoàng triều ấy.

Viết về Huế nhưng không sống tại Huế thì không thể tả hết những cái hay cái đẹp của xứ này. Mong rằng những ai là người sinh trưởng từ chốn thần kinh hãy bổ túc thêm cho những phần thiếu sót.

Hôm nay trong mùa An Cư Kiết Hạ nơi đây, tâm hồn tôi cảm thấy yên tĩnh lạ thường sau những giờ phút ngồi thiền, tụng kinh lễ Phật, xin viết và gởi về Huế một vài ý nghĩ trên, để dâng lên Tam Bảo chứng minh cho một tấm lòng, dầu xa quê hương suốt bao nhiêu năm tháng nhưng vẫn vọng trông về cố quốc. Nguyện cầu cho đất nước sớm thanh bình, nhân dân an lạc. Và cầu nguyện cho loài người đừng cố gieo rắc hận thù thêm nữa, để Huế nói riêng và nước Việt nói chung muôn hoa đua nở tỏa ngát hương thơm đây đó như hoa Ưu Bát La kia vẫn còn ngự trị trong lòng người Phật tử, tượng trưng cho tình thương cao thượng của Đấng Thiên Nhơn Sư trong chốn nhân quần.

16. NHỮNG NGÔI CHÙA XUÔI NAM

Có nhiều người hỏi tôi rằng: "Tại sao thầy đi Mỹ và Canada nhiều lần, mà các xứ Đông Nam Á Châu, nơi có nhiều người tỵ nạn khổ đau, chưa thấy thầy hoặc quý thầy khác đặt chân đến để an ủi đồng bào mình?" Tôi trả lời: "Có lẽ chưa thuận duyên, nhưng nay mai rồi thế nào cũng phải đến."

Làm việc đạo chẳng phải là đi du lịch như những người có tiền của và dư thì giờ, mà đi đến nơi đâu là vì nơi đó cần nên người tăng sĩ mới đến, và vì đạo pháp. Lâu nay quý thầy đặc biệt chú trọng các nước Âu, Mỹ, Úc vì những nơi đó vấn đề tinh thần của người Phật tử còn nhiều khủng hoảng khi mới đặt chân đến định cư. Do đó, quý thầy có bổn phận phải giúp đỡ họ lúc ban đầu. Vả lại, Phật giáo Việt Nam mới có mặt ở Âu Mỹ hơn 10 năm nay, vấn đề tổ chức chưa được vững vàng lắm, nên tất cả quý thầy đều chú tâm hoạt động ở những nơi cần trước. Sau khi Phật giáo đã có nền móng vững chắc rồi, sẽ hướng tâm về những nơi khổ đau khác. Nói như thế không có nghĩa là lâu nay các chùa các thầy ở ngoại quốc quên những người còn ở lại quê nhà. Nơi đó có Thầy Tổ bè bạn, và làm sao quên được những người tỵ nạn khốn cùng tại các trại tỵ nạn Thái Lan, Mã Lai, Tân Gia Ba, Nam Dương, Phi Luật Tân v.v... Tuy ít hoặc nhiều, hoặc tặng phẩm, hoặc tịnh tài, quý chùa cũng có gởi thường xuyên về nước và các trại tỵ nạn để an ủi phần nào sự khổ cực của những người còn ở lại hoặc chưa đến được nước khác định cư.

Tục ngữ Pháp có câu *"Cái gì đến sẽ đến"* cũng đúng lắm. Vì có nhiều cái mình muốn đến nhanh hơn nhưng nó sẽ không bao giờ đến cả và cái mình muốn gần gũi nhất, nó lại hay buông bỏ để đi tìm một đối tượng khác. Của cải mình cho là của mình, rất quý trọng, nhưng sẽ không bao giờ giữ nó luôn bên mình được.

Cuộc đời vô thường như thế, cho nên những kẻ thương nhau thường ít khi được gần nhau. Ngược lại, những kẻ ghét nhau thường phải gặp nhau hoài. Bởi thế nên chúng ta là người Phật tử hiểu được lý đạo, không nên chối bỏ sự thật, dẫu cho có tô son trét phấn lên, trước sau nó cũng là sự thật. Chúng ta phải biết chấp nhận những gì xảy ra trong cuộc đời mình, dầu thuận duyên hay nghịch cảnh, chúng ta không nên chối bỏ. Vì chối bỏ dầu là hạnh phúc hay đau khổ, những thứ này nó sẽ theo bám víu ta hoài. Chỉ có một cách duy nhất là biết chấp nhận khổ đau và kiên nhẫn chịu đựng trong mọi hoàn cảnh để vượt lên trên mọi thử thách của cuộc đời.

Nếu hoa sen không mọc trong bùn, có lẽ hoa sen sẽ không bao giờ có giá trị. Sở dĩ hoa sen được nhiều người quý trọng là vì nó được trưởng dưỡng và thoát lên khỏi chốn bùn nhơ nước đục. Ở đây chúng ta cũng thế. Nếu muốn được như hoa sen kia, phải chấp nhận khổ đau trong vòng tục lụy và từ đó theo pháp Phật vươn lên để được giải thoát. Đó chính là ý nghĩa của Đạo Phật vậy. Đức Phật thành đạo cũng chỉ vì thế gian này và trong thế gian này, vì ở ngoài sự khổ đau mà thành bậc Vô Thượng Y Vương thì chưa có một vị Phật hoặc Bồ Tát nào hành cái hạnh nguyện ấy cả.

Phật giáo quan niệm rằng: Cuộc đời còn đau khổ, nên Phật giáo còn hiện hữu dưới bất cứ hình thức nào để cứu khổ nhân sinh đang lặn hụp trong biển trầm luân tục lụy và phục vụ chúng sanh tức cúng dường Chư Phật, nên chỗ nào còn có chúng sanh đau khổ là nơi đó có Phật giáo hiện diện.

Nhân duyên đã đến, nên vào khoảng tháng giêng năm 1985, chúng tôi dự định đi thăm các trại tỵ nạn tại Đông Nam Á Châu. Đến những nơi đó chúng tôi sẽ tường thuật lại sự sinh hoạt của Phật giáo Việt Nam Hải Ngoại ngày nay, nhất là những nước mà chúng tôi đã có cơ duyên đặt chân đến, và chúng tôi sẽ mang theo một số tặng phẩm bằng hiện kim để biếu các Ban Đại Diện Phật Giáo tại các trại để phân phát cho đồng bào.

Câu chuyện về các nước Đông Nam Á Châu, có lẽ chúng tôi sẽ tường thuật với quý vị kỹ hơn trong các phần kế tiếp. Trong phần này chúng tôi muốn đưa quý vị trở về quê hương thân yêu của chúng ta để thăm các ngôi chùa xưa, Thầy Tổ cũ, để cùng nhau suy niệm, ngậm ngùi cho quê hương, tình người và Đạo Pháp.

Nhiều lúc nghĩ cảm thấy nao nao, khi đất nước của người khác mình có cơ hội lại qua, lên xuống không biết bao nhiêu lần. Trong khi đó quê cha đất tổ của mình mà đường đi lại giới hạn không thể vượt qua biên giới. Ngày còn đi học, như bao tăng sinh khác, tôi có ước nguyện là khi quê hương được thanh bình mình phải đi khắp đó đây để xem các chùa tháp, thắng cảnh, đền đài cung điện của Bắc, Trung, Nam, phải đến núi Yên Tử để xem nơi vua Trần Nhân Tôn đã tu hành và phải tìm ra nơi nào quân sư Trần Thủ Độ đã nói với vua là: *"Bệ hạ ở đâu, triều đình ở đó."* Hoặc tìm ra cho được nơi Khuông Việt Thái Sư đã phò vua giúp nước hoặc Vạn Hạnh Thiền Sư đã để lại di tích gì ngoài những bài thơ bất hủ khi còn làm quân sư cho vua Lý Thái Tổ cách đây 10 thế kỷ về trước v.v...

Nghĩ thì dễ, nhưng đi chưa bao giờ đến. Đức Phật ngày xưa đản sanh tại vườn Lâm Tỳ Ni, lớn lên ở cung thành Ca Tỳ La Vệ, xuất gia hành đạo nơi Hy Mã Lạp Sơn, thuyết pháp ở vườn Lộc Uyển và nhập Niết Bàn dưới hai cây Sa La Song Thọ, cách hơn 25 thế kỷ qua, hình ảnh và những di tích lịch sử của Ngài vẫn còn và được Liên Hiệp Quốc bảo trì như một quốc bảo thiêng liêng của Ấn Độ, Népal và thế giới. Hoặc cách đây 15 thế kỷ, hình ảnh của Bồ Đề Đạt Ma khi từ Thiên Trúc qua Đông Độ vẫn còn. Nhưng Vạn Hạnh Thiền Sư và Khuông Việt Thái Sư mới chỉ có 10 thế kỷ mà hình ảnh không còn, dầu cho một chút gì để lưu lại với cổ kim. Rồi những ngôi chùa, các ngôi tháp cũ đã hiển hiện khắp trời Nam, vang danh một thuở lúc Ngô Quyền lập quốc, nhưng nay còn đâu! Khiến cho những người đi tìm cái xưa để học, mà xưa không còn nữa thì chuyện đời nay căn cứ vào đâu để tiến thân phát triển. Dân tộc Nhật họ duy tân nhưng họ không mất gốc, vì gốc họ còn đó, nên những nghệ thuật văn hóa của các xứ Âu Mỹ du nhập vào cốt chỉ làm cành lá sum suê thêm thôi. Trong khi đó vì gốc của chúng ta gần như đã mất, nếu có còn cũng chỉ vá víu mà thôi, thì trách sao chính chúng ta hay con cháu chúng ta không dễ bị đồng hóa bởi những nền văn minh cơ khí của Âu Mỹ này?

Đi từ miền Trung vào Nam, qua những chặng núi đồi trùng điệp, đến Nha Trang khách thập phương có thể dừng chân nơi chùa Tỉnh Hội, nhờ các tịnh nhân đưa lên Phật Học Viện Hải Đức để viếng thăm chốn thiền môn u tịch này.

Phật Học Viện này nằm trên một ngọn đồi khá cao trông ra biển. Nơi đây các tăng sinh ngày đêm dùi mài kinh sử, không phải để nấu sử xôi kinh mà để luyện cho tâm mình có một tấm gương trí tuệ và một đức tính kiên nhẫn trong sự học hành. Người tu vì công danh và sự nghiệp đã bỏ, nhưng nếu *"tu mà không học là tu mù"* và những kẻ *"học mà không tu là đãy sách"*, nên học là một phương tiện để làm sáng tỏ cho sự tu hành vậy.

Các kinh điển bằng chữ nho hay chữ quốc ngữ sẽ là những môn học căn bản của những tăng sinh ở chốn học đường. Ngoài giờ học đạo ra, các Tăng sinh còn có thể học thêm văn hóa, sinh ngữ ở trường bên ngoài để có thêm một số kiến thức phổ thông. Điều đó chẳng có ai cản ngăn cả, miễn sao có thì giờ để chu toàn mọi việc là được.

Bước lên vài bậc tam cấp, khách thập phương sẽ chiêm bái được tôn tượng Đức Bổn Sư lộ thiên cao vòi vọi. Đây có lẽ là một trong những bức tượng lớn nhất tại Việt Nam. Tượng ngồi trên một tòa sen, trông rất oai nghi từ mẫn. Nếu tôi đoán không lầm, tôn tượng này cao đến 7 hoặc 8 thước. Nghe đâu sau này những người vô tôn giáo muốn phá hoại nhưng không thực hiện được ý định này. Tượng làm bằng bê tông cốt sắt chắc chắn thì ít mà vì lòng kiên trì giữ đạo của chư tăng và Phật tử thì nhiều nên người Cộng sản không giật đổ được pho tượng.

Rời Nha Trang, khách thập phương có thể đi Sài Gòn bằng nhiều phương tiện khác nhau: máy bay, tàu thủy hoặc xe đò. Đến Sài Gòn, nơi phồn hoa đô hội, đủ màu đủ sắc, dưới mắt một người tu tôi không thấy là Cực Lạc của sự tu hành mà là một chốn khổ đau và gượng ép. Gượng ép vì thiền môn xưa nay vẫn ở trên núi cao, non thẳm, còn bây giờ chùa chiền, tháp tượng nơi đây đã biến thể muôn màu muôn vẻ khó định phân.

Về lịch sử của Sài Gòn Chợ Lớn, ai có đọc sách *"Sài Gòn năm xưa"* của ông Vương Hồng Sển thì biết rõ về danh từ cũng như những địa danh, địa vật của thành phố quê hương yêu dấu này. Riêng về chùa chiền chỉ có 2 chùa có lịch sử tiêu biểu lâu đời nhất, hơn 200 năm, qua bao cuộc phế hưng của lịch sử. Đó là chùa Giác Lâm và chùa Giác Viên ở hương lộ 14 Phú Thọ Hòa. Các chùa này có lối kiến trúc rất xưa, mái thường hạ thấp xuống, bao bọc bởi một chánh điện rộng lớn, làm cho người Phật tử đã thành kính lại tăng thêm sự thành kính hơn nữa khi lễ bái nguyện cầu. Các tượng Phật được thờ trên những bàn thờ có hình cửu phẩm liên hoa và được giữ nguyên vẹn lối chạm trổ của những thế kỷ trước. Chung quanh vườn chùa có những ngôi mộ tháp từ 1 đến 7 tầng, là nơi an dưỡng những pháp thân của chư tôn túc quá vãng. Trong khung cảnh ồn ào náo nhiệt của thành đô mà có được các ngôi chùa như Giác Viên, Giác Lâm quả là chốn thoát tục trên bao sự rộn ràng khác của thế nhân.

Chùa Cây Mai ở Chợ Lớn cũng có một lịch sử lâu đời và chùa Hưng Long ở đường Minh Mạng cũng đã kiến tạo hơn 150 năm nay, khung cảnh các chùa này thật trang nghiêm, hùng vĩ. Chánh điện chùa Hưng Long thờ Tam Thế, bên phải thờ Đức Chuẩn Đề, bên trái thờ Địa Tạng. Chùa này cũng có thờ Quan Công và Lưu Bình, Dương Lễ.

Chùa Ấn Quang, trụ sở của Giáo Hội Phật giáo Việt Nam Thống Nhất ở số 243 đường Sư Vạn Hạnh, Chợ Lớn trước đây có tên là Ứng Quang, do cố Hòa Thượng Thích Trí Hữu nguyên trụ trì chùa Linh Ứng tại Ngũ Hành Sơn, Non Nước, hiến dâng cho Giáo Hội. Có lẽ Hòa Thượng lấy chữ Ứng của Linh Ứng đặt cho chùa Ứng Quang chăng? Bây giờ Hòa Thượng đã viên tịch rồi, có lẽ chỉ có Ngài mới biết được điều đó. Ngài có rất nhiều đệ tử xuất gia và tại gia, trong đó Thượng Tọa Thích Bảo Lạc là một trong những người đệ tử hàng đầu.

Tôn tượng Đức Bổn Sư thờ tại chùa Ấn Quang đúng là một tôn tượng thể hiện đủ 32 tướng tốt và 80 vẻ đẹp của một bậc *thiên nhân chi Đạo Sư, tứ sinh chi từ phụ*. Tầng trên dùng để thờ Phật và lễ bái, tầng dưới dùng làm văn phòng của Viện Hóa Đạo và Viện Tăng Thống.

Đứng đầu Viện Tăng Thống là Đức Tăng Thống, do Viện Tăng Thống, gồm các bậc Trưởng lão Hòa Thượng suy tôn lên. Ngôi vị này không bao giờ thay đổi, trừ phi Đức Tăng Thống viên tịch. Dưới Viện Tăng Thống là Viện Hóa Đạo. Đứng đầu Viện Hóa Đạo là một vị Viện Trưởng. Ngôi vị này do đại diện các Tỉnh Hội Phật giáo và miền bầu lên và thay đổi theo nhiệm kỳ đã ấn định. Viện Hóa Đạo được xem như lưỡng viện quốc hội của chính quyền. Vị Viện Trưởng như một vị Thủ Tướng điều hành công việc đối nội và đối ngoại cho Giáo Hội. Dưới Viện Hóa Đạo có các miền Khuông Việt, Liễu Quán, Quảng Đức, Vĩnh Nghiêm v.v... và dưới mỗi miền là có các tỉnh, quận Giáo hội và các đơn vị nhỏ nhất là xã và khuôn hội.

Hai bên chánh điện là hai dãy nhà ngang để chư tôn túc làm việc và lưu ngụ. Phía sau là nơi thờ Tổ. Bên dưới phía trái là văn phòng đặc ủy Tăng Sự và giảng đường. Bên dưới phía phải là văn phòng phát hành kinh sách và các pháp bảo của chùa. Phía sau nhà Tổ có nhà in Sen Vàng. Nơi đây in và phát hành hầu hết các sách Phật Học do Viện Hóa Đạo xuất bản. Diện tích của chùa Ấn Quang quá chật hẹp so với một cơ sở của Giáo Hội như thế, nhưng theo Giáo Hội, đó mới chỉ là cơ sở tạm. Đúng ra cơ sở chính của Giáo Hội là chùa Việt Nam Quốc Tự ở đường Trần Quốc Toản. Sau năm 1963, Giáo Hội Phật giáo Việt Nam Thống Nhất định biến khu đất này thành ngôi chùa cho cả nước, nên mới đặt là Quốc Tự, nhưng sau đó vì vấn đề nội bộ của Giáo Hội nên một bên dời về Ấn Quang và một bên dời về chùa Vĩnh Nghiêm ở đường Công Lý. Trên nguyên tắc, Việt Nam Quốc Tự vẫn còn sinh hoạt, nhưng khung cảnh quá thê lương, khiến ai nhìn vào đó cũng mủi lòng. Sau này Hòa Thượng Thích Tâm Giác có cho xây tiếp tục ngôi tháp ấy, nhưng cũng chưa hoàn thành thì Hòa Thượng đã viên tịch và ngôi tháp ấy vẫn còn dang dở cho đến ngày nay.

***

Có nhiều vị Phật tử ăn chay trường hoặc ăn chay kỳ, thường ngại mỗi khi đi xa không biết có đồ ăn chay tịnh trên máy bay hay không, nên bất cứ đi đâu cũng cố tránh những ngày 14, rằm, 30, mồng một hoặc các ngày vía. Có vị kỹ lưỡng hơn, mang theo đồ chay lên máy bay để dùng. Kể ra cũng được, nhưng hơi bất tiện. Vì có những đoạn đường xa như Đức sang Úc, mất hai đêm một ngày, không thể mang đồ ăn theo được. Hoặc có nhiều người giữ giới, nên nhịn đói suốt một đoạn đường dài, chỉ xin nước uống mà thôi. Ở đây chúng tôi xin mách quý vị một cách như sau:

Trước khi khởi hành một ngày, quý vị gọi điện thoại đến hãng máy bay hoặc hãng du lịch mà quý vị đã mua vé, cho biết rằng mình ăn chay trên suốt đoạn đường bay. Họ sẽ hỏi quý vị ăn chay theo cách nào? Thông thường có ba cách. Một là theo kiểu Tàu, hai là theo kiểu Ấn Độ và ba là theo kiểu Âu Châu. Kiểu Tàu thực ra cũng giống cách ăn chay thông thường của người Việt. Kiểu Ấn Độ gồm có cơm, nho, xà lách, cà-ry. Kiểu Âu Châu toàn rau cải và trái cây. Nếu quý vị đã chọn một trong ba cách dùng chay trên, đến lúc ra cân hành lý, người ghi vé sẽ biết ngay là quý vị ăn chay, họ sẽ ghi vào máy. Khi lên máy bay sẽ có nhân viên trên máy bay mang thức ăn chay đến cho quý vị dùng. Quý vị sẽ không trả thêm bất cứ món tiền nào cả, trong tiền vé máy bay đã gồm cả tiền thức ăn uống. Ngoại trừ trường hợp quý vị gọi những loại nước đặc biệt. Có nhiều thầy, cô bên đảo mới sang Úc, đi trên máy bay không rành ngoại ngữ nên các chiêu đãi viên hỏi cái gì cũng chỉ lắc đầu và không có cái gì gật đầu cả. Họ sợ rằng nếu uống thì phải trả tiền, mà tiền đâu có khi lên đến được máy bay để đi. Hoặc sợ rằng trên máy bay không có đồ chay. Thế là đành chịu đói cho đến nước mình định cư. Đến nơi, có người bảo rằng ở đây lạnh lắm ăn chay sẽ chết. Thế là đâm ra hoang mang hốt hoảng. Thật ra, ăn chay không bị chết, dầu cho ở xứ nóng hay xứ lạnh, và ngày nay người Âu Mỹ ăn chay rất nhiều. Quý vị nếu ở Đức và Thụy Sĩ có thể tìm đến những cửa tiệm để tấm bảng *"Reform Haus"*, nơi đó bán toàn đồ chay và tất cả các loại đồ ăn đều làm bằng đậu nành. Thông thường mỗi thành phố lớn ở Đức có chừng 20 đến 30 cửa tiệm như vậy.

Chúng tôi không quảng cáo cho các hãng du lịch hoặc các tiệm cơm chay, nhưng nhận thấy những gì giúp ích cho người Phật tử, chúng tôi xin mách giùm quý vị mà thôi. Có một hôm, chúng tôi đi thăm một vài thắng cảnh tại Đức với một người bạn Nhật. Trên tay người bạn Nhật này có cầm một quyển sách chỉ dẫn bằng tiếng Nhật, chỉ vẽ tường tận từng địa phương một của nước Đức, thành phố nào có những gì đặc biệt, thành phố nào có những gì đáng xem, cái gì nên xem và cái gì nếu có thì giờ xem cũng được, không xem cũng không sao. Đoạn đường đi từ Hemstedt đến Berlin phải trả tiền vé như thế nào, và đến địa phương Bá Linh nên ở khách sạn nào, ăn món nào cho hợp khẩu vị, và nên xem những di tích lịch sử nào v.v... Chúng tôi xem quyển sách mà cảm thấy ngỡ ngàng, vì người mình lâu nay đi du lịch hay đi đâu chỉ cốt đi cho có. Nếu tại địa phương kia có người hướng dẫn thì tốt, không cũng không sao. Lúc về lại ai có hỏi đến mình thì khoe khoang chuyện có nói không, chuyện không nói có, chẳng ai tin tưởng vào ai được. Ngay cả một bản đồ của địa phương mình đi cũng không có nữa, nói chi đến một quyển sách hướng dẫn tận tường như vậy. Có nhiều người khuyên chúng tôi nên cố gắng thực hiện những điều lợi ích đó cho đồng bào mình, nhưng đó không phải là khả năng chuyên môn của chúng tôi, nên dành thì giờ để phục vụ đồng bào ở phương diện khác. Chúng tôi chỉ giúp đỡ trong điều kiện có thể của mình. Nhiều lúc vì không có ai chỉ dẫn, nên có nhiều vị mua vé máy bay đắt gấp 2 lần giá trung bình, hoặc xin visa bị từ chối thì khó bề xin lại lần thứ hai. Ngày nay bà con mình ở khắp năm châu bốn biển, chắc có lần trong đời cũng phải viếng thăm nhau. Nếu ai đó trong chúng ta thực hiện được những điều chỉ dẫn tận tường như trên quả là một điều lợi lạc.

Tôi sinh ra từ chốn bùn dơ nước đọng, nơi quê hương xứ Quảng nghèo nàn, nơi mà *"đất cày lên sỏi đá"*. Nếu không có nhân duyên biết được Phật pháp, chắc rằng đâu có ngày nay. Đi đến nơi này để rồi còn đi thêm nơi khác nữa. Ngày mới xuất gia từ chỗ quê mùa rách nát, chúng tôi đến phố Hội thấy mình như từ nhà quê lên tỉnh thành. Thầy Bổn Sư bảo: *"Gần đến ngày khai trường rồi, con hãy mua sách vở để đi học."* Tôi trả lời: *"Bạch Thầy, đi tu rồi mà còn học nữa sao?"* Bây giờ nghĩ lại cũng vui vui trong dạ, cái quan niệm đi tu của mình ngày xưa nó hồn nhiên và trong trắng như thế. Thầy tôi mỉm cười và bảo rằng: *"Con hãy nghe lời ta bảo."* Rồi bất đắc dĩ tôi phải đi học, và sự học của tôi kéo dài suốt hơn 20 năm ở trường đời cũng như trường Đạo, thấy cũng chẳng thấm vào đâu mà lúc nào cũng thấy cần phải học hỏi thêm.

Lần đầu tiên chuẩn bị đi máy bay từ Đà Nẵng vào Sài Gòn, tôi hỏi Thầy tôi: *"Bạch Thầy! Chắc trên máy bay không có toilet?"* Thầy tôi cười và bảo rằng: *"Con nên lại phía sau để đi."* Vì tôi nghĩ rằng nếu đi toilet trên máy bay, nó sẽ bay tứ tung trong trời đất coi sao được. Cái quê mùa và cái ngỡ ngàng của tôi là như thế.

Vì sinh ra từ chốn nhà quê, quê mùa ngay từ bản chất nên mỗi lần có tiệc chay hay đãi đằng chi của Phật tử mời, tôi phải hỏi món nào dùng với món nào. Nếu không hỏi, dùng lộn món này qua món kia họ cười mình là người không sành ăn uống. Nên hỏi trước có lợi hơn là làm dáng. Tôi chẳng ngại ngùng để viết lên những lời này vì cho rằng: *"Sự thật bao giờ cũng là sự thật, dầu cho ai đó có tô điểm nhiều lớp son, phấn bề ngoài, giả dối vẫn hoàn giả dối."*

Đến Sài Gòn, tôi thấy mình chới với trước cảnh phồn hoa đô hội, nơi *"ngựa xe như nước, áo quần như nêm"*. Cảm thấy bơ vơ một thân một mình với chiếc đầu tròn, mảnh áo vuông và hành trang chỉ là một tấm lòng cho Đời và Đạo. Tôi gói trọn hành trang ấy mãi đến bây giờ cho đời mình, mỗi khi chuyện vui hay buồn đến bên mình và không để cho nó bị cuốn theo chiều gió.

Đi quanh quẩn Sài Gòn để tìm nơi học hành và tìm chỗ tạm dừng chân cho cuộc đời tu niệm, cảm thấy bị bẽ bàng trước cuộc sống đua chen của một người từ tỉnh mới đến thành. Tâm trạng của tôi giống với một anh chàng được kể lại trong sách Pháp văn khi còn học lớp đệ lục như sau: "Sau khi anh ta đi du lịch về nước, bà con lối xóm đến hỏi thăm anh tới tấp. Nào tháp Effel ở Paris đẹp lắm, nào Khải Hoàn Môn ngựa xe nhộn nhịp và sông Seine có lá vàng trôi bập bềnh thơ mộng phải không? Sau một hồi trầm ngâm suy nghĩ, anh trả lời rằng: 'Tôi đâu có thấy gì, tôi chỉ thấy đồng hồ xe taxi đang nhảy số." Mọi người cười xòa và câu chuyện du lịch của anh ta được chấm dứt nơi đó.

Cách đây gần 30 năm, hồi đó tôi học lớp ba, có học được một bài học thuộc lòng, xin ghi ra đây để quý độc giả đọc cho vui. Nếu vị nào còn nhớ, ấy cũng là điều đáng quý. Bài học thuộc lòng nhan đề là: *"Đi ngày đàng, học sàng khôn."*

> *"Đi cho biết đó biết đây,*
> *Ở nhà với mẹ biết ngày nào khôn.*
> *Kìa thế giới năm châu quanh quất,*
> *Người bao nhiêu thì đất bấy nhiêu.*
> *Sông to núi lớn cũng nhiều,*
> *Đường đi lối lại trăm chiều ngổn ngang.*
> *Người bốn giống đen, vàng, đỏ, trắng,*
> *Trời bốn phương nam, bắc, đông, tây.*
> *Mênh mông nước nước mây mây,*
> *Chẳng đi sao biết non này thổ kia."*

Ngày xưa còn bé, học chỉ để mà học. Ngày nay đi khắp năm châu, thấy đủ bốn sắc dân rồi và trong khi học Phật vẫn cảm thấy, biết rằng ngoài thế giới này còn nhiều thế giới khác nữa, và ngoài loài người ra còn có các vị tiên, thánh, Phật, a-tu-la, địa ngục, ngạ quỷ, súc sanh v.v... nên đường đi và sự tu học chắc chắn không dừng lại trong năm châu bốn biển nữa mà còn tỏa rộng ra trong khắp đại thiên thế giới, khắp cõi hư không, như Đức Bổn Sư của chúng ta thường dạy.

Trên đường Bà Huyện Thanh Quan có một ngôi chùa tên là chùa Xá Lợi, có tháp chuông bảy tầng cao vút tận không trung, có chánh điện thờ Phật, sơn son thếp vàng nguy nga lộng lẫy. Chùa Xá Lợi có thư viện, phòng đọc sách, có một phòng riêng để làm tang sự cho các hương linh quá vãng.

Các nam thanh nữ tú vẫn dập dìu nơi chùa trong những ngày có trường học. Lần đầu tiên mới đến thăm chùa Xá Lợi, tôi cứ ngỡ rằng chốn thành đô sao cũng có lắm thanh niên thiếu nữ ưa chuộng cửa Thiền. Nhưng hóa ra không phải họ mến mùi Thiền mà vì chùa Xá Lợi có nhiều bóng mát, lại có thư viện và gần trường nữ Trung Học Gia Long.

Chùa Xá Lợi cũng là trung tâm tranh đấu năm 1963 của Phật giáo chống lại sự bất bình đẳng giữa các tôn giáo dưới thời Đệ nhất Cộng hòa. Cụ Chánh Trí Mai Thọ Truyền, Quốc vụ khanh Đặc trách Văn Hóa, là một trong những người có công nhất trong việc xây dựng ngôi chùa này cùng với một số quý vị Phật tử hữu công khác.

Có những nơi đào tạo tăng tài ngay trung tâm Sài Gòn như: Phật Học Viện Giác Sanh (gần trường đua Phú Thọ), Phật Học Viện Huệ Nghiêm (An Dưỡng Địa Phú Lâm), Tu Viện Quảng Hương Già Lam (Gia Định). Đây là những nơi đào tạo nhân sự nòng cốt của Giáo Hội, từ cấp Sơ Đẳng đến Trung Đẳng và Cao Đẳng Phật Học.

Chùa Dược Sư, chùa Từ Nghiêm, chùa Huê Lâm là những Ni Viện to lớn nhất nhì tại Sài Gòn-Chợ Lớn để đào tạo Ni chúng trên bước đường tu học Phật pháp.

Viện Đại Học Vạn Hạnh là hiện thân của phân khoa Phật Học được thành lập từ năm 1964 tại chùa Xá Lợi và Pháp Hội. Trước năm 1975, Viện Đại Học Vạn Hạnh là một Đại Học Phật giáo có tầm vóc quốc tế gồm nhiều phân khoa dưới sự giám đốc và điều hành của Thượng Tọa Viện Trưởng Thích Minh Châu. Sau năm 1975, Viện Đại Học Vạn Hạnh không còn hoạt động được nữa mà biến thể thành Viện Phật Học Vạn Hạnh và dời về đường Võ Di Nguy ở Phú Nhuận.

Trên đường Lục Tỉnh đi Phú Lâm, quý vị để ý nhìn về phía tay mặt sẽ thấy một ngôi tháp bảy tầng, gọi là tháp Hòa Đồng Tôn Giáo. Khu vực ấy có một số chùa tháp của Giáo Hội Khất Sĩ, Giáo Hội Cổ Sơn Môn, Lục Hòa Tăng, Cao Đài, Hòa Hảo và các thiền đường. Đúng là hòa đồng tôn giáo. Chỉ có nước Việt Nam chúng ta là nơi có cả hai hệ phái lớn của Phật giáo Đại Thừa và Nguyên Thủy. Các nước khác trên thế giới chưa có nơi nào như vậy. Đạo Phật của các nước khác tại Á Châu tuy có biến thể, nhưng cũng chưa nơi nào có nhiều tông phái khác lạ như ở Việt Nam. Điều đó hay, dở xin để cho lịch sử phán xét, còn tin theo hay không lại tùy thuộc vào trình độ của dân chúng và tùy theo từng thời đại.

Ở Sài Gòn-Chợ Lớn có rất nhiều chùa tháp, chúng tôi chưa có cơ duyên đi thăm hết, nhưng trên đây là một số chùa tiêu biểu mà đa số đồng bào Phật tử đều biết đến. Ngoài các chùa của Phật giáo Bắc Tông ra, còn có các chùa của Nam Tông như chùa Kỳ Viên ở đường Phan Đình Phùng và các Tịnh xá của Phật giáo Khất Sĩ như Tịnh Xá Minh Đăng Quang ở Gò Vấp, Gia Định. Hoặc các chùa xưa thuộc Cổ Sơn Môn, của Lục Hòa Tăng và Lục Hòa Phật tử.

Nhưng nhắc đến Sài Gòn mà quên nhắc tới chùa Vĩnh Nghiêm ở đường Công Lý quả là một điều thiếu sót. Chùa Vĩnh Nghiêm do Thượng Tọa Thích Tâm Giác chủ trì việc xây cất và phát triển mọi sinh hoạt lúc Thượng Tọa còn tại thế. Chùa xây cất phỏng theo các chùa của miền Nam và phỏng theo phong cách Nhật một phần. Có thể nói đây là một lối kiến trúc tổng hợp của Bắc, Nam xứ Việt và Nhật Bản.

Xa Sài Gòn, trên đường đi Vũng Tàu quý vị gặp Tu Viện Quảng Đức, chùa Hoa Nghiêm ở Thủ Đức và xa hơn nữa sẽ gặp Đại Tòng Lâm của Phật giáo Việt Nam. Đây là cơ sở tu tập và đào tạo Tăng Ni tài đức của Giáo Hội Phật Giáo Việt Nam do cố Hòa Thượng Thích Thiện Hòa đề xướng. Nghe đâu sau này tại Thủ Đức đương khởi công xây cất một Trung tâm phiên dịch kinh điển của Giáo Hội do Thượng Tọa Thích Trí Tịnh đứng đầu, nhưng đã lọt vào tay Cộng sản, nên đành để dở dang như vậy cho đến ngày nay.

Tại Vũng Tàu có Thích Ca Phật Đài rất nổi tiếng. Giáo Hội Phật Giáo Nam Tông đã khánh thành thắng tích này vào năm 1963, do Đại Đức Narada người Tích Lan đến chủ lễ cùng vói sự tham dự của chư tôn giáo phẩm Phật giáo Việt Nam, Trung Hoa và Cao Miên. Nơi đây có dựng 4 cảnh động tâm khi Đức Phật còn tại thế. Ngoài ra, tại Vũng Tàu còn có nhiều chùa, nhiều cốc, nhiều am cũng khá nổi tiếng, nhưng vì chúng tôi chưa có cơ duyên đi thăm hết mọi cảnh, mọi chùa, nên chỉ ghi lại một vài điều sơ lược như trên. Ngay cả Tu Viện Chơn Không và Thường Chiếu của Thượng Tọa Thích Thanh Từ là một vị Thiền Sư nổi tiếng của Việt Nam trong hiện tại, chúng tôi vẫn chưa có cơ duyên đặt chân đến. Quả là một điều đáng tiếc. Chúng tôi chỉ biết Thượng Tọa và hai nơi trên qua sách vở và những người đệ tử của Thượng Tọa kể lại.

Miền Nam rộng rãi bao la, nhưng chúng tôi mới chỉ đi qua khỏi Vĩnh Long rồi đến Cần Thơ, còn những chốn xa xôi khác chưa có dịp đặt chân đến. Năm 1974 từ Nhật trở về thăm quê với những người bạn Nhật, chúng tôi đã ghé sang Cồn Phụng để thăm ông Đạo Dừa. Lúc đó Cậu Hai đang nhập thất, nhưng nghe chúng tôi từ Nhật đến thăm, Cậu Hai cũng tiếp khách và trao đổi ý kiến gần hai tiếng đồng hồ. Kiến Trúc nơi đó pha trộn cả Âu lẫn Á, cả Phật lẫn Khổng và Thiên Chúa Giáo nên không biết gọi là lối kiến trúc gì. Tuy nhiên nó có cái gì cao thượng và trầm mặc như cuộc đời tu sĩ của Cậu Hai.

Chúng tôi đi đến Cần Thơ tá túc nơi một ngôi chùa cổ thuộc Hội Phật Học Nam Việt. Chùa ấy chỉ có một thầy một đệ tử, chẳng thấy một tịnh nhân nào giúp việc. Sáng hôm sau dậy đi công phu tụng thần chú Thủ Lăng Nghiêm xong theo thầy đi kinh hành nhiễu Phật. Tôi nhớ không lầm đã đi cả 108 lần quanh trước Phật điện ra đến Tổ Đường, cả thân thể đều rã rời sau một cuộc Thiền hành dài và lâu như thế. Không biết thầy trụ trì ở đây tu theo pháp môn gì, nhưng trông thầy có vẻ đoan nghiêm đạo mạo, giới luật uy nghi lắm. Bên cạnh chùa có một ngôi chùa Miên của Phật Giáo Nam Tông rất đồ sộ. Lúc đó chúng tôi định vào thăm, nhưng sợ không nói được tiếng Miên nên lại thôi.

***

Nếu ai đó có lần đi bằng Shinkansen (tàu cao tốc) từ Tokyo qua Kyoto. Trên đường đi quý vị dõi mắt nhìn theo hai bên đường hoặc triền núi, nơi nào có nhô lên một nóc chùa là nơi đó có làng mạc được mọc lên chung quanh. Quê hương Việt Nam chúng ta có lẽ cũng thế, nơi nào có chùa tháp là nơi đó có dân chúng sinh hoạt, làm ăn buôn bán hội hè. Đúng là *"Mái chùa che chở hồn dân tộc, nếp sống muôn đời của Tổ Tông"*. Và nếu ai đã bỏ quê hương ra đi rồi sẽ không bao giờ quên những câu thơ của thi sĩ Nguyễn Bính (1919-1966) như sau:

> *"Quê tôi có gió bốn mùa,*
> *Có trăng giữa tháng, có chùa quanh năm.*
> *Chuông hôm, gió sớm, trăng rằm,*
> *Chỉ thanh đạm thế, âm thầm thế thôi.*
> *Mai này tôi bỏ quê tôi,*
> *Bỏ trăng bỏ gió, chao ôi bỏ chùa."*

Bây giờ chúng ta đã bỏ nước ra đi thật sự, bỏ chùa xưa Thầy cũ, bỏ cả tiếng chuông ngân và đêm trăng rằm của quê hương miền duyên hải. Thầy Tổ đã xa, quê hương ngút ngàn trong tâm tưởng, còn gì nữa đâu khi vọng về cố quốc, có thầy đã ra đi, có người còn ở lại. Có kẻ đã vào tù ra tội chẳng biết bao phen nhưng vẫn sống chết vì lý tưởng, hy sinh cho Đời và cho Đạo. *"Nếu có chết là chết cho cái chết của chân lý, chứ không chết vì bạo lực này kém thua bao lực khác."*

Đốt nén hương lòng xin gởi về quê hương Việt Nam yêu dấu trong nghìn trùng xa cách. Xin nguyện cầu chư Phật, chư Thiên Thần Hộ Pháp từ bi gia hộ cho đất nước Việt Nam của chúng con sớm thoát khỏi cảnh đọa đày trong gông cùm của người Cộng sản. Cầu nguyện cho người còn được an lạc, kẻ thác được siêu thăng.

17. ĐI THĂM ĐỒNG BÀO CÁC TRẠI TỴ NẠN

Sau khi từ Canada về, tôi đi Bonn để lo visa đi các nước Đông Nam Á Châu thăm đồng bào hiện còn đang ở trong các trại tỵ nạn, nhưng đến ngày lên đường vẫn có một số nước chưa kịp cấp visa. Có nhiều nước như Nhật, Phi Luật Tân cấp visa trong vòng một tiếng đồng hồ. Còn Singapore hoặc Đài Loan cần phải có người bảo lãnh. Nam Dương, Thái Lan và Mã Lai thì còn lâu hơn thế nữa.

Mang giấy thông hành của người tỵ nạn đi xin visa cảm thấy nó nao nao trong dạ, buồn vui lẫn lộn chẳng biết nói sao. Buồn cho thân phận của người Việt, vì quê hương vẫn còn đó nhưng hình như đã mất. Vui vì dầu sao chăng nữa mình vẫn còn diễm phúc đi đó đi đây, so với đồng bào còn đang bị giam nhốt trong gông cùm của Cộng sản. Khi người có phận sự cấp chiếu khán hỏi tôi quốc tịch gì, tôi trả lời: "Tôi là người tỵ nạn." Ông ta hỏi lại một lần nữa:

- "Người tỵ nạn có phải là người vô quốc tịch không?"

- "Ông muốn nghĩ sao cũng được." Tôi trả lời.

Khi xin giấy visa các nước khác mới thấy thân phận mình bé nhỏ lạ thường. Vì quê hương mình vẫn còn đó nhưng không có đất để dung thân. Tiếng nói của mình không còn một giá trị nào để được quốc tế lưu ý. Vui thì họ cho, buồn thì họ dừng lại. Quả thật thân phận của người tỵ nạn chúng ta chẳng khác nào một quả bóng đá. Người ta để yên thì mình nằm đó. Người ta đá đi, mình lại bay chạy tứ tung.

Người cấp giấy chiếu khán ở tòa Đại Sứ Thái Lan đã đóng dấu lên passport của tôi, cho phép được vào nước Thái với lý do đi du lịch, nhưng sau khi đọc kỹ giấy tờ xin đi thăm trại tỵ nạn của tôi, ông ta đã đóng dấu hủy bỏ lên visa vừa cho, viện cớ rằng việc này phải có Bộ Nội vụ Thái xét mới có thể đi được. Thế là đành hỏng một chuyến đi. Vì ở đó có biết bao nhiêu người đang khổ sở từ vật chất đến tinh thần và cần sự hiện diện của chúng tôi, nhưng cuối cùng vẫn không đi được, tôi cầm giấy thông hành mà đớn đau vô kể. Tôi tự hỏi vì sao vậy? Nhưng câu trả lời thì có ngàn lối khác nhau.

Hồi tháng 10 năm 1984, tôi có gặp Thượng tọa Abinyana người Anh, đang ở tại Phật Học Viện Quốc Tế của Thượng Tọa Thích Đức Niệm. Ông cho tôi biết rằng có nhiều người Việt Nam ở Đức hay Pháp lâu năm, có quốc tịch hẳn hòi, nhưng khi xin đi Thái Lan vẫn gặp nhiều khó khăn, có lúc được cấp chiếu khán, nhưng cũng có lắm người bị bác đơn.

Trước khi rời Đức tôi có được visa của Singapore, Phi Luật Tân, Đài Loan, Mã Lai, Nam Dương. Visa Hồng Kông vẫn trong tình trọng chờ đợi, còn Thái Lan như mới vừa trình bày trên. Có lẽ sau khi tôi về lại Đức chuyến này mới nhận được giấy phép gởi đến chùa, nhưng đã quá muộn.

Đến Singapore ngày 22 tháng 1 năm 1985, sau 20 giờ bay qua Amsterdam, Rome, Dubai, Bangkok và cuối cùng là Singapore. Nơi đây không có người thân hoặc bạn bè đi đón nên tôi phải tự làm mọi thủ tục giấy tờ, rồi một mình leo lên xe car về khách sạn.

Đường từ phi trường về khách sạn thấy hai bên những cây phượng cành lá sum suê che rợp cả lối đi. Thỉnh thoảng những loại hoa dại cùng các cây hoa trang, hoa dâm bụt ẩn hiện đó đây làm tôi nhớ Việt Nam trong muôn thuở. Thấy Singapore đẹp và sạch như Thụy Sĩ ở Âu Châu. Trong đầu tôi thoảng hiện một dấu hỏi thật to tướng. Tại sao Singapore có khoảng 75 phần trăm dân là Tàu, mà Tàu ở đây lại văn minh và sạch sẽ đến thế? Trong khi đó người Tàu ở Việt Nam và ngay ở tại Mỹ thuộc thành phố San Francisco cũng không khác mấy? Nghe đâu chính phủ phạt vạ những kẻ phạm pháp nên ai cũng ráng giữ cho quê hương họ sạch sẽ. Ra đường nhổ xuống đất một bãi nước bọt bị phạt 25 đô-la và liệng một cái tàn thuốc bất cứ nơi công cộng nào cũng bị phạt 50 đô-la, nếu cảnh sát bắt được. Vì thế Singapore mới đẹp như vậy.

Nhìn quê hương họ để nhớ lại quê hương mình, tuy gần nhau trong gang tấc mà xa nhau ngàn vạn dặm. Đất nước người ta đang trên đà phát triển, trong khi đó đất mẹ của mình bị bè lũ vô thần giày xéo làm cho tang thương đổ nát, càng ngày càng rách rưới nhiều hơn.

Đến khách sạn thấy có nhiều người Nhật, người Ấn, người Âu Châu ở đấy. Người Nhật thường đi cả một đoàn và chỉ vài người biết ngoại ngữ, ngoài ra đều được hướng dẫn bằng tiếng Nhật. Có một bà Nhật đến hỏi tôi bằng tiếng Nhật không ngại ngùng, vì họ nghĩ mình là người Á Châu, có lẽ ai cũng biết tiếng Nhật. Tôi định trả lời bằng tiếng Anh như vẫn hay nói chuyện với người Singapore hoặc những người ngoại quốc khác, nhưng sợ bà bỡ ngỡ nên tôi lại trả lời bằng tiếng Nhật. Bà nghe như là một chuyện đương nhiên, cũng chẳng buồn hỏi tôi là người nước nào đến.

Trong khách sạn, ngoài đường phố, ở siêu thị đâu đâu cũng thấy có viết tiếng Nhật kèm phía dưới tiếng Anh. Vì người Nhật du lịch ở đây rất nhiều và không phải người Nhật nào cũng hiểu tiếng Anh, nên người địa phương họ làm thế.

Sáng ngày 23 tháng 1, tôi thuê một chiếc xe để tìm đến trại tỵ nạn của đồng bào mình. Trại nằm gần phi trường và từ ngoài nhìn vào thấy có vẻ đơn sơ so với những mái nhà chung quanh. Trại nằm trên đường Hawkins, số 25, nên người ta thường hay gọi là trại tỵ nạn Hawkins.

Khi vào đến trại, người gác cổng hỏi tôi giấy chứng minh thư, người ấy cầm passport vào trình cho ông trại trưởng. Sau một hồi đứng phơi nắng cảm thấy xốn xang, ông ta mới ra cổng và hỏi tôi một vài điều cần thiết. Đáng ra tôi không được vào thăm đồng bào vì chưa có giấy phép của Cao ủy Tỵ nạn Liên Hiệp Quốc, nhưng sau khi hỏi mục đích và lý lịch của tôi, ông ta biết tôi có ở Nhật và ở Đức lâu năm nên vồn vã mời tôi vào trại bằng tiếng Nhật thay vì nói tiếng Anh như lối xã giao thường lệ.

Vì đến quá gấp và đi cũng quá gấp nên một số quý vị trong Ban Đại Diện của trại đã kêu gọi đồng bào trên loa phóng thanh đến phòng họp để nghe tôi nói chuyện. Chỉ trong vòng 15 phút, gian phòng đã đầy người và câu chuyện bắt đầu. Trong sự trao đổi với đồng bào, tôi nhận thấy có một số đồng bào ở các trại Mã Lai và Nam Dương đến đây để chờ chuyến bay đi ngoại quốc. Được biết trại chỉ là nơi chuyển tiếp. Người ở lâu nhất chỉ 3 đến 6 tháng là cùng, không lâu như những nơi khác. Trước khi câu chuyện chấm dứt, tôi có ủng hộ cho trại một số tiền của đồng bào Phật tử tại Đức, Canada, Pháp, Thụy Sĩ, Úc và Đan Mạch đóng góp. Nhưng ở đây mọi người đều đồng ý nhường số tiền ấy lại cho chùa Phật giáo tại Galang, Indonesia. Số tiền này tôi chuyển ngay vào ngày hôm sau cho Đại Đức Thích Hạnh Tuấn để trùng tu và tái thiết chùa.

Trước khi ra về, tôi đến đảnh lễ Phật trong một gian phòng chật hẹp nhưng không kém vẻ trang nghiêm thanh tịnh. Quý vị Phật tử ở trại ấy cho biết là ở đây ít nhận được kinh sách và báo chí của các chùa Việt Nam ở ngoại quốc. Do đó yêu cầu nếu có thể được, các chùa, các Hội đoàn người Việt gởi sách, báo chí v.v... đến địa chỉ: *Vietnamese Refugeee Camp - 25 Hawkins Road, Singapore* để bà con ở đây được nhờ.

Trước mặt phía bên trái có dựng một nơi thờ tượng Đức Quán Thế Âm Bồ Tát nhưng nhang khói vắng tanh. Có nhiều người bảo, vì không có thầy trụ trì nên hóa ra như vậy. Đa số các thầy đến ở đó tạm một thời gian rồi đi định cư các nước khác, không ai lưu tâm về việc này. Bên Thiên Chúa hoặc Tin Lành có các linh mục, các soeur đến giúp đỡ người tỵ nạn và ở luôn tại các trại, nên mối đạo tình rất thắm thiết. Vì họ đã có chân đứng ở một nước thứ ba, sẽ có ngày trở lại. Còn Phật giáo vì trồng cây Bồ Đề trên băng giá nên cần phải dưỡng sinh nhiều hơn nữa. Nên quý thầy, quý cô sau khi đã định cư được ở một nước thứ ba rồi, nên về lại các nước Đông Nam Á Châu để giúp đỡ đồng bào trong các trại có lẽ có ý nghĩa nhiều hơn, như quý linh mục, quý soeur đã làm, hơn là ở những nơi mà thị phi và đố kỵ ngày càng gia tăng mãnh liệt. Ở những nơi an định, hình như đồng bào mình ít thấy cần thiết giá trị của tinh thần. Còn ở đây, trong các trại tỵ nạn, sau bao cơn thập tử nhất sanh trên biển cả, đồng bào mình có một niềm tin rất vững mạnh vào những gì thiêng liêng cao cả nhất của đời họ, ngoài giá trị vật chất. Nếu quý thầy và quý sư cô nào làm được việc hướng đạo đó, chắc bà con Phật tử ở trong các trại tỵ nạn sẽ quý trọng vô cùng.

Trên đường trở lại khách sạn tôi miên man suy nghĩ cho số phận của người dân mình phải bỏ nước ra đi, trong lúc Singapore đang trên đà kiến thiết, xây dựng quê hương của họ.

Hôm sau tôi lãm du thành phố, có đi thăm nhiều ngôi chùa và nhiều thắng cảnh, tình cờ gặp một Thượng Tọa người Việt Nam đã ở đây hơn 30 năm. Pháp danh của Ngài là Thích Cảnh Thanh. Thượng Tọa trụ trì chùa Long Sơn rất nổi tiếng, chùa có rất nhiều du khách ra vào, kiến trúc thật xưa như các chùa tổ tại Việt Nam. Địa chỉ của chùa là: *371 Race Cource Road, Singapore 0281. Tel. 2986563.* Nếu ai có dịp đến Singapore nên ghé thăm chùa này để biết một di tích lịch sử Phật giáo Việt Nam ở xứ này.

Thượng tọa thấy tôi xá Phật và mặc áo nhật bình nên vẫy tay lại hỏi rằng có phải người Việt Nam không?

Thượng Tọa mừng quýnh vì lâu lắm rồi Ngài không nói tiếng Việt nên giọng có vẻ cứng đi rất nhiều. Thay vào đó, ngài nói tiếng Tàu rất thông thạo. Tôi là người hay suy tư, nên mỗi một chuyện vui buồn, hay dở cũng đều phân tích và lý luận, do đó lại suy nghĩ: Một mai đây đàn hậu học người Việt ở hải ngoại nếu không chú trọng phần dạy tiếng Việt cho con em mình, hay ngay cả chính mình nếu không thường luyện tập tiếng Việt, chắc một ngày nào đó cũng không khác gì Thượng Tọa Thích Cảnh Thanh.

Tôi rời Singapore ngày 25 tháng giêng năm 1985 để đến Phi Luật Tân. Chiếc máy bay Boeing 747 của hãng hàng không Singapore đã mang tôi vào vùng đất nóng sau hơn 3 tiếng đồng hồ. Khi ngang qua hải phận Việt Nam, người xướng ngôn viên cho biết cách Việt Nam 20 cây số về hướng biển Nam Hải, tôi nghe như đau nhói trong tim và nóng ran trong từng thớ thịt. Trên bầu trời nhìn xuống chỉ thấy mây và nước nhưng lạnh lẽo vô song, mặc dầu ở đây đang vào mùa ấm. Ai có xa xứ lâu năm mới thấy ray rứt nỗi lòng khi gần quê hương nhưng không và chưa bao giờ được đặt chân đến. Nơi đâu và bất cứ giờ nào tôi cũng có thể đi đến được, ngoại trừ nước Việt Nam. Có nhiều người bảo tôi "Thầy lấy tựa đề Đường Không Biên Giới cũng không đúng lắm." Tôi hỏi tại sao, họ bảo rằng: "Đã không biên giới, tại sao Việt Nam thầy không đến được?" Tôi trả lời rằng: "Tôi sẽ đến đó được chứ, nhưng với điều kiện là Việt Nam không còn Cộng sản nữa."

Ôi quê hương, tình người và Đạo Pháp, bây giờ đã ra sao rồi, khi chung quanh mọi người đều hướng về đất mẹ?

Ở Âu Châu vào mùa đông lạnh đến âm 25-30 độ C. Trong khi đó Manila nhiệt độ là 30 độ C nên nóng quá là nóng. Thân thể tôi phải chịu một sự thay đổi chênh lệch là

60 độ C nên khó chịu vô cùng. Khi ở xứ lạnh mong cho được nóng, nhưng khi nóng quá cũng cảm thấy khó chịu. Quả thật cuộc đời con người... là những gì khó định nghĩa được.

Vừa xuống máy bay tôi đã được một số quý Phật tử Việt Nam lập nghiệp ở Phi lâu năm đến đón trong những chiếc áo dài dân tộc. Nếu họ không mặc áo dài chắc tôi chẳng biết ai đã đi đón cả. Vì người Phi, người Tàu, người Việt nhìn thấy giống nhau lắm. Sau những thủ tục giấy tờ, tôi đã gặp Soeur Pasale Trìu - một người nữ tu bên đạo Thiên Chúa rất giỏi về mọi mặt hoạt động cho người tỵ nạn cũng như ngoại giao. Có lần Linh mục Tài nói với tôi rằng: "Bà là Đại Sứ của Việt Nam Cộng Hòa tại Phi đó." Tôi thấy lời nói ấy của ông Linh mục không sai sau khi tôi đã tiếp xúc với Soeur và thấy Soeur làm việc. Năm 1975, khi còn ở Nhật, tôi có nghe về sự hoạt động của Soeur tại Phi, nhưng đây là lần đầu tiên gặp Soeur trên đất khách.

Trước khi đi Phi tôi có liên lạc với Soeur và gia đình của một người Phật tử thuần thành ở Đức, hiện làm việc tại Phi, nên mới có sự đón tiếp ấy.

Trên đường phố Manila thấy người qua kẻ lại rộn rịp vô ngần. Xe hàng, xe tư nhân, xe đạp chạy vô trật tự làm tôi liên tưởng đến Sài Gòn trước 1975. Lúc ở Singapore tôi thấy gần Việt Nam bao nhiêu, khi qua Manila càng thấy giống Việt Nam hơn thế nữa.

Tôi về nhà trọ ở lại đêm 25, để chiều hôm sau, 26 tháng giêng, tháp tùng theo Soeur Pascale và một số quý vị Phật tử khác đến thăm trại Palawan, cách Manila chừng hơn một tiếng đồng hồ bay về phía Nam.

Đến phi trường của thành phố đã thấy quý thầy, quý vị trong Ban Đại Diện của trại, của chùa và các em Phật tử oanh vũ đã đứng chờ, và đặc biệt có linh mục Cannet người Mỹ, nói tiếng Việt khá thông thạo.

Linh mục Cannet đưa tôi và thầy Như Định cùng một số quý vị trong Ban Đại Diện về chùa, ở đó các anh em Phật tử đã chuẩn bị sẵn sàng dưới sự hướng dẫn của thầy Nhật Trí, sắp thành 2 hàng tề chỉnh để đón rước. Ba hồi chuông trống vang lên đón rước mọi người vào chánh điện. Sau khi đảnh lễ Tam Bảo, tôi có vài lời với mọi người và hẹn gặp lại trong những buổi nói chuyện tới dài lâu hơn.

Trại là một vùng hẻo lánh về phía nam thành phố, nằm gần phi trường, ở đấy hiện còn 2.000 người, đa số đã xin đi Canada, Mỹ hoặc Úc. Mái nhà lợp tranh, vách lá, dựng lên từ năm 1979 nên có nhiều nhà đã bị dột nát rất nhiều khi có mưa rơi hoặc nắng dọi. Mọi người ở đây đều được đi học tiếng Anh và trẻ em cũng được học tiếng Việt. Có giáo sư người Phi, người Tàu và người Việt dạy. Đặc biệt trại này do người Việt quản lý nên không khí có vẻ dễ chịu hơn ở Singapore nhiều. Hệ thống phát thanh của trại cũng khá hoàn hảo nên mỗi khi có việc gì đều thông báo cho toàn trại một cách nhanh chóng và hiệu quả.

Thông thường ở trại thức dậy từ 6 giờ sáng, sau đó nghe đọc tin tức trên đài, ăn cơm sáng, lãnh phần ăn cho cả ngày, đi học và về ăn trưa. Buổi chiều nghỉ. Có lẽ vì trời quá nắng. Tối lại đi nhận thư, cứ 2 ngày một lần phát, rồi ăn cơm tối, sau đó sinh hoạt cộng đồng. Có thể xem phim, hoặc sinh hoạt tại chùa, nhà thờ hoặc thánh thất.

Trong trại có nhiều nhà vệ sinh và giếng nước công cộng. Đồng bào mình gánh nước về nấu cơm hoặc tắm giặt ở nhà. Gạo ở Phi rất rẻ, 1 kg chừng 4 đến 6 piso. Cứ 1 USD đổi được 18 piso và 1 DM (Đức mã) đổi được gần 6 piso.

Nhưng khổ một điều là ở đây nấu cơm bằng củi, không bằng dầu hoặc điện như các xứ Âu Tây, nên các bà mẹ Việt Nam khổ nhọc lắm. Vì đây là trại tỵ nạn. Thỉnh thoảng có vài hàng quán nho nhỏ bán bánh kẹo và vật dụng hằng ngày cho bà con mình trong trại. Có một vài quán cà phê nho nhỏ trông dễ thương và nam nữ vẫn thường hay tụ tập nơi đây mỗi khi hò hẹn.

Vật giá ở Phi rất rẻ so với Đức, nhưng lương ở đây lại rất thấp. Nghe nói một kỹ sư mới ra trường lương tháng chừng 600-1000 piso, tức tương đương từ 100 đến 200 DM. Một bó rau muống giá chừng 1 piso trong khi ở Đức hoặc các nước khác ở Âu Châu phải trả đến 5 USD (khoảng 90 piso).

Mới bước vào cổng trại, tôi thấy 2 bên là các nơi thờ tự rất trang nghiêm. Đầu tiên là chùa Phật giáo, chùa xây theo lối Phật giáo Khất Sĩ, vì trước đây đã được Đại Đức Thích Giác Lượng hướng dẫn xây, nay Đại Đức đang trụ trì Tịnh Xá Pháp Duyên tại San Jose, Hoa Kỳ. Đối diện với chùa là Thánh Thất Cao Đài trông vẫn còn đơn sơ lắm, nhưng kinh kệ ngày 2 buổi không vắng tiếng công phu. Sau nữa là Giáo Đường Nữ Vương Hòa Bình do Linh mục Cannet coi sóc và các Soeur người Phi phụ trách. Bên đối diện là nhà thờ Tin Lành và sau cùng là văn phòng Ban Điều Hành của Trại.

Tôi ở lại đấy từ ngày 25 cho đến 30 tháng 1 mới về lại Manila để tiếp tục đi trại tỵ nạn Bataan ở miền Bắc Manila với Linh Mục Tài. Ở Palawan để nghe tiếng tắc kè, tiếng dế kêu, chuột chạy và tiếng côn trùng rên rỉ về đêm. Nằm nghe mà nhớ quê hương trong muôn thuở. Tối ngày 26 có một buổi giảng cho đồng bào Phật tử tại chùa. Trưa ngày 28 có tổ chức Lễ Thành Đạo của Đức Phật. Hôm ấy Ban Đại Diện chùa và quý Thầy có mời các Tôn Giáo bạn và các phái đoàn đến dự lễ, dùng cơm chay. Tối ngày 29, trước khi về lại Manila tôi có nói chuyện về đời sống của đồng bào tại Châu Mỹ và Châu Âu ở sân công cộng của trại, đã được nhiều người nghe và chú ý.

Trước khi rời trại tôi có trao cho quý Thầy các chùa, Ban Đại Diện của trại một số tiền do đồng bào Phật tử khắp nơi đóng góp giúp đỡ một số đồng bào nghèo, để an ủi họ.

Ở đây ăn rau muống, nằm giường tre, tắm nước lã, nghe tiếng côn trùng, thấy nhớ thương Việt Nam vô kể, vì mọi người dầu khổ nhưng còn có hy vọng để đi định cư ở nước tự do, còn bà con mình nơi quê nhà không biết bao giờ mới thoát khỏi được gông cùm của người Cộng sản.

Trưa ngày 30 tôi phải trở về, các anh em Phật tử vận động để được đi ra sân bay đưa tôi về Manila. Nhìn quanh phi trường thấy toàn màu áo lam dễ mến. Hy vọng với niềm tin và ý chí đó, lớp trẻ sẽ đứng lên gánh vác non sông và Đạo Pháp thay cho những thế hệ đàn anh đi trước.

Nhìn chung, trại tỵ nạn tại Palawan rất tốt, từ phương diện tình cảm cho đến cách sống và hy vọng với tài điều khiển của Ban Đại Diện trại sẽ giúp cho đồng bào mình có cuộc sống thoải mái hơn.

Ngày 1 tháng 2 năm 1985, người tài xế của Soeur Pascale và một vài tín hữu đưa tôi đến gặp Linh Mục Nguyễn Văn Tài tại đài phát thanh Manila thuộc Thánh bộ Vatican, truyền đi vào các nước Á Châu. Linh Mục có hướng dẫn đi thăm các nơi phát và thâu thanh cũng như các hệ thống máy móc hiện đại để phát đi những bản tin quan trọng trong ngày.

Sau đó chúng tôi đã lên đường hướng về trại tỵ nạn Bataan, nơi có nhiều người ở nhất - khoảng 12.000 người.

Đường đi từ Manila đến Bataan độ chừng 200 cây số, phải vượt qua các đèo, núi và đồng bằng nên sau gần 5 tiếng đồng hồ mà chiếc xe vẫn chưa đưa chúng tôi tới đích.

Một số quý vị trong Ban Đại Diện chùa Vạn Hạnh và các anh em Gia Đình Phật tử đợi lâu quá nóng lòng giải tán. Do đó, lúc chúng tôi đến chỉ thấy tấm bảng đón rước và một vài Bác lớn tuổi cố ý đợi chờ. Ngoài ra cảnh chùa vẫn yên tịnh. Chúng tôi đã gặp thầy Minh Lực, sư cô Hạnh Thanh và một chú tiểu ở chùa. Được biết ngôi chùa Vạn Hạnh này do một vị sư người Anh khai sơn. Chùa khá đẹp, có tượng Quan Âm lộ thiên phía bên hông, có nhiều cây xoài to lớn che rợp cả một khoảng không nơi chốn núi đồi này. Chánh điện của chùa Vạn Hạnh mặc dầu là chùa tạm của đồng bào tỵ nạn, kẻ đến người đi ít người chăm sóc trực tiếp, nhưng có thể ngồi làm lễ một lần được 400 người, lớn, đẹp hơn nhiều chùa ở Hoa Kỳ.

Sau buổi cơm trưa thanh đạm ở chốn núi đồi, chúng tôi được Linh Mục Nguyễn Văn Tài hướng dẫn đi thăm các cơ quan quan trọng và cách tổ chức trong trại. Trại rất rộng, không giống như trại Palawan. Muốn đi từ khu này sang khu khác phải dùng xe, nếu đi bộ phải mất cả tiếng đồng hồ. Sau khi đi thăm các cơ quan và các khu nhà, chúng tôi có lên thăm một ngôi chùa khác mà nghe nói trước đây do Đại Đức Thích Thông Hải gầy dựng nên. Bây giờ Thầy đang ở Hawaii. Khung cảnh chùa khá đìu hiu quạnh quẽ. Ngôi chùa bây giờ có một vị Sư người Miên lớn tuổi chăm lo. Sau khi đảnh lễ Phật, chúng tôi vào đảnh lễ Ngài và hỏi một vài câu chuyện liên quan đến sự liên hệ giữa những người Việt, người Cao Miên trong trại cũng như cúng dường Tam Bảo một ít tịnh tài.

Chúng tôi rời khu trại ấy đi đến thăm các đài kỷ niệm

của người Lào, người Cao Miên, người Việt. Nơi đây họ đã tạo những hình ảnh của quê hương để hướng về Tổ Quốc và ghi ơn những anh hùng liệt sĩ vị quốc vong thân, cũng như vì tự do độc lập của dân tộc mà hy sinh cho Tổ Quốc. Chúng tôi tiếp tục đến thăm ngôi nhà thờ của người Việt do một vị Linh Mục người Gia Nã Đại trông nom. Linh Mục nói khá rành tiếng Việt. Tôi đi vào trong nhà giảng đứng trước tượng Chúa, cảm thấy mình vẫn như lúc cầu nguyện trước hình tượng của chư Phật hoặc các vị Bồ Tát ở chùa. Tôi có gặp một số quý thầy người Việt sắp thụ phong linh mục và sau đó đi thăm một nơi mà ai cũng sợ, được gọi là "Monky House"(chuồng khỉ). Nơi đây nhốt những người vi phạm kỷ luật trong trại, có khoảng 20 người, và toàn là người Việt cả. Có nhiều người lẹ miệng nói: "Việt Nam mình cái gì cũng giỏi cả. Cho đến đánh lộn và gian lận cũng đứng hàng đầu." Tôi nghe câu nói mà chợt như trong dạ xốn xang về một quê hương mà nơi đó vẫn còn nhiều khốn khổ đọa đày. Chúng tôi an ủi họ và về lại chùa dưới cơn mưa phùn rơi lả tả thấm lạnh cả bờ vai.

Sau bữa cơm chiều, chúng tôi đã nói chuyện với quý thầy, quý cô, trình bày một số sinh hoạt của Phật giáo hải ngoại, cúng dường một ít tịnh tài để làm phương tiện sinh hoạt cho chùa, cho quý thầy, quý cô trong khi còn chờ để đi định cư ở một nước thứ ba.

Tối hôm đó tôi đã gặp gỡ đồng bào Phật tử trong trại tại chùa Vạn Hạnh, sau hơn một tiếng rưỡi đồng hồ, chúng tôi và vị linh mục trở về lại Manila để ngày mai còn phải lên đường sớm đi Đài Loan có một vài công việc Phật sự khác.

Đến Đài Loan để thấy rằng Việt Nam mình ngày trước năm 1975 cũng không bằng. Đài Loan nhỏ nhưng văn minh không kém Nhật và Singapore. Cảnh Đài Loan thật đẹp, người Đài Loan dịu hiền và cuộc sống ở Đài Loan tương đối ổn định hơn Phi Luật Tân - nơi mà lúc nào cũng phải lo lắng. Từ phi trường Trung Chánh Tưởng Giới Thạch về thành phố Đài Bắc phải vượt qua nhiều núi đồi trùng điệp, xa lộ thênh thang, khiến ai đó cũng sẽ mủi lòng khi nghĩ về quê mẹ.

Những ngày ở lại Đài Loan, chúng tôi tạm trú tại giảng đường Linh Sơn của Thượng Tọa Thích Tịnh Hạnh, vị Thầy suốt mười mấy năm trường chỉ dùng gạo lức, muối mè mà đã lấy được bằng Tiến Sĩ của trường Quốc Gia Sư Phạm Đài Loan. Thầy có nhiều uy tín đối với các giới giáo sư và học giả người Trung Quốc. Nếu bảo ở Châu Mỹ có cố Hòa Thượng Thích Thiên Ân đã hóa độ được người Mỹ thì ở Á Châu Thượng Tọa Thích Tịnh Hạnh đã độ được cho rất nhiều người Tàu, cả tại gia lẫn xuất gia, rất thuần thành với Đạo. Tôi đến thăm vị linh mục người Bỉ nói tiếng Quan Thoại khá rành qua sự giới thiệu của ông William G. Applegate lo cho người tỵ nạn Đông Dương ở Manila thuộc cơ quan ICMC. Ông này nói rất thông thạo tiếng Việt, Anh, Pháp, Đức, mặc dầu ông ta là một người Mỹ.

Qua linh mục người Bỉ nói tiếng Anh trong khi đối thoại, tôi biết rằng người Việt tỵ nạn hiện ở Đài Loan trên đảo Bành Hồ, cách xa Đài Bắc độ 45 phút đường bay, có khoảng 120 người. Có chừng 80 người sẽ đi Mỹ, còn 40 người khác vẫn chưa biết tính sao. Họ không được một sự giúp đỡ nào của Liên Hiệp Quốc, nhưng chính phủ Đài Loan đã cung cấp cho họ đầy đủ mọi nhu cầu. Vì thời gian lưu lại Đài Loan quá ngắn nên tôi không đi thăm được đồng bào mình ở Bành Hồ, nhưng qua câu chuyện của linh mục Peter Mertens, tôi cũng yên tâm phần nào.

Sau đây là địa chỉ của trại, nếu các tổ chức và các đoàn thể có thư từ báo chí liên lạc, xin gởi về: Indochinese

Refugee Center, 150 Chiang Mei, Paishawan, Penghu, TAIWAN 884.

Rời Đài Loan không dễ dàng như tôi tưởng là chỉ cần một số thủ tục giấy tờ như bao nơi khác, mà cần phải làm rất nhiều thủ tục như là một công dân Đài Loan hồi cư bổn quốc, mặc dầu tôi không phải là người Tàu. Do đó chuyến đi của tôi phải trễ mất một ngày.

Ngày 6 tháng 2 năm 1985, hãng hàng không Mã Lai Á đã mang tôi đến Tokyo sau hơn 3 tiếng đồng hồ bay trên trời xanh và dưới là biển cả. Tôi nôn nóng đến Tokyo vì ở đấy có nhiều người trông, lắm kẻ đợi chờ. Sau 8 năm xa hẳn Đông Kinh và sau 5 năm hơn một lần trở lại, thấy cảnh vật thay đổi khá nhiều. Tôi trở lại chùa xưa thăm vị thầy cũ. Bạn bè giờ đây mỗi người mỗi ngả, chỉ còn lại mõ chuông như không thoáng động bởi thời gian. Tôi nghe như lạnh buốt cả bờ vai, tang thương như hồn người bị giá băng bao phủ. Vào chánh điện lễ Phật để thấy mình dầu sao đi nữa vẫn nhờ hột cơm tín thí của xứ Phù Tang nên mới còn trưởng dưỡng được cho đến ngày nay. Nghe tiếng suối reo, chim kêu nơi bờ dậu thấy chẳng đổi khác gì xưa mấy. Nhưng sao lòng tôi bỗng đau đớn lạ thường, không phải khổ tâm, nhưng vui buồn lẫn lộn. Ai muốn hiểu việc này xin xem lại quyển "Giọt Mưa Đầu Hạ" để biết một nỗi lòng. Bây giờ thì chuyện gì cũng đã đi vào dĩ vãng, nhưng dĩ vãng cũng dễ làm cho con người cảm động trước sự đổi thay của vật đổi sao dời.

Ngày 8 tháng 2 tôi đến trụ sở chính của cơ quan ty nạn Đông Dương mà người Nhật gọi tiếng to lớn là Trung Tâm cứu nạn thế giới - Cơ quan giáo dục học, để xin phép vào thăm trại ty nạn và nói chuyện với đồng bào. Người Nhật cái gì cũng muốn to lớn bằng hoặc hơn các nước khác trên thế giới nên mới đặt tên như vậy. Nhưng thực ra cách tổ chức của họ không qua người Mỹ, Canada, Úc và các xứ khác tại Âu Châu.

Tôi phải cung khai lý lịch, mục đích và nội dung của buổi nói chuyện như thế nào, suốt hơn 2 tiếng đồng hồ bằng lời nói, cử chỉ và viết lên giấy mà người chịu trách nhiệm còn chưa vừa ý. Họ còn cố ý gạn hỏi xem tôi vào trại có mục đích gì khác nữa không. Từ đó mới thấy rằng việc đi thăm một trại tỵ nạn không phải dễ, nhiều lúc có lòng mà không kiên nhẫn cũng hỏng hết mọi việc.

Chiều hôm đó tôi đi Fujisawa, nơi gần 10 năm về trước có lần gặp gỡ những chuyến tàu đầu tiên của những người tỵ nạn mới đến Nhật. Họ tạm trú nơi đấy và ngày nay đa số đều ở Na Uy và Hòa Lan. Tôi lại vào nhà thờ để hỏi chuyện một bà Soeur về hoàn cảnh của trại. Trại bây giờ đã đóng cửa và chỉ còn lại một số em dưới tuổi vị thành niên về ở chung với những người lớn tuổi quanh vùng Thánh địa ấy.

Quả thật ngoài duyên chùa ra, tôi có duyên rất nhiều với nhà thờ, với các linh mục và các soeur. Hồi còn đi học trường ngoài đời cũng thế, bạn của tôi toàn là Thiên Chúa Giáo hoặc các đạo khác chứ ít ai là đạo Phật. Ngay cả bây giờ mỗi lần gặp lại bạn xưa, chúng tôi hay nói về những chuyện khác hơn là đề cập đến vấn đề tôn giáo. Vì nếu đề cập đến thì được lòng người này phải mất lòng người kia, vì thế nên tôi ít hay đề cập đến.

Ngày hôm sau, dưới cơn mưa tầm tã của Đông Kinh, tôi đã lặn lội một mình đến Trung tâm tỵ nạn của đồng bào mình. Bên ngoài nhìn vào thấy nhà cửa khá đàng hoàng, sạch sẽ, nhưng sau những hàng rào kẽm gai ấy, chắc bà con mình còn có những ước muốn thầm lặng khác, có lẽ cũng là chuyện thường. Một số quý bác lớn tuổi ở đây đã đợi chờ hàng mấy mươi phút trước để đón tôi. Sau phần giới thiệu thành phần Ban Chấp Hành của trại, tôi được đưa về một hội quán khá rộng rãi để tiếp chuyện với đồng bào. Đây là một trại tập trung tất cả người của các trại ty nạn tại Tokyo và vác vùng lân cận, nhưng chỉ có 200 người, đa số là thanh niên. Sau hơn một tiếng rưỡi đồng hồ nói chuyện về những sinh hoạt của đồng bào mình tại các nước Châu Mỹ, Châu Âu về các vấn đề tín ngưỡng, ngôn ngữ, cuộc sống v.v... đến phần câu hỏi của đồng bào. Có nhiều câu hỏi rất thực tế và câu trả lời để giải đáp những thắc mắc của đồng bào như ai nấy vẫn hằng mong đợi. Buổi nói chuyện ấy được thâu băng cẩn thận, hình như để người Nhật biết tiếng Việt sẽ dịch lại cho văn phòng xem tôi đã nói gì.

Đồng bào ở đây chẳng được tự do gì cả. "Nội bất xuất, ngoại bất nhập", như các đồn lính vào thời kỳ cắm trại. Có nhiều người bảo tôi "Sao Thầy không đi thăm các trại khổ hơn mà đi Nhật để làm gì?" Nhưng sau hơn một tiếng rưỡi đồng hồ nói chuyện với đồng bào ở trại, tôi biết họ còn tù túng hơn là những người ty nạn hiện đang ở tại Palawan, Phi Luật Tân. Mặc dầu ở đây khá hơn, nhưng chưa hẳn đã là không khổ. Vì sự khổ của con người không giới hạn ở chỗ nghèo đói, bệnh tật, mà ở ngay trong các chốn phong lưu, trưởng giả của kiếp người. Do đó theo tôi nghĩ người nào cũng cần được đến thăm cả, nếu có thì giờ. Nếu được quý thầy thỉnh thoảng đi thăm đồng bào ở các nước có người ty nạn thì có lẽ bà con sẽ vui nhiều. Đây là địa chỉ của trại: Vietnamese Refugees Camp 3-2-1 Yashio Shinagawaku Shinagawa, Tokyo 141-JAPAN.

Rời trại cũng trong cơn mưa tầm tã ấy, tôi mua vé chuyến tàu nhanh nhất thế giới (300 km/giờ) đi Osaka và Nara. Tôi đến Nara để thăm chùa Đông Đại thuộc Tông Hoa Nghiêm và gặp vị Quản Trưởng của Tông này để trình bày một vài chuyện có liên quan về chùa Viên Giác trong tương lai tại xứ Đức. Sau đó tôi đi thăm chùa Dược Sư và chùa của Ngài Hòa Thượng Giám Chân, người Trung Quốc, đã có công rất nhiều trong việc mang Phật giáo Luật Tông truyền vào nước Nhật. Cuộc đời của Hòa Thượng đã được hãng phim Nhật Bản dựng thành phim và đã được dân chúng Nhật Bản nhiệt liệt hoan nghênh trong 10 năm về trước.

Rời Nara để đi Fukuyama thăm một trại tỵ nạn khác. Nơi này năm 1980 tôi cũng đã có một lần thăm. Lúc bấy giờ có sư cô Thích Nữ Diệu Từ ở đó và hiện tại sư cô đang ở Sacramento, Hoa Kỳ. Không biết chính phủ Nhật họ nghĩ sao mà đem đồng bào mình vào ở những nơi đèo heo hút gió, rừng núi âm u. Cảnh vật thật đẹp, nhưng quá cách trở với thị thành và sự giao thông cũng không dễ dàng mấy.

Sau khi xuống xe bus, tôi lội bộ lên đồi núi chừng sau 20 phút mới tới nơi. Nơi ấy cũng còn gọi là "quê hương của Đức Phật Di Lặc". Đến nơi, cảnh cũ vẫn còn đây, nhưng lòng tôi lại chùng xuống khi thấy một vài em bé Việt Nam chào tôi bằng tiếng Nhật. Tôi mỉm cười và cúi đầu đáp lễ. Đến văn phòng hỏi thăm, gặp một vài nhân viên trách nhiệm. Có người đã ở Việt Nam hàng 30 năm, nói tiếng Việt rất rành, và theo ý ông ta, muốn ở lại Việt Nam nhưng Cộng sản đã đuổi tất cả người ngoại quốc về quê hương của họ. Có lẽ trừ người Nga thì phải?

Tôi cũng đã gặp anh đại diện của trại cho biết ở đây chỉ còn có 29 người kể cả lớn bé trẻ già. Mọi người đều phải đi làm bên ngoài và hằng tháng phải đóng 27.000 Yen tiền cơm cho trại. Nếu ai bịnh hoặc không có khả năng đi làm thì Hồng Thập Tự sẽ trả phần ấy. Có người đã ở đấy hơn

5 năm, nhưng chưa có nước nào nhận đi định cư. Đa số bà con mình đến Nhật đều muốn đi nước khác, thông thường là Mỹ, Canada và Úc, rất ít người ở lại Nhật, có một ít bà con mình ra định cư tại Nhật, nhưng cũng gặp một số khó khăn về ngôn ngữ, phong tục, tập quán v.v... Nói như thế không có nghĩa là đồng bào đi những nước khác không gặp nhiều khó khăn, vì tình trạng chung của người tỵ nạn chúng ta là như vậy. Tôi đến thăm một anh quân nhân bịnh nặng không có khả năng đi làm, luôn tiện tặng anh một chút gọi là món quà của người đồng hương ở Tây Đức gởi đến anh, và cũng nhân dịp trại chuẩn bị đón mừng Tết Nguyên Đán Ất Sửu sắp tới, nên tôi đã gởi đến vị đại diện của trại một số tịnh tài nhỏ để đồng bào chung vui trong hoàn cảnh thiếu thốn như thế này. Có nhiều vị không đủ tiền tem để gởi thư, mặc dầu đang sống trong một xã hội tư bản giàu có nhất nhì thế giới. Ai biết được cuộc đời này nếu ta không đi sâu vào trong quần chúng?

Tôi rời Fukuyama để đi đảo Tứ Quốc, đến thành phố Matsuyama thăm một vài người bạn đồng liêu thuở trước, nay đã lập gia đình có con cái và đã trụ trì một ngôi chùa khá nổi tiếng ở vùng này.

Muốn đi Tứ Quốc phải qua nhiều đèo, nhiều biển và nhiều sự cản ngăn. Nhưng lòng đã quyết nên tôi đã băng rừng vượt suối đi đến đấy thăm bạn. Mới đến chùa chưa được 3 tiếng đồng hồ đã có điện thoại từ chùa Honryùji ở Hachioji gọi xuống bảo rằng có nhà báo Mainichi Shinbum muốn phỏng vấn về chuyến đi thăm đồng bào trong các trại tỵ nạn của tôi. Tôi rất ngỡ ngàng khi nghe tin ấy, không biết lý do gì mà nhà báo biết tin nhanh thế. Sau này mới biết rằng lúc tôi ở Nara đã có người cho tin về Tokyo nên họ mới biết được cuộc hành trình này của tôi.

Về lại Tokyo ngày 13, ở lại nhà một người bạn học cùng Đại Học thuộc phân khoa giáo dục thuở trước, kể chuyện "mười lăm năm ấy bây giờ còn đâu" cho nhau nghe và nói chuyện về những người đã và đương trên con đường công danh sự nghiệp. Sáng hôm sau trở lại chùa Bổn Lập để gặp nhà báo Mainichi Shinbum và từ giã ngôi chùa cũ mà trước đây 8 năm tôi ở đó hơn 5 năm trường. Báo sẽ ra sau đó vài ngày và có lẽ tới nay, sau 2 tháng mọi người đã đọc rồi.

Tối 14 tháng 2 năm 1985, quý thầy trong Chi Bộ Phật Giáo Việt Nam tại Nhật đã gặp nhau để thăm hỏi và nhắc lại những chuyện xưa khi Chi Bộ mới thành hình từ năm 1970 và bàn những chuyện mới cho Phật sự trong tương lai thật vui vẻ.

Hôm sau tôi rời thành phố Đông Kinh ồn ào náo nhiệt để trở lại chùa xưa lo một vài công việc Phật sự cho Tết Nguyên Đán sắp tới. Trên đường về lại Đức nhìn thấy hoa thung (tsubaki) nhớ quê cha đất tổ rất nhiều và vội ghi lại những dòng này gởi đến bạn đọc khắp nơi. Mặc dầu thời gian có thay đổi đôi chút, qua 2 tháng sau bạn đọc mới đọc những dòng chữ này. Nhưng sợ để lâu quên nên ghi lại trên chuyến tàu "không biên giới" này một vài việc cần thiết để gởi đến bạn đọc.

Những người đang sống trong tự do ít quý sự tự do. Khi mất tự do rồi thì trở nên hối tiếc. Cũng như Song Đường lúc còn tại thế chẳng lo chăm sóc báo ân, đến khi cha mẹ chết đi rồi có muốn báo ân cù lao dưỡng dục cũng không thể nào thực hiện được. Vì bài học năm 1975 của chúng ta là một bài học đáng giá ngàn vàng mà mọi người cần phải suy ngẫm và tự thể nghiệm lấy cho mình thì mới mong nguyện ước sớm đạt thành.

18. QUAY LẠI ÚC CHÂU

Kể từ Viên Giác bộ mới số 2, chúng tôi đã có lần viết về nước Úc và sau hơn 4 năm chúng tôi mới có cơ duyên gởi đến quý độc giả xa gần để đọc và biết về nước Úc một cách tường tận hơn.

Ba lần trước đến Úc, chúng tôi chỉ đi một mình. Và lần này ngoài chúng tôi ra còn có 3 vị đến từ Thụy Sĩ, 3 người từ Na Uy và 25 người từ Đức, cùng đi chung một phái đoàn để dự lễ khánh thành chùa Pháp Bảo vào ngày 26 tháng 5 năm 1985 tại Sydney. Nếu đi một mình thì chẳng có chuyện gì đáng nói, nhưng đi tập thể nên có rất nhiều vấn đề.

Đây là lần đầu tiên tôi tổ chức đi xa và hy vọng rằng những chuyến đi xa khác trong tương lai không phức tạp nhiều như lần này. Có nhiều vị thấy đi tập thể có nhiều điều hay và tiện lợi nên đề nghị chúng tôi tổ chức đi các Châu khác, nhưng chưa biết sao, để chờ thời gian sẽ quyết định.

Chúng tôi phải lo visa và vé máy bay từ trước ngày khởi hành 3 tháng, nhưng về vấn đề giấy tờ khá phức tạp. Kẻ muốn đi lại thiếu phương tiện, người có phương tiện lại vì chuyện này hay chuyện khác của gia đình đành phải hủy bỏ chuyến đi. Cũng vì gởi giấy tờ đến tòa Đại Sứ Úc ở Bonn không đều nên hồ sơ bị thất lạc, có một số hiểu lầm, nhưng sau đó cũng tìm ra passport được. Cuối cùng rồi chúng tôi cũng đã lên đường và mọi người gặp nhau ở điểm hẹn, phi trường Frankfurt.

Bắt đầu đi từ lúc 19:30 phút ngày 10 tháng 5 và đến Sydney, Úc vào lúc 9:45 phút ngày 12 tháng 5 năm 1985 sau 26 tiếng đồng hồ bay và nghỉ 4 tiếng qua các nơi Thụy Sĩ, Karachi, Singapore, Melbourne và cuối cùng là Sydney. Lên máy bay xong, chúng tôi nghĩ rằng đã khỏe được sau một số thủ tục tại phi trường, nhưng vẫn chưa yên được. Vì có một số quý vị lớn tuổi không quen đi đường xa nên đã quá mệt trên phi cơ. Chúng tôi lại phải lo lắng, và nhờ có người hướng dẫn của hãng du lịch là người Việt Nam nên chúng tôi cũng đỡ vất vả phần nào qua các thủ tục cần phải có cho một người bệnh.

Chúng tôi phải ngủ 2 đêm và thức một ngày ngồi trên máy bay nên ai nấy đều uể oải. Có nhiều vị tưởng rằng gần, mặc dầu chúng tôi đã báo trước thời gian phải đi là như thế, nên sanh tâm lo ngại. Mới lên máy bay thì ai cũng náo nức, nhưng ngồi trên máy bay thấy đường dài ai cũng có vẻ trông mong đến nơi sớm để gặp chùa, gặp thầy hoặc gặp bà con thân nhân đi đón tại phi trường.

Đến phi trường Sydney đúng giờ như đã định, nhưng sau hơn 2 tiếng đồng hồ làm thủ tục nhập cảnh và khám xét hành lý, người cuối cùng của phái đoàn mới ra được khỏi các trạm kiểm soát. Đến nơi tất cả là 31 người nhưng về chùa chỉ có 9 vị, còn những vị khác đều có thân nhân đón về nhà.

Lần này chúng tôi được đưa thẳng về chùa Pháp Bảo mới tại Smithfield chứ không phải chùa cũ tại Lakemba như những lần trước. Đường từ phi trường về chùa mất hơn một tiếng đồng hồ xe hơi với người rành đường. Nếu không, phải mất nhiều thời gian hơn như thế nữa.

Ngôi chùa tọa lạc trên một thửa đất rộng 5.000 mét vuông có nhiều cây to, với những tàn cây che bóng mát. Chùa được kiến trúc theo kiểu hiện đại, vẫn có cổng tam quan, có đại hùng bửu điện, Tăng phòng, khách điện, tháp vãng sanh v.v... nhưng hoàn toàn theo lối mới. Mái chùa không cong, nhưng nơi đó vươn lên thêm một mái khác nữa nằm chồng lên bên trên, trông có vẻ tân kỳ. Cổng tam quan biến thể giữa Âu và Á nhưng trông cũng rất đẹp mắt. Nhà đa dụng, thư phòng, nhà trù, còn đang xây cất dang dở cũng như lầu chuông và lầu trống. Hy vọng trong tương lai gần, chùa sẽ hoàn tất đợt hai để trở thành một ngôi chùa Việt Nam lịch sử đầu tiên tại xứ Úc.

Ngày nay tại hải ngoại chúng ta có khoảng trên 100 ngôi chùa và Niệm Phật Đường, nhưng hầu hết đều thuê mướn hoặc mua nhà rồi *"cải gia vi tự"*. Chỉ có 8-10 ngôi chùa được xây dựng chính thức có đường nét Á Đông, gồm những nơi như sau:

- Chùa Pháp Hoa tại Marseille Pháp, dưới sự lãnh đạo của Hòa Thượng Thích Thiền Định, được xây cất năm 1976.

- Chùa Khánh Anh tại Bagneux Pháp, dưới sự lãnh đạo của Thượng Tọa Thích Minh Tâm, được xây cất năm 1979.

- Chùa Tịnh Tâm tại Sèvres Pháp, dưới sự lãnh đạo của Thượng Tọa Thích Minh Lễ, được xây cất năm 1981.

- Chùa Linh Sơn tại Joinville Pháp, dưới sự lãnh đạo của Hòa Thượng Thích Huyền Vi, được xây cất năm 1982.

- Chùa Thiện Minh tại Lyon Pháp, dưới sự lãnh đạo của Đại Đức Thích Tánh Thiệt, được xây cất năm 1984.

- Chùa Liên Hoa tại Brossard Canada, dưới sự lãnh đạo của Hòa Thượng Thích Tâm Châu, được xây cất năm 1976.

- Chùa Quan Âm tại Montreal Canada, dưới sự lãnh đạo của Thượng Tọa Thích Minh Tâm và chúng tôi, được xây cất hoàn thành năm 1984.

Ở Mỹ tuy chùa rất nhiều, nhưng chưa có chùa nào được xây cất hoàn thành. Có những chùa đang xây cất dang dở như sau:

- Chùa Giác Minh tại Palo Alto gần San Jose, dưới sự lãnh đạo của Hòa Thượng Thích Thanh Cát.

- Tu Viện Liên Hoa, dưới sự lãnh đạo của Thượng Tọa Thích Pháp Nhẫn tại Dallas v.v...

Tại Úc Châu, ngôi chùa Pháp Bảo, dưới sự lãnh đạo của Thượng Tọa Thích Bảo Lạc - là ngôi chùa được xây dựng đầu tiên, có diện tích đất đai đứng hàng số một trên thế giới và là ngôi chùa không hề mắc nợ của ngân hàng một đồng nào cả, so với các chùa đã được xây dựng vừa kể trên. Đây là điều đáng mừng cho Phật giáo Việt Nam tại Úc nói riêng và tại hải ngoại nói chung. Sau một năm xây dựng, chùa đã làm lễ khánh thành vào ngày 26 tháng 5 năm 1985 vừa qua. Lễ khánh thành dưới sự chứng minh của Hòa Thượng Thích Phước Huệ và Hòa Thượng Thích Thiền Định cũng như sự chủ trì của ông Bộ Trưởng Bộ Thanh Niên và Gia Cư của Tiểu Bang New South Wales cùng hơn 800 chư tăng và quan khách đến từ các tiểu bang tại nước Úc và ngoại quốc như Pháp, Nhật Bản, Thụy Sĩ, Na Uy, Canada và Tây Đức. Nghi lễ được diễn ra như mọi nghi lễ khánh thành an vị khác đã được cử hành xưa nay tại quốc nội cũng như hải ngoại.

Có điều đặc biệt là trước lễ khánh thành một ngày, chùa Pháp Bảo có tổ chức lễ vớt vong trên biển và sau đó mang vong về an trí tại chùa để nghe kinh cầu nguyện và tiếp theo đó là lễ chẩn tế cô hồn. Có lẽ đây là một lễ chẩn tế có tính cách quy mô được tổ chức tại ngoại quốc lần thứ 2, sau lần đầu được tổ chức tại Hoa Kỳ, khi Hòa Thượng Thích Thiên Ân còn tại thế. Có phướn, có nêu triệu cô hồn thập loại, có bàn thờ Tam Bảo nội và Tam Bảo ngoại để triệu thỉnh chư tiên linh về nơi Pháp hội. Một vị gia trì, 4 vị kinh sư nhịp nhàng theo tiếng kinh lời kệ, âm mõ âm chuông v.v... nghe như trầm hùng mà thoát tục, lặng lẽ âm thầm mà ý vị cao xa. Thật là một cảnh tạm ở trần gian mà cảm như ở một tha phương thế giới vậy.

Thượng Tọa Thích Như Huệ, Viện chủ chùa Pháp Hoa tại Adelaide, Úc, trong cương vị của một vị gia trì với giọng thanh cao và ấm như dội thẳng vào lòng người sống cũng như tâm thức của người quá vãng một sự siêu giải thoát khôn cùng. Đại Đức Thích Quảng Ba trụ trì chùa Vạn Hạnh tại Canberra, Úc, trong cương vị tả bạch, với giọng ngân cao vút tận không trung như rước các vong hồn lên cao thêm chút nữa và dội thẳng những âm thanh vi diệu đó vào lòng người, biến thành một khúc nhạc Phật giáo muôn đời bất diệt. Các vị kinh sư khác cũng nhịp nhàng trong điệu mõ tiếng chuông, tạo nên những âm thanh rất thiền vị.

Trước lễ khánh thành, ai ai cũng bộn rộn, ngôi chùa hằng ngày vốn yên tịnh nay lại nhộn nhịp hẳn lên và sau ngày Đại Lễ ấy, chốn thiền môn lại yên tịnh như cũ.

Đi chung kỳ này có một chuyện rủi nhưng lại hóa may, và trong may nhưng lại có rủi. Nguyên là trước ngày lễ khánh thành chùa Pháp Bảo một tuần, chúng tôi đã đi Canberra để thăm thủ đô nước Úc và dự lễ nhập tự của Đại Đức Thích Quảng Ba tại chùa Vạn Hạnh.

Cùng đi với chúng tôi có 4 xe khác tháp tùng. Trên đường đi bị lạc mất một chiếc, sau đó biết tin là đã xảy ra tai nạn, do người tài xế sơ ý qua mặt không kịp xe khác. Hai xe khác cùng đi trước, một chiếc cũng bị tai nạn vì tài xế không rành đường ở thành phố lạ. Đi cùng một lúc, nhưng bị nạn 2 nơi khác nhau cùng một ngày. Quả là cộng khổ nghiệp của chúng sanh là như vậy. Một trong 2 xe đi trước có 3 người bị thương: 2 người bị nhẹ và người khác hơi trầm trọng. Những tưởng rằng mọi chuyện rủi ro như vậy đã qua, nhưng không đơn giản, vì nỗi đau ngày càng tăng dần cho bệnh nhân. Và đương nhiên có nhiều chuyện phức tạp sau đó. Chúng tôi cũng không muốn đem chuyện buồn vào đây làm bận lòng độc giả, nhưng nói cho quý vị thấy rõ sự khó khăn của một chuyến đi như thế nào.

Hôm ấy cũng là ngày lễ Nhập Tự chùa Vạn Hạnh của Đại Đức Thích Quảng Ba. Công chuyện đã bận rộn, làm cho Thầy càng bận rộn hơn nữa. Thế nhưng cuối cùng rồi buổi lễ cũng diễn ra một cách trang nghiêm thanh tịnh. Quý vị Hoà Thượng Hội Chủ Thích Phước Huệ, Thượng Tọa Thích Như Huệ, Thượng Tọa Thích Bảo Lạc, Ni Sư Như Tuấn, Đại Đức Thích Minh Tâm và chúng tôi đến từ xa, còn bao nhiêu là Phật tử địa phương cũng đã đến chùa để chung lời cầu nguyện hôm đó.

Chúc Thiện, một Phật tử vừa có tâm đạo vừa phụng sự hết lòng nên chuyện gì cũng đã giúp đỡ chúng tôi xong suốt cả. Tôi thường hay nói: "Chúc Thiện nhỏ nhưng hay làm việc lớn. Còn nhiều người lớn, nhưng lại hay làm những chuyện nhỏ." Thiện chỉ mỉm cười. Nếu ở đâu cũng có những người Phật tử thật thuần thành và thật dễ mến như vậy, lo hết mình cho đạo cho chùa, thì chẳng mấy chốc Phật giáo tại hải ngoại lại càng vững vàng hơn.

Đến Úc đúng vào mùa thu, lá vàng rơi lả tả dọc theo những đại lộ dài dệt nên những gấm hoa như những tấm thảm thiên nhiên mà khách lãm du là thiên thần trong vạn cảnh. Ở Âu Châu bây giờ đang độ xuân sang và hè đến, trong khi ở đây là mùa thu. Kể ra tạo hóa cũng công bình mà thiên nhiên cũng hòa cùng một nhịp điệu sống. Vì quả đất xoay tròn bởi sanh tử là độc lộ của trường thiên còn chúng sanh là những khách bộ hành bắt buộc.

Đất nước Úc rộng mênh mông, người Úc quá thưa thớt. Ví như đem cả dân tộc Việt Nam vào đây ở hẳn cũng còn rộng chỗ. Vì thế, ai đến đây cũng thích ở lại. Úc có sức quyến rũ người Âu lẫn Á là như thế. Người nào dầu khó tính đến đâu cũng không thể chê Úc được. Vì Úc là xứ dễ sống.

Năm 1979, tại Úc chưa có Hội Phật Giáo nào mà cũng chưa có chùa nào, cũng chưa có thầy nào cả. Bắt đầu cuối năm 1979, Hội Phật Giáo Việt Nam tại New South Wales mới thành lập. Kể từ 1979 đến nay, qua 6 năm hoạt động, đồng bào Phật tử Việt Nam tại Úc đã có những ngôi chùa được thành lập như sau: Chùa Pháp Bảo và chùa Phước Huệ tại Sydney, chùa Đại Bi Quan Âm ở Melbourne, Chùa Pháp Hoa ở Adelaide, Chùa Phật Giáo Việt Nam tại Brisbane, Chùa Vạn Hạnh tại Canberra và chùa Phật giáo Việt Nam tại Perth. Tổng Hội Phật giáo Việt Nam tại Úc cũng đã được thành hình trong 3 năm về trước và ngày nay có nhiều Hội tại các tiểu bang cũng thuộc về Tổng Hội.

Chùa Phước Huệ tại Sydney, cơ quan hành chánh của Tổng Hội Phật Giáo Việt Nam tại Úc dưới sự lãnh đạo của Hòa Thượng Thích Phước Huệ cũng mới chỉ là một căn nhà tạm đã biến thành chùa. Phía sau nhà tạm, Tổng Hội đã cho xây một căn nhà làm nơi thờ Phật và chỗ lễ bái của Phật tử, tương đối khá rộng, có thể dung chứa được khoảng trên 100 người. Nếu tương lai Phật giáo tại Úc phát triển nhiều hơn nữa, e rằng nơi ấy không đủ sức để dung chứa số Phật tử đến lễ bái hằng tuần.

Sinh hoạt tại Úc không những chỉ là vấn đề tôn giáo mà còn có các vấn đề văn hóa, giáo dục, nghề nghiệp, đời sống v.v... nhưng khả năng của chúng tôi thì có giới hạn trong một vài phạm vi, còn những vấn đề khác chỉ có thể nói lược qua cho quý độc giả hiểu một cách khái quát mà thôi. Chắc hẳn quý vị không phiền hà chúng tôi lắm. Vì cái gì biết mà nói mới hay, còn không biết mà tự đặt điều để nói quả là điều không nên làm của một người cầm bút.

Hoa Kỳ có các thành phố Los Angeles, Westminster, San Jose, San Diego, Houston v.v... là những nơi có nhiều người Việt sinh sống và buôn bán như ở Việt Nam thuở trước, còn ở Úc thì có các thành phố Bankstown, Cabramatta, Sydney v.v... cũng không kém phần nhộn nhịp như ở các nước, nơi mà người Việt mình định cư nhiều.

Theo thống kê của Liên Hiệp Quốc, quốc gia nhận nhiều người ty nạn Việt Nam nhất là Hoa Kỳ, sau đó là Úc, kế nữa là Canada, Pháp, Đức, Anh v.v...

Số người Việt ty nạn ngày nay tại Úc có khoảng hơn 80.000 người và riêng tại Sydney đã quy tụ hơn 25.000. Như vậy là một con số đáng kể cho mọi sinh hoạt tại nơi đây.

Sydney có các tờ báo Chuông Sài Gòn, Chiêu Dương v.v... có đài phát thanh Quê Mẹ, phát thanh mỗi tuần 3 lần, truyền đi các tin tức của thế giới và cộng đồng. Tờ báo sống lâu nhất tại đây có thể nói là tờ Chuông Sài Gòn, từ tuần san đã chuyển thành bán tuần san và số lượng phát hành cũng đáng kể. Về phía Phật giáo ở Úc ngày nay có 2 tờ báo ra có tính cách định kỳ. Đó là tờ Pháp Bảo của Hội Phật giáo Việt Nam tại New South Wales chủ trương và tờ Vạn Hạnh, tờ Phổ Quang ra có tính cách không định kỳ nhưng cũng đã phổ cập rất nhiều vào quần chúng Phật tử.

Sau lễ khánh thành chùa Pháp Bảo tại Sydney Úc vào ngày 26 tháng 5 năm 1985, chúng tôi gồm: Đại Đức Thích An Thiên đến từ Nhật, Ni Sư Thích Nữ Như Tuấn đến từ Thụy Sĩ, cùng một vài Phật tử khác cũng như tôi chuẩn bị cuộc hành trình dài bằng xe bus xuyên qua các tiểu bang của nước Úc. Chẳng là trước đây tôi thường hay đi máy bay từ Sydney đến Melbourne, Adelaide và Brisbane, không xem được phong cảnh của xứ Úc. Lần này tôi muốn thấy cái bao la của vũ trụ đất trời nên đã quyết định như thế, mặc dầu có nhiều Phật tử dọa tôi là "sợ thầy không chịu nổi sự cực nhọc của đường dài". Tôi trả lời rằng: "Tôi đã quen với sương gió rồi nên có lẽ chẳng sao đâu."

Lý do thứ hai để mọi người phải cùng đi xe bus là vì đi máy bay loại rẻ tiền (stand by) chưa chắc gì dư chỗ cho nhiều người cùng một lúc. Ở Úc có một loại vé máy bay đặc biệt dành cho những người đi không có vé trước. Người đi cứ đến quày bán vé, nếu có vé thì đi, không có thì chờ chuyến khác. Trung bình mỗi vé như vậy rẻ được 20 phần trăm. Vì hãng máy bay có lẽ quan niệm rằng nếu không bán vé dư còn lại thì cũng bỏ chỗ trống. Trong khi đó các hãng máy bay tại Âu Châu quan niệm rằng: Bởi khách cần nên mới đi gấp, do đó giá vé đi liền rất đắt.

Cách đây 3 năm, giá vé "stand by" đi từ Sydney về Adelaide chỉ có 70 đô-la Úc. Sau 3 năm, đồng Úc kim hạ giá quá xa so với đô-la Mỹ, nên người đi phải trả giá gấp đôi.

Chúng tôi muốn mọi chuyện được thuận buồm xuôi gió trong cuộc hành trình này nên đã nhắc nhở anh em Phật tử chùa Pháp Bảo mua vé xe bus trước cho chắc chắn.

Sáng ngày 28 tháng 5, Phật tử đã sẵn sàng đưa chúng tôi sang bến xe bus của hãng V.I.P. (Via Important People) nhưng rủi thay bến xe đã đổi chỗ, không còn thì giờ nữa nên phải chạy thất tha thất thểu trên đường phố Liverpool, ai trông thấy lúc đó có lẽ cũng nực cười. Đến được bến xe đi Melbourne thì không phải của hãng VIP mà của hãng Greyhound. Thôi đành gạt mồ hôi trán để bước lên chuyến đò khác, không là thuyền bát-nhã đưa khách trần ai rời nơi tục lụy về chốn liên đài, mà là "thuyền từ một chiếc chơi vơi, đưa người tăng sĩ xa rời trần ai".

Nếu đi máy bay từ Sydney đến Melbourne chỉ cần 1 tiếng đồng hồ. Trong khi đó dùng xe bus chúng tôi phải mất hơn 12 tiếng. Xa lộ của Úc chỉ cho chạy vận tốc tối đa là 110 cây số giờ, vì đường quá xấu so với những xa lộ hiện đại của Tây Đức, cũng không rộng rãi thênh thang như các xa lộ ở Hoa Kỳ. Dọc đường đi, tài xế cho xe nghỉ 3 lần để hành khách có thể xuống dùng điểm tâm hoặc ăn trưa tại những nơi cố định. Suốt dọc đường đi, chúng tôi chỉ thấy toàn là bò với cừu và ngựa, thỉnh thoảng mới thấy một ngôi nhà. Quả thật đất Úc rộng mà dân thưa là thế. Cả một hòn đảo lớn gần bằng Châu Âu mà chỉ có 15 triệu dân, trong khi đó các nước tại Châu Âu đã có hơn mấy trăm triệu người.

Đến Melbourne lúc 9 giờ 15 phút cùng ngày, chờ mãi đến 10 giờ đêm vẫn không có người đến đón. Chúng tôi nóng lòng gọi điện thoại về chùa Quan Âm, nhưng tiếng chuông điện thoại vẫn reo mà người nơi đầu dây chẳng thấy xuất hiện. Sau một hồi chờ đợi, những Phật tử đã đến, hỏi lý do mới biết là đi đón lầm bến. Thế thì thôi, ai cũng thở dài. Thôi tạm về nhà Phật tử. Ngày mai rồi sẽ đến chùa lễ Phật.

Ngày hôm sau đến chùa Quan Âm, dưới sự lãnh đạo tinh thần của Đại Đức Thích Phước Nhơn, mới biết ra là tối hôm trước nhiều Phật tử đã tập trung tại chùa chờ đợi, nhưng không nghe điện thoại reo nên đã ra về, khiến hai nồi cháo chờ chúng tôi phải ứ đọng mãi đến ngày hôm nay vẫn còn đầy. Không phải lầm số, cũng chẳng phải điện thoại hư, mà có lẽ vì duyên chùa chưa gặp. Câu trả lời đành bỏ trống.

Ngôi chùa Đại Bi Quan Âm trước đây tại Melbourne do Thượng Tọa Thích Huyền Tôn trụ trì, nay đã được dời về địa chỉ khác để Đại Đức Thích Phước Nhơn thay thế. Lý do vì nơi cũ không phải là chỗ sinh hoạt công cộng, gây phiền hà cho hàng xóm. Nhưng ngôi chùa thứ hai có lẽ cũng tương tự như ngôi chùa trước. Hỏi ra mới biết đây chỉ là địa điểm tạm thời, còn phải chờ mua đất xây chùa thật sự nữa.

Tối 29 chúng tôi nói chuyện với một số quý Phật tử tại chùa, thấy trình độ giáo lý của Phật tử tại Melbourne khá vững vàng hơn những nơi khác. Quả thật câu ca dao Việt Nam nói chẳng sai chút nào:

"Ở nhà nhất mẹ nhì con,

Ra đường chán vạn kẻ dòn hơn ta."

Ngày 30 chúng tôi đi phố Tàu ở đây, nhưng gặp cơn mưa đầu đông làm lạnh thấm cả người. Tại Melbourne có một khí hậu khá đặc biệt, sáng mùa xuân, trưa mùa hè, chiều mùa thu và tối mùa đông. Cho nên hầu như người Melbounre đi đâu cũng phải có cây dù trong xe hơi hoặc xách tay.

Sự giao thông ở Melbourne cũng khác hơn nhiều nơi trên nước Úc. Ai có bằng lái xe hơi ở những tiểu bang khác về đây cũng đều phải thi lại cả. Có lẽ vì Melbourne vẫn còn giữ loại xe điện chạy trên đường chung với xe hơi như một vài thành phố ở Đức. Và kỳ lạ hơn các nơi khác trên thế giới là đi bên trái muốn quẹo mặt, không quẹo ở đường bên tay mặt mà qua bên ranh đường bên trái để quẹo mặt lúc chờ các xe đi thẳng bên mặt của phía trái đã qua xong.

Sáng tinh sương ngày 31, một số quý Phật tử tại Melbourne đưa chúng tôi sang trạm xe bus hãng VIP để đi Adelaide. Cuộc chia ly nào rồi cũng bịn rịn cả. Kẻ ở người đi trông quyến luyến biết dường nào. May là chúng tôi đã đi tu rồi, chứ người đời thì thôi chắc khỏi nói sự quyến luyến.

Từ Melbourne đến Adelaide đường dài khoảng 700 cây số mà đi xe bus mất hơn 10 tiếng đồng hồ. Đoạn đường ấy cũng toàn là cây, cỏ, sa mạc. Ở Úc bất cứ nơi đâu cũng thấy rặt một giống cây dầu khuynh diệp, có người gọi là "bạch đàn hương", có lẽ vì loại cây này có mùi rất thơm. Ngày xưa trong kinh A Di Đà, Đức Phật có nói về Nam Phương thế giới, có lẽ là đây chăng? Nơi mà mặt trời mọc về hướng Tây và lặn về phương Đông nên mới gọi là xứ Nam Cực.

Đến bến xe đã có Thượng Tọa Thích Như Huệ - vị thầy cũ dạy đạo cho tôi hơn 20 năm về trước, cùng các bác trong Ban Trị Sự của Hội Phật Giáo Nam Úc, chùa Pháp Hoa và một số anh em trong Gia Đình Phật tử ra đón. Cảm động làm sao khi nhận những bó hoa trao tặng từ những anh chị em Phật tử hiền hòa dễ mến ấy. Chúng tôi đón nhận những đóa hoa tình thương nhân ái ấy như đón nhận cả một tấm lòng cao thượng.

Đi đến đâu tôi cũng mong được dùng rau muống, rau lang và những rau tươi thuộc vùng nhiệt đới, nhưng tiếc rằng lúc bấy giờ Nam Úc cũng đã sang đông nên điều tôi mong ước chẳng có vào tối hôm đó. Thế mà sáng hôm sau các bác trong chùa đã cho chúng tôi một bữa cơm chay như dự định, toàn là rau cải quê hương, ngon chi ngon lạ rứa!

Sáng ngày 1 tháng 6, có một số anh em Phật tử đưa chúng tôi đi xem phong cảnh của thị thành và đạo hữu Hội Trưởng cũng đưa sang ngôi chùa Pháp Hoa mới phát mộc, tọa lạc trên một lô đất rộng 5.000 mét vuông, trông chẳng kém chùa Pháp Bảo tại Sydney chút nào. Nếu ngôi chùa Pháp Hoa tại Adelaide được xây cất hoàn thành trong nay mai, thì đây là ngôi chùa thứ 2 tại Úc được xây dựng rất quy mô và có đường nét Á Đông, sau chùa Pháp Bảo.

Chiều hôm ấy có buổi lễ Phật cầu an định kỳ tại chánh điện chùa cũ. Thầy An Thiên đã nói về Phật giáo Nhật Bản. Ni Sư Như Tuấn nói cảm tưởng của mình nhân buổi lễ và cuối cùng tôi đưa mọi người vào câu chuyện đạo lý hơn một tiếng đồng hồ mà chưa ai thấy mỏi mệt cả. Ở đâu cũng có những người Phật tử nhiệt tâm với đạo, nhất là tìm hiểu, nghiên cứu về giáo lý của Đức Thế Tôn, nên chúng tôi rất vui mừng. Quả thật là: *"Hữu duyên thiên lý năng tương ngộ, vô duyên đối diện bất tương phùng."*

Ngày 2 tháng 6 có lẽ là ngày bận rộn nhất của chùa Pháp Hoa. Vì đó là ngày lễ mừng Phật Đản 2529. Đúng 2 giờ chiều buổi lễ bắt đầu và chấm dứt 7 giờ tối.

Phần đầu gồm các bài diễn văn chào mừng Khánh Đản và nghi lễ cổ truyền của Phật giáo. Phần thứ hai gồm có các màn vũ, nhạc, kịch, hợp ca cũng như đơn ca. Đặc biệt nhất là vở kịch "Cuộc đời Đức Phật từ sơ sanh đến xuất gia" do các anh em Gia Đình Phật tử chùa Pháp Hoa đảm trách. Tuy còn kém về phần kỹ thuật sân khấu, nhưng rất đẹp đẽ về y trang của chốn hoàng cung vào thời xa xưa nơi vua Tịnh Phạn đã trị vì.

Cuộc vui nào rồi cũng chóng tàn, như những giọt sương mai lững lờ treo trên đầu cây ngọn cỏ. Sáng ngày 3 chúng tôi phải trở lại Sydney để Thầy An Thiên kịp đi Perth, còn chúng tôi phải đi Brisbane thăm đồng bào Phật tử nơi ấy.

Từ Adelaide đi Sydney bằng xe bus mất gần 24 tiếng đồng hồ. Đoạn đường này cũng toàn là sa mạc và đồng khô cỏ cháy. Thỉnh thoảng mới thấy một vài ngôi nhà và phố thị. Đi hết ngày rồi lại đêm. Phố đã lên đèn và tài xế xe bus bắt đầu cho chúng tôi xem tivi để chiếm bớt khoảng thời gian khá dài và nặng nề trong đêm dài cô tịch ấy. Phim đã hết mà đường vẫn còn xa, mãi đến sáng tinh sương ngày hôm sau chúng tôi mới về lại được chùa Pháp Bảo.

Ngày 4 chúng tôi nghỉ lại chùa và làm lễ *"tâm niệm an cư"* của năm ấy. Vì đi xa nên phải chấp nhận vậy. Nếu không có lễ khánh thành chùa Pháp Bảo thì chúng tôi đã làm lễ An cư kiết hạ ở Đức từ sau ngày rằm tháng 4 của năm Ất Sửu rồi.

Sáng ngày 5, lại một lần nữa chúng tôi lên đường bằng xe bus để đi Brisbane, nơi có khí hậu gần giống Việt Nam mình. Lần này chỉ có tôi và 3 Phật tử khác, còn Thầy An Thiên phải đi Perth và Ni Sư Như Tuấn có một vài chuyện cần phải làm cho xong tại Sydney trước khi về lại Thụy Sĩ, nên Đường Không Biên Giới của chuyến trở lại quê hương trong quê hương của kẻ khác đã "có biên giới" rồi.

Trên suốt cuộc hành trình từ Đức sang Úc và ngược lại từ Úc trở về Đức cũng như trên các tuyến đường, tôi như một thông dịch viên bất đắc dĩ. Có lần tôi để các Phật tử cứ tự tiện đi mua đồ ăn và thức uống. Ngồi ngẫm mà tự mỉm cười. Ngày xưa câu cách ngôn Pháp nói *"con mắt là cửa sổ tâm hồn"*, nhưng bây giờ phải nói *"ngôn ngữ là cửa sổ tâm hồn"* mới đúng. Cũng vì ngôn ngữ không thông nên vị Phật tử kia gọi sữa để uống thành ra coca. Tôi uống coca mà cười chứ không nói gì cả. Quả thật ngôn ngữ quan trọng là như thế ấy.

Trái với miền Nam nước Úc, càng đi lên miền Bắc chừng nào, núi đồi cây cối càng xanh tươi, trùng trùng điệp điệp, ao hồ sông biển mênh mông, thuyền bè tấp nập. Thật là một phong cảnh quá hữu tình. Bởi thế ai đã đi Sydney, Adelaide, Melbourne mà không đi Brisbane là thiếu sót lắm.

Đến Brisbane vào lúc 12 giờ khuya cùng ngày, sau hơn 16 tiếng đồng hồ nằm và ngồi trên xe bus. Thầy Nhật Tân và một vài Phật tử đến bến xe để đón chúng tôi về chùa. Chúng tôi ở lại chùa ngày 6, 7 và 8. Trong 3 ngày ấy, 2 ngày đầu đi thăm các vườn nhà cây trái mà người Việt Nam ở đây trồng. Thăm cây chùm ruột, cây nhãn, cây mía, khoai mì, sắn dây, ổi, mít v.v... trông mà nhớ quê hương trong vô ngần. Thấy cây rau, nhìn cây phượng vĩ, nhớ miền Trung trong những buổi trưa hè nắng chói với lứa tuổi học trò hồn nhiên đùa giỡn sau những buổi tan trường. Hình ảnh của tuổi thơ đã khơi dậy trong tôi như mang trần ai vào nơi lạc cảnh. Bây giờ thì thế sự đã đổi thay nhiều rồi. Nếu ai còn nhớ đến quê hương, nên về lại đây để thăm cây phượng vĩ...

Chiều ngày 8, một thời thuyết pháp đã được diễn ra tại chánh điện Niệm Phật Đường, khoảng hơn 80 Phật tử đã về tham dự. Người ngồi nghe suốt hơn 3 tiếng đồng hồ không mỏi mệt quả là một điều hiếm có ở xứ văn minh vật chất này, thế nhưng Phật tử tại Brisbane dưới sự lãnh đạo của Đại Đức Thích Nhật Tân đã thực hiện được điều đó. Phật tử ở đây về tinh thần lẫn vật chất đều hộ trì ngôi Tam Bảo khá vững vàng so với những tháng năm mới thành lập.

Lẽ ra tôi về xe bus với 3 Phật tử khác cũng tháp tùng chuyến đi từ Sydney, nhưng vào sáng ngày 9 tháng 6 tại chùa Pháp Bảo có buổi giảng của tôi nữa nên phải về máy bay. Tánh tôi thường ít thích ai đưa hoặc đón nhiều người, nhưng hôm ấy tại phi trường Brisbane có ít nhất cũng gần 30 người đi đưa.

Sau hơn 1 giờ 15 phút bay, tôi đã có mặt tại Sydney. Những người Phật tử đi đón tôi hỏi: "Thầy mang gì về mà nhiều vậy?" "Thì bắp chuối, mía và rau muống chứ gì." Tôi trả lời vậy. Mọi người cùng cười.

Ngôi chùa Pháp Bảo đã hiện ra dưới làn sương mờ của đêm đông hôm ấy, tôi như chợt tỉnh một điều gì. Chẳng biết duyên cớ vì sao nhưng tâm mình lại trở nên trống vắng. Có lẽ chùa vắng chủ chăng? Hay thức A-lại-da của mình quay lại cuốn phim dĩ vãng nào đó? Cuối cùng chẳng có gì, cảnh cũ vẫn là đây.

Đúng 11 giờ trưa ngày 9 tháng 6 nơi chánh điện của chùa Pháp Bảo quy tụ cả 100 người. Người lớn tuổi cũng có mà nhỏ tuổi như các em oanh vũ và Gia Đình Phật tử cũng có. Có lẽ vì *"Bụt chùa nhà không thiêng"* nên ai cũng chờ người từ xa đến. Do đó, sau hơn 2 tiếng đồng hồ nghe giảng ai cũng chẳng thấy mỏi mệt chút nào.

Chiều hôm ấy và ngày hôm sau, tôi đi thăm một vài nơi đáng phải thăm để rồi ngày kế phải chuẩn bị hành trang lên đường *"hồi quy bản quốc"*.

Vào lúc 11 giờ ngày 11 đã có nhiều xe túc trực tại chùa để đưa phái đoàn chúng tôi lên phi trường. Từ Đức sang Úc phái đoàn có 31 người, nhưng bây giờ trở về Đức chỉ còn có 11 người, không phải vì đất lành chim đậu mà vì những người đó có thân nhân nên ở lại với con cái lâu hơn một vài tháng rồi cũng sẽ trở lại Đức. Đi một đoạn đường dài gần 30 tiếng đồng hồ máy bay qua hơn 17.000 cây số và mấy ngàn tiền vé máy bay, nên bà con ở lại thăm con cháu lâu hơn cũng là điều hữu lý vậy.

Phật tử chùa Pháp Bảo chở chúng tôi ra phi trường Sydney - bận lòng người đi kẻ ở. Thôi thì thôi, thầy trò cách biệt, ngàn dặm gió sương... nhưng hy vọng vào một ngày gần đây sẽ trùng phùng tao ngộ.

Nước Úc có một diện tích khá rộng, khoảng 7.686.844 km vuông, thuộc về khí hậu của Nam bán cầu, 40 phần trăm diện tích nằm trong khí hậu của vùng nhiệt đới. Chiều dài từ đông sang tây đo được 4.025 km và bề rộng từ nam lên bắc là 3.220 km. Nước Úc có nhiều vịnh rất quan trọng trong việc thương mại và giao thông với nước ngoài, có 36.735 km chiều dài tổng số các vịnh và các hải cảng quan trọng. Các vịnh ấy đều tiếp giáp với Ấn Độ Dương và Nam Thái Bình Dương. Nói chung, 4 phía của nước Úc đều bao bọc bởi 4 biển. Nếu chỉ tính phần đất đai thì nước Úc có diện tích bằng nước Mỹ (ngoại trừ Alaska) và rộng hơn nửa Âu Châu (không kể Nga). Thế nhưng dân số chỉ có 15.400.000 người, đa số là những người di dân từ các nước Âu Châu và Á Châu đến. Thủ đô của Úc là Canberra. Ngoài ra còn có những tiểu bang như: New South Wales thủ phủ là Sydney, Queensland thủ phủ là Brisbane, Victoria thủ phủ là Melbourne, Tasmania thủ phủ là Hobart, South Australia thủ phủ là Adelaide, Western Australia thủ phủ là Perth và Northern Territory thủ phủ là Darwin.

Thời tiết và khí hậu ở Úc tương đối khác hơn các châu khác. Vì Úc nằm ở Nam Bán cầu nên được phân định như sau:

Mùa xuân bắt đầu từ tháng 9 đến tháng 11. Mùa hạ từ

tháng 12 đến tháng 2. Mùa thu từ tháng 3 đến tháng 5 và mùa đông từ tháng 6 đến tháng 8.

Trong khi Âu Châu và Bắc Mỹ Châu tuyết phủ đầy trời thì Úc Châu nóng nực, bực bội không thể tả được. Mùa Giáng Sinh của Úc sẽ không bao giờ có tuyết mà toàn là mồ hôi hột. Đã có lần tôi sang Úc vào cuối tháng 12. Nhiệt độ lúc bấy giờ lên đến 40 độ C. Ở trong nhà lại nóng hơn ngoài vườn, nhưng khi ra vườn núp dưới bóng cây, cái nóng vẫn còn đeo đuổi nên phải đổ nước lên trên thân cây cho mình hưởng lây được cái mát. Có năm vì trời nóng quá, không có mưa, thiếu nước. Chính phủ ra lệnh phải tiết kiệm nước. Những con cừu non vô tội không có nước uống phải bị chết khát thật thảm thương. Để khỏi bị hành hạ về sự khát, nên có nhiều nông trường họ đã bắn chết các con cừu để giúp chúng mau thoát qua cơn dần vặt đọa đày.

Cũng vì nắng gắt vào mùa hè mà xứ Úc có nhiều rừng và nạn hỏa hoạn xảy ra thường xuyên, nhất là vùng Nam Úc. Rừng phát cháy có nhiều nguyên nhân, có thể do các tàn thuốc của những người vô ý gây nên, mà cũng có thể do sự cọ xát của thân cây cộng thêm nhiệt độ nóng quá nên phát hỏa. Đi đến xứ Úc vào mùa Hạ mới thấy khí hậu giống miền Bắc Phi Châu nhiều lắm. Người Phi Châu quý nước hơn vàng bạc và các loại ngọc ngà châu báu khác. Vì mỗi năm Phi Châu trời chỉ mưa số lượng rất ít, mà nhu cầu của con người, súc vật và cây cối lại nhiều, nên dân địa phương cần nước lắm. Nước Úc tương đối đỡ hơn, nhưng có năm cũng hạn hán không kém Phi Châu. Vì thế những ai hân hạnh được sống nơi nào mà có đầy đủ tiện nghi vật chất, nên dùng nước thật tiết kiệm. Có nhiều người thấy có nước là cứ tha hồ giặt, tắm một cách phung phí mà không biết rằng có những nơi cần nước nhiều hơn chúng ta nữa.

Trong giới luật Đức Phật cũng dạy rằng: *"Không nên xài nước một cách phung phí."* Vì nước và không khí là những món cần thiết hơn là các loại ngọc ngà châu báu. Người ta không ăn trong vòng một tháng không chết, nhưng nếu không uống nước trong vòng một tuần thì sẽ bị chết khát. Đức Phật há chẳng dạy *"là người Phật tử, lúc giàu có nên nghĩ đến lúc mình nghèo nàn, lúc vui sướng nên nghĩ đến khi khổ cực, lúc trẻ nên nghĩ đến khi già v.v..."*

Giữa Sydney và Perth có 2 giờ khác nhau. Ví dụ như ở Sydney là 10 giờ thì ở Adelaide là 9 giờ rưỡi và ở Perth là 8 giờ. So với giờ quốc tế thì nước Úc cách xa Anh từ 8 đến 10 tiếng đồng hồ ở một ngày khác và cách xa New York cũng từ 9 đến 10 tiếng đồng hồ cùng ngày. Như vậy Úc Châu nằm giữa Âu Châu và Mỹ Châu, tính thời điểm qua ngả Á Châu và nằm ngang hàng với Nam Phi cũng như Nam Mỹ Châu tính từ Nam Bán cầu vậy.

Về khí hậu như đã trình bày ở trên, thời điểm nóng nhất là vào cuối tháng 12 và tháng giêng. Nhiệt độ thấp nhất vào tháng 6 và tháng 7. Nhiệt độ trung bình từ 20 độ đến 25 độ C. Chỉ có Canberra về mùa Đông, nhiệt độ có thể xuống đến âm 11 độ C. Nghe đâu có vài vùng vào đông cũng có tuyết như đảo Tasmania chẳng hạn.

Úc là nước di dân gồm đủ loại người đến sinh sống ở đó. Mỗi dân tộc đều có một ngôn ngữ riêng được bảo vệ và duy trì. Tuy nhiên, tiếng Anh là ngôn ngữ chính của mọi người, mọi nơi và mọi trường hợp. Nếu đến tạm cư hoặc du lịch tại Úc mà không biết tiếng Anh cũng như đi Nhật mà không biết tiếng Nhật thì gặp không ít khó khăn vậy. Nếu chỉ biết tiếng mẹ đẻ của mình, không đủ giao tiếp với người khác. Tiếng Tàu có hơn 1 tỷ người trên thế giới dùng đến hằng ngày nhưng không phải là ngôn ngữ được mọi người biết đến ở Úc. Ngược lại, tiếng Anh hay tiếng Mỹ là một ngôn ngữ khoảng chừng 400-500 triệu người nói hằng ngày, nhưng có thể gọi là tiếng nói của thế giới. Vì tất cả các văn thư ngoại giao, thương mại v.v... ngày nay đều dùng tiếng Anh để chuyển đạt ý niệm đến mọi người. Tiếng Pháp cũng là tiếng ngoại giao nhưng không được thông dụng mấy. Còn tiếng Đức vẫn còn khó khăn hơn cả tiếng Nhật nữa để có thể trong tương lai trở thành tiếng nói chung của mọi người. Nhưng dầu sao đi chăng nữa ngôn ngữ vẫn là *"cửa sổ của tâm hồn"* trong vấn đề truyền đạt tư tưởng của mình đến người đối diện, hoặc của một dân tộc đến một dân tộc, nên quan trọng lắm.

Đa số người Úc theo Thiên Chúa Giáo. Ngoài ra họ còn theo Tin Lành, Hồi Giáo, Phật giáo và các đạo khác nữa. Do đó có thể nói rằng xứ Úc là một xứ đa văn hóa vậy.

Nếu ở Úc không có người quen, khách đi du lịch phải tìm những khách sạn và nơi trú ngụ trong thời gian ở lại. Việc này có thể lo trước khi đến Úc. Nếu không, đến tại phi trường quốc tế ở Sydney lo cũng chẳng muộn. Vì ở đây sẽ có đủ mọi loại ngôn ngữ để hướng dẫn người du lịch và cũng đủ các dịch vụ cần thiết phục vụ cho một người mới vừa đặt chân đến nước Úc trong lúc ngỡ ngàng.

Những khách du lịch đi từ Âu Châu sang Úc Châu khỏi chích ngừa các loại như dịch tả hoặc đậu mùa, sốt rét, nhưng một vài nước Á Châu, Trung Âu và Phi Châu phải chích ngừa trước khi đến nước này. Bất cứ một chiếc máy bay nào từ ngoại quốc bay vào Úc cũng đều phải dừng tại phi cảng Melbourne trước. Đến đó, tất cả mọi khách lữ hành đều phải xuống tàu để làm thủ tục kiểm soát của sở y tế. Đầu tiên mọi người ngồi yên trên máy bay, các nhân viên y tế đến xịt một loại thuốc khử trùng có mùi hôi khó chịu vào toàn chiếc máy bay, sau đó mới cho tất cả rời tàu. Có những người không quen, thấy cảnh này đâm ra khó chịu. Nhưng đó là luật định của chính phủ, riết rồi cũng phải quen thôi. Vì *"nhập gia tùy tục, nhập giang tùy khúc".*

Đến Úc, điều đặc biệt là không nên mang thức ăn và cây cối vào đây. Thức ăn được kiểm soát một cách khá chặt chẽ tại phi trường và cây cối tuyệt nhiên không được mang vào. Tuy nhiên những loại cây nào đã được sự duyệt xét và cho phép của Tòa Đại Sứ Úc tại nước mình ở thì có thể mang vào một cách tự do. Thú vật cũng kiểm soát theo cách như vậy, nghĩa là thú vật mang theo người phải có sự cho phép của Bộ y tế địa phương và được sự đồng ý của Tòa Đại Sứ Úc sở tại. Có nhiều người nghĩ, người Âu Châu hay Úc Châu thường hay yêu mến chó mèo, nhưng ở phi trường, luật là luật chứ không có gì thay đổi cả.

Tôi nhớ có lần sang Úc thấy mấy bà mang trầu cau và bánh in theo, có giải thích cách mấy nhân viên thuế quan vẫn ném những thứ này vào thùng rác tại phi trường. Người mang những vật ấy cảm thấy đau lòng. Vì qua một chặng đường dài mấy mươi ngàn cây số đã đi qua được, đến đây, chỉ còn cửa ải cuối cùng nữa mà không qua được, nên sanh tâm nuối tiếc vô ngần.

Viết đến đây tôi nhớ lại một chuyện vui vui. Có nhiều người Phật tử đi chùa lâu năm nhưng không chịu quy y Tam Bảo. Có thể có nhiều lý do khác nhau. Hoặc giả họ chưa hiểu ý nghĩa của việc quy y là gì. Mặt khác, có người nghĩ chuyện quy y không cần thiết lắm... hoặc còn nhiều lý do khác nữa. Nhưng tựu chung quy y cũng như một điều kiện ắt có và đủ để qua khỏi cửa ải sanh tử luân hồi. Nếu ai chưa quy y thì cũng giống như những khách lữ hành kia chưa qua được đoạn đường cuối của cuộc đời vậy. Có người bảo "Con qua được nước Cực Lạc rồi con sẽ làm giấy bảo lãnh cho chồng con hoặc vợ của con sang luôn." Nhưng muốn bảo lãnh cũng phải có giấy tờ chứng minh chứ. Nếu khi Đức Phật Di Đà hoặc các Ngài Quan Âm, Thế Chí hỏi chứng điệp quy y và học tập giáo lý ở đâu, không có, thì có lẽ phải hồi nhập Ta Bà trong nhiều kiếp nữa, đợi bao giờ có giấy tờ chính thức mới được sanh lên chín phẩm liên hoa. Ở thế gian này mà còn nhiều hình thức khó khăn như vậy, huống gì là ở những cảnh giới của xuất thế gian. Vậy ai đã là Phật tử, nên cố gắng lưu tâm về việc này.

Đồng bào Việt Nam ngày nay tỵ nạn tại Úc độ chừng 90.000 người. Sydney là một thành phố mà đa số người Việt mình sinh sống đông nhất. Có thể nói con số lên đến 30.000 người. Kế đó là Melbourne 20.000 đến 25.000 người. Adelaide 8.000-10.000 người. Brisbane 7.000-8.000 người. Ngoài ra, đồng bào tỵ nạn mình còn ở các nơi như Perth, Darwin, Cairns, Townsville v.v... Người mình hay thích khí hậu vùng biển, ít thấy ai thích khí hậu sa mạc hoặc những vùng đất khô cằn bên trong lục địa của Úc.

Mỗi tiểu bang của Úc đều có nét đặc thù riêng của nó, nhưng vì bài viết có hạn định, do đó chúng tôi không thể giới thiệu hết từng chi tiết đến quý độc giả được. Nếu quý vị muốn biết rõ ràng hơn nên tìm hiểu ở Tòa Đại Sứ Úc nơi mình cư ngụ hoặc qua các sách báo tại các trung tâm văn hóa Úc thì tốt hơn.

Trên đây là một vài khái niệm tổng quát về nước Úc. Mong rằng nó sẽ giúp được quý độc giả ở xa có một cái nhìn tổng quát về những điều muốn biết về xứ người. Hy vọng có nhiều người hiểu biết hơn chỉ giúp cho những phần thiếu sót.

19. CHUYỆN TỪ NHẬT SANG ĐỨC

Sau khi tìm hiểu sơ lược nước Úc, bây giờ mời quí vị trở lại Đức quốc. Phật Giáo Việt Nam tại Đức chưa tròn 9 tuổi, nên cũng chưa có đủ thời gian để kết luận tốt hay xấu, hay hoặc dở, nhanh hoặc chậm v.v... Nhưng dầu sao đi nữa, những kẻ tiên phong là những người hiểu rõ ngọn ngành nhất. Nếu chúng tôi không viết hoặc không nói ra thì những thế hệ sau khó mà tìm ra tông tích của Phật giáo Việt Nam lúc mới du nhập vào đấy. Chúng tôi định để vài chục năm sau mới viết hầu có đủ thời gian thẩm định giá trị của nó, nhưng một phần sợ quên đi, phần khác vì ý thức được cuộc đời là vô thường, thế gian hằng như mộng, nên đành phải chấp bút ngay từ bây giờ.

Cũng đã có lần chúng tôi viết về nước Đức, giới thiệu sơ qua về những sinh hoạt tại đây trên Viên Giác và quyển *"Lịch Sử Phật giáo Việt Nam Tại Hải Ngoại Trước Và Sau Năm 1975"*. Tuy không tận tường, nhưng phần chính hầu như đã đề cập đến.

Có nhiều người Phật tử thích lối hành văn nửa đời nửa đạo này, nhưng cũng có người không ưa. Vì cho rằng đó chỉ là tâm sự dài dòng của một người tu sĩ. Nhưng cũng có lắm người ưa xem mục này để biết năm châu, bốn bể, để hiểu tấm lòng của một người đã "cát ái ly thân".

Trong thế gian này có lắm hạng người. Có người thích món này, kẻ ưa món nọ. Dầu là một người thợ khéo đến đâu đi chăng nữa, cũng không thể nào làm cho tất cả khách hàng của mình vừa ý trọn vẹn. Huống là một tu sĩ như chúng tôi, vụng về câu văn, nghèo nàn ý tứ, mà cứ múa tay múa chân hoài như thế này, làm sao không có điều sơ hở. Vậy mong những người có tâm đối với đạo hãy bổ túc cho những điều khiếm khuyết ấy.

Những tháng năm dài sống ở Nhật, hết học hành đến thi cử, làm việc, cúng đám, du lịch v.v... tôi thấy như mình bị gò bó trong một hải đảo không hơn không kém, nên muốn thoát ra ngoài cái cương tỏa ấy. Đó cũng là điều dễ hiểu thôi. Khi người ta nóng, mong có gió mát. Lạnh, muốn có hơi ấm. Đang sống đời yên ổn cũng mong muốn có cái gì đó hơi khác lạ một chút thì đời sống mới vui tươi, chứ suốt ngày cứ ngồi trong phòng đóng cửa lại hoài làm sao không khí lọt vào bên trong được.

Người Nhật tốt, nhưng tâm hồn họ cũng đóng khung từ cách ngồi, miếng ăn, lời nói, sự giao thiệp v.v... nên tôi đã có ý định thay đổi bởi chính tôi vậy.

Trong những năm tháng ở Nhật, tôi thường liên lạc thư từ với một người bạn cùng quê, lúc bấy giờ là sinh viên y khoa của Đại Học Kiel tại Đức. Nên một trong những lý do tôi đến thăm nước Đức là vì những liên hệ đầu tiên đó.

Sau khi thi đỗ vào Cao Học Phật giáo tại Đại Học Risso (Lập Chánh) tại Tokyo, học được một thời gian, tôi có ý định đi thăm Âu Châu một chuyến, mà nước đầu tiên là nước Đức.

Đúng ra tôi phải tiếp tục ngành giáo dục học ở cấp bậc cử nhân lên cao học và tiến sĩ, nhưng sau năm 1975, thấy rằng cơ hội về nước không còn nữa, nên qua cao học phải đổi ngành, biết đâu lại hữu dụng về sau. Vả lại tôi cũng quan niệm rằng, sự học ở trường chỉ đến cử nhân là hết. Còn lên cao học và tiến sĩ thì gọi là nghiên cứu sinh, chứ không còn gọi là sinh viên nữa như ở cấp bậc cử nhân.

Sinh viên chọn ngành nào cũng được, không sao. Miễn sao ngành đó có liên hệ với ngành học của mình ở cấp bậc cử nhân chút ít là được rồi. Ở Nhật chia đại học làm 2 loại là "Công học bộ" và "Văn học bộ". Công học bộ là những ngành liên quan về công nghiệp, xí nghiệp. Văn học bộ là những ngành liên quan về văn chương, giáo dục, triết học, Phật giáo v.v... Đương nhiên cũng còn có "Y học bộ" hoặc một vài học bộ đặc biệt khác. Nhưng đa phần chỉ các học bộ trên là nhiều hơn cả.

Sở dĩ tôi chọn Đại học Risso là lúc bấy giờ đang ở chùa Honryuji (Bổn Lập Tự) ở Hachioji, chùa này thuộc Tông Nhật Liên, nên học đại học này là một điều hữu lý và vì đại học này có những bậc đàn anh đã tốt nghiệp tại đó như Thượng Tọa Thích Minh Tâm, Thượng Tọa Thích Trí Quảng, Thượng Tọa Thích Chơn Thành v.v... nên tôi đã thi vào đó. Lúc thi có 37 người tất cả, nhưng khi đậu chỉ có 12 người, tôi đứng hàng thứ 7. Kể như thế cũng là may rồi, vì tôi đã bạo gan chọn những sinh ngữ khó để thi. Chọn Pháp văn làm sinh ngữ một. Hán văn làm sinh ngữ hai. Còn Nhật ngữ đương nhiên là như quốc ngữ rồi. Đa số là các vị tăng sĩ, chỉ có vài ba người cư sĩ mà thôi.

Sau khi thi đậu xong phải đóng tiền trường. Ở Nhật không như ở Việt Nam mình là tu sĩ học trường Bồ Đề hoặc trường tư đều được miễn. Ngược lại, phải sòng phẳng. Vì các vị tu sĩ Nhật rất giàu có. Còn tôi thì chẳng có tiền.

Sau khi biết tôi đã đỗ vào cao học phân khoa Phật Học, Thầy S. Oikawa trụ trì chùa Honryuji có hỏi về học phí. Tôi trả lời là còn chỉ được mấy chục ngàn Yen (tương đương với vài trăm DM). Trong khi đó phải đóng cho niên khóa đầu của cao học là 320.000 Yen, tương đương với 3.200 DM. Đó là đại học Phật Giáo, còn những đại học khác cũng tương tự như vậy. Nếu học y khoa ở Nhật, mỗi năm phải đóng học phí ít nhất là 10.000 DM. Lúc bấy giờ ở Nhật có khoảng 800 sinh viên. Nhưng chỉ có 1 hoặc 2 người có tiền để học y khoa mà thôi. Có nhiều người có khả năng nhưng không có tiền thì đành chịu.

Ở Nhật có 3 loại trường là: quốc lập, công lập và tư lập. Quốc lập là của nhà nước, công lập là của huyện hay tỉnh (loại này bán công bán tư) và loại sau cùng là tư lập. Để vào đại học công, sinh viên phải thi năm, bảy kỳ như vậy có khi còn chưa đậu. Đó là người Nhật - do đó có rất ít người Việt Nam ở Nhật học được đại học công lập, đa số học ở đại học tư lập. Trong 950 đại học hiện có tại Nhật thì có khoảng 100 đại học quốc lập, 200 đại học công lập và số còn lại là tư lập. Phật giáo chiếm gần hết 40 đến 50 đại học rồi.

Ở Nhật thi vào trường rất khó, nhưng sau khi đậu vào rồi, ra trường rất dễ. Bậc đại học ở Nhật có 4 năm, cao học 2 năm và tiến sĩ 3 năm, cả thảy là 9 năm. Trung học 12 năm. Gồm có tiểu học 6 năm và trung học đệ nhất cấp 3 năm đệ nhị cấp 3 năm. Không giống như ở Việt Nam là tiểu học 5 năm, trung học đệ nhất cấp 4 năm và đệ nhị cấp 3 năm. Sau này thay đổi ra sao chúng tôi không biết vì đã xa nước lâu năm, nên có lẽ cũng có một vài đổi mới chăng? Còn ở Đức từ tiểu học lên hết trung học đến 13 năm. Sau khi xong trung học đệ nhất cấp có nhiều loại trường chuyên môn nữa. Đại Học ở Đức thì vô chừng, từ 8 semester trở đi có thể tốt, nghiệp nghĩa là 4 năm, nhưng ít ai đoạt được giải này. Thông thường là 12 hoặc 14 semester, có người học 20 semester nhưng vẫn chưa ra trường. Ở Đức không có cao học như ở Mỹ hoặc ở Nhật. Sau khi tốt nghiệp cử nhân là làm luận án tiến sĩ. Do đó sự học đổi từ nước này qua nước kia cũng không phải là đơn giản.

Thầy S. Oikawa thấy tôi không tiền nên cho trọn số tiền để đóng tiền trường và tôi chỉ phải làm một điều là sưu tầm các thư mục của Phật giáo và Văn học Việt Nam hiện có tại ngoại quốc mà thôi. Công việc tuy đơn giản nhưng khó khăn vô cùng. Đây cũng là một lý do để tôi bỏ học giữa chừng, đi Đức và Âu Châu để tìm sử liệu.

Mới thi đậu vào cao học xong, học được mấy tháng tôi lại có ý định sang Âu Châu. Tôi đem ý kiến này lên thưa với thầy trụ trì. Thầy đồng ý và cho tôi nửa vòng vé máy bay. Nửa vòng vé còn lại thì người bạn ở Đức gởi cho mượn. Vì dự định đi rồi về lại Nhật nên phải mua vé khứ hồi. Hành trang của tôi cũng chỉ vỏn vẹn có một cái va-ly cùng y áo của một người tu.

Thầy Chơn Thành và một vài Phật tử tiễn tôi lên phi trường Haneda. Hôm đó là ngày 22 tháng 4 năm 1977. Sở dĩ tôi chọn ngày 22 vì ngày ấy cách đó hơn 5 năm về trước (22/2/1972) tôi đã rời Việt Nam để đến xứ Phù Tang học hành tu niệm. Thầy Chơn Thành trao cho tôi một phong thư và bảo rằng qua bên đó tùy nghi sử dụng. Chuyến máy bay số mấy tôi không nhớ, nhưng thuộc hãng hàng không Lufthansa của Đức. Có một chuyện hơi buồn cười là kể từ đó đến nay tôi đi không biết bao nhiêu loại máy bay, nhưng vé máy bay và thẻ lên tàu tôi đều bỏ cả. Chỉ còn lại một thẻ lên tàu từ Tân Son Nhất của hãng hàng không Air Việt Nam vào ngày 22/2/1972 là tôi vẫn còn cất giữ cho đến ngày nay. Có lẽ đó là chuyến tàu cuối đối với tôi mà cũng là chuyến bay dài nhất của Hàng Không Việt Nam lúc bấy giờ. Sài Gòn - Hồng Kông - Taipei - Osaka và Tokyo.

Năm 1974, tôi và một vài người bạn Nhật có về lại thăm quê một lần, nhưng vé lên tàu cũng không còn giữ lại nữa. Hy vọng rằng còn có chuyến về thăm quê mẹ sau khi đất nước không còn sự cai trị của người Cộng sản nữa, để "Đường Không Biên Giới" của tôi thực hiện được trọn vẹn lời nguyện ước là "không biên giới" trên quả địa cầu này.

Khi đến quày cân hàng, có điện tín của người bạn tôi từ Hannover đánh sang bằng tiếng Anh, nói là tôi đến Hamburg sẽ không có người đi đón được. Thoáng buồn hiện lên nét mặt, không biết tại sao lại có chuyện này. Đang bâng khuâng nghĩ ngợi thì thầy Chơn Thành từ giã về đi làm, còn tôi một mình một bóng lang thang đi vào hành lang của con tàu ấy. Người cảnh sát phi trường thu giấy ngoại kiều và hỏi tôi có trở lại Nhật nữa không? Tôi mỉm cười đáp: "Ông cứ xem trong giấy tờ." Rồi lặng lẽ ra đi như vào trong thiên thu vĩnh biệt.

Lúc bấy giờ thầy Bảo Lạc - anh ruột của tôi - và thầy An Thiên vẫn còn ở Nhật, nhưng bận học và đi làm nên không tiễn đưa được và cả thầy Minh Tuyền cũng thế. Bây giờ 4 thầy đã lên Thượng Tọa cả rồi và ai cũng đã tốt nghiệp trường hành đạo cũng như trường hoằng đạo. Đó là thầy Chơn Thành, thầy Nguyên Đạt, thầy Bảo Lạc và thầy Minh Tuyền. Còn thầy An Thiên thì sắp vinh quy bái Phật nay mai. Nhưng không phải *"võng ai đi trước, võng mình theo sau"* mà là chuông trống bát-nhã đang chờ đón Thầy.

Trên máy bay nhìn xuống toàn là mây màu trắng. Ở dưới trời vẫn còn lạnh nhưng chẳng thấy mặt trời, bây giờ lên không trung thấy mặt trời lại chói chang nhức mắt. Lời Đức Phật dạy từ ngàn xưa vẫn đúng: *"Mặt trời luôn hiển hiện, chỉ vì mây mù che khuất đó thôi."* Hoặc: *"Không phải vì người mù mà mặt trời không hiện hữu, chỉ tại người mù không thấy được mặt trời đó thôi."* Cũng thế, giáo lý của Đức Phật, con đường cứu khổ nhân sinh vẫn luôn hiển hiện khắp không gian và thời gian, nhưng vì vô minh nên chúng sanh chưa ngộ được chân lý ấy thôi. Chân lý bao giờ cũng vẫn ở đó. Chỉ có con người chối từ chân lý, còn chân lý thì không xa con người. Giáo pháp của Đức Phật giống như ánh sáng của mặt trời, sở dĩ chúng ta chưa thâm nhập được là vì chúng ta còn mê mờ. Nếu cố gắng, chúng ta sẽ đạt đến được sự giác ngộ và giải thoát. Phải hiểu như thế mới học hỏi được giáo lý của Đức Phật một cách trọn vẹn. Ngược lại, chỉ làm bạn với si mê, dục vọng mà thôi.

Tôi mở thư thầy Chơn Thành ra xem. Lúc bấy giờ thầy là Chi Bộ trưởng Chi bộ Phật giáo Việt Nam tại Nhật. Bây giờ thầy đang hành đạo tại Hoa Kỳ. Thầy giới thiệu với các hội đoàn và các tổ chức ở đây về tôi và các công việc Phật sự tại Nhật để dễ bề ngoại giao. Tôi gấp thư lại và đăm chiêu suy nghĩ về tương lai và về một chân trời mình sắp đặt chân đến. Trong trí tôi vẽ vời bao nhiêu chuyện nhưng không biết có thực hiện được chuyện nào không, nên đành lãng quên, quay sang những người Nhật để nói chuyện trên trời dưới đất.

Máy bay ghé ở Alaska rồi sau đó hướng về Hamburg. Từ Nhật đi Âu Châu có 2 cách. Từ Tokyo đi Moskou và từ Moskou đến Âu Châu. Cách khác là bay vòng Bắc Mỹ để sang Âu Châu. Cũng còn có cách thứ 3 là qua Thái Lan rồi đi Trung Âu để đến Âu Châu, nhưng cách này đi vòng và xa nên ít người đi, chỉ trừ những khách du lịch thôi, chứ những thương gia thường hay đi đường tắt để mau đến đích.

Máy bay đáp xuống phi trường Hamburg mới 6 giờ 40 phút sáng ngày 23 tháng 4 năm 1977, sau 18 tiếng đồng hồ bay. Người cảnh sát tại phi trường nhìn tôi có vẻ tò mò. Đây là lần đầu tiên tôi bị một người nhìn với vẻ tò mò. Vì ở Nhật và ở Việt Nam, ai cũng biết là một tu sĩ Phật giáo khi thấy đầu mình cạo tóc và mặc áo nhà tu. Điều tò mò đầu tiên là ông ta nhìn tôi từ đầu đến chân. Điều thứ hai là cái giấy thông hành. Ông ta hỏi tôi bằng tiếng Đức, tôi lắc đầu. Ông quay sang hỏi bằng tiếng Anh: "Tại sao đến giờ này ông vẫn còn dùng passport này, khi chính quyền miền Nam đã mất?" Thế là một màn kể gà, kể vịt lại lôi ra với một mớ tiếng Anh trọ trẹ. Tôi bảo rằng: "Miền Nam Việt Nam đã mất, nhưng passport của tôi vẫn còn hiệu lực cho đến tháng 4 năm 1980 và Sứ quán Đức tại Tokyo đã đóng giấy chiếu khán nhập nội lên đây, nghĩa là họ đã công nhận tôi và tôi có quyền vào nước Đức." Người cảnh sát này hiểu điều đó, nhưng vẫn mang cái passport Việt Nam Cộng Hòa của tôi đi hỏi một hồi khiến cho một hàng người đứng xếp hàng sau tôi phải chờ đợi. Ông ta tiếp: "Tôi đồng ý cho ông vào, nhưng phải điều chỉnh lại tình trạng hợp lệ." Tôi mừng quá, khệ nệ mang hành lý qua chỗ nhận đồ và quan thuế.

Xong mọi thủ tục, tôi ra ngoài cổng chính. Không khí ban mai vào một sáng tháng 4 đã lạnh mà buồn hơn nữa là chẳng thấy một người Việt Nam nào đi đón cả. Cái lạnh này lại còn buốt tận xương tủy nhiều hơn và cô đơn chi lạ. Dầu biết rằng đi tu là chấp nhận điều đó, nhưng đã là con người, đôi khi cũng cảm thấy trống vắng lạ thường. Tôi vào ngân hàng đổi tiền lẻ để gọi điện thoại. Tôi cũng chẳng biết khoảng cách từ Hamburg đến Hannover xa là bao nhiêu nên chỉ bỏ 50 Pf vào điện thoại. Điện thoại ở đây lại khác ở Nhật, nên phải sau một hồi hỏi thăm mới sử dụng được, quả thật là thiên nan vạn nan. Mới gặp người đầu dây nói được 3 tiếng đã hết tiền. Đầu dây bên kia bảo: "Anh chờ tôi gọi cho người bạn của anh đi đón. Vì bạn anh đang đi thực tập gần Trappenkamp, chưa đi đón anh được." Nói chưa xong việc đã hết tiền, đi đổi tiền nữa. Nhưng tôi tự nghĩ lại, kể từ khi đi tu đến bây giờ chưa có ai gọi mình bằng anh. Gọi bằng chú thì có, đó là chú tiểu. Còn gọi bằng thầy thì đương nhiên rồi. Nghe tiếng "anh" thật ngờ ngợ làm sao. Tôi lại tiên đoán lung tung, có thể người này là Thiên Chúa hoặc là một Phật tử hay sinh viên xa nước lâu ngày chắc quên đi cách xưng hô chăng. Nhưng là gì cũng được, miễn sao nói tiếng Việt là vui rồi. Sau khi liên lạc lần thứ 2 và thứ 3, tôi được biết là anh đã liên lạc được với bạn tôi và bạn tôi sẽ đến đón. Nhưng tôi quên hỏi là từ đó đến đây phải mất bao nhiêu lâu. Sau hơn 2 tiếng đồng hồ chờ đợi, tôi đã gặp được bạn tôi. Anh mặc áo xanh, quần đen, có 2 hàng râu mép trông ngộ ngộ, và đi với một người đàn bà. Bạn giới thiệu bằng tiếng Đức với cô ta và cô nói tiếng Anh với tôi, đưa tay ra bắt. Tôi không biết phải làm sao. Vì xưa nay có người đàn bà nào bắt tay một tu sĩ đâu. Bây giờ thì tôi đã chịu trận rồi. Biết tính sao hơn. Nhưng không lẽ đưa tay xá lại thì cô ta quê chết đi sao? Nên tôi cũng miễn cưỡng bắt tay lại.

Trời bắt đầu đổ mưa, cảnh vật chung quanh trông có vẻ thê lương vào một buổi mai cuối đông nơi xứ lạ, tôi cảm thấy trống vắng lạ thường mặc dầu ngồi bên mình đã có bạn để kể cho nhau nghe những chuyện núi sông xa cách. Chiếc xe hơi phóng nhanh trên lộ trình Hamburg, Kiel. Hai thành phố, hai hải cảng tương đối nổi tiếng của nước Đức, nối liền nhau bởi một đoạn đường dài chừng 150 km. Cảm giác đầu tiên của tôi là thấy ai cũng lao ngược vào mình, không phải vì ngái ngủ qua 18 tiếng đồng hồ bay từ Đông Kinh qua Tây Đức giờ giấc thay đổi, mà đó là một phản ứng tự nhiên của một người sống lâu năm tại xứ Nhật xe đi toàn bên trái nên cảm thấy mình bị đi ngược dòng. Sự ngược dòng lưu thông cũng có nghĩa là ngược dòng sinh tử. Có lẽ đó là một định nghĩa đúng nhất cho những người xuất gia học đạo như chúng tôi. Ở đời thì lo ham vui ngũ dục, người tu thì rời bỏ ái ân. Người đời tóc tai chải chuốt, trang điểm phấn son, còn người tu hành thì đầu tròn áo vuông, bốn mùa đều mặc trên mình chỉ một màu hoại sắc. Không nghèo như Nguyễn Công Trứ *"khăn lau giặt đỏ lòm, lạnh làm mền, nực làm chiếu, bốn mùa thay đổi bấy nhiêu thôi"*, mà sự sống của một người tu rất đơn giản, không đua đòi, suốt đời tương chao đạm bạc. Nghèo như Uy Viễn Tướng công đã mô tả: *"Ngày ba bữa, vỗ bụng rau bình bịch, người quân tử ăn chẳng cầu no. Đêm năm canh, an giấc ngáy kho kho, đời thái bình cửa thường bỏ ngỏ."* Như vậy vẫn còn sang, còn người tu phải khổ hạnh hơn thế nữa. *"Tam thường bất túc"* là những điều mà một người tu phải luôn gìn giữ. Đó là những chuyện ăn, mặc và ngủ nghỉ không bao giờ được thỏa mãn đến mức đầy đủ (*bất túc*). Người nghèo còn an giấc được trong năm canh, chứ người tu phải thức khuya dậy sớm để công phu kinh kệ, sách tấn tu hành nên tất cả những điều ấy tạm gọi là *"ngược dòng sanh tử"* vậy.

Xa lộ ở đây rộng thênh thang, tốc độ cũng quá nhanh so với ở Nhật. Ở Nhật trên xa lộ người ta chỉ có thể chạy được 90 cây số 1 giờ, trong khi đó tại Đức có thể chạy 120 hoặc 130 cây số giờ. Có nhiều xe còn phóng hơn vận tốc ấy nữa, vì luật không giới hạn. Sau hơn một tiếng rưỡi đồng hồ, chiếc xe ấy đã mang chúng tôi về một làng quê hẻo lánh cách Kiel chừng 30 cây số.

Bạn tôi đang thực tập tại một bệnh viện ở đây. Ban ngày bạn đi làm, tôi ngồi trong phòng riêng viết thư và chờ bạn đi làm về để đi dạo và kể cho nhau nghe những chuyện học hành, thi cử, hoạt động, quan điểm sống v.v...

Lần đầu tiên khi nghe đến 2 chữ "đi dạo" tôi cảm thấy xa lạ làm sao. Vì ở Nhật danh từ này ít được dùng đến hay đã bị lãng quên từ lúc nào trong xã hội. Suốt ngày người ta chỉ biết quần quật bên cái máy, chiếc xe hơi, làm việc ngay cả chiều thứ 7 thì làm sao có thì giờ để đi dạo? Từ trường học cho đến công tư sở đều chỉ có thể nghỉ ngày chủ nhật thôi, còn các ngày khác trong tuần đều phải đi làm hoặc đi học. Có lần mới trưa thứ sáu bạn tôi đã bảo hôm nay nghỉ cuối tuần, nghe lạ tai thật. Vì ở Nhật chẳng bao giờ có được điều ấy cả. Có nhiều buổi chiều thứ 7 tôi phải đi họp với các anh em sinh viên Phật tử tại Đông Kinh, ngoài ra thì giờ đều đổ dồn vào việc học và có những môn chánh trong đại học phải lấy, nên tôi không thể bỏ học mà đi chơi được. Ở Nhật chỉ có làm việc và làm việc, chẳng bao giờ có được một giờ phút nghỉ ngơi. Đó là ở ngoài đời, còn trong chùa thì phải kể bận rộn nhiều hơn nữa.

Sau 2 tuần ở tại làng quê hẻo lánh ấy, chúng tôi dọn về lại Kiel, ở trong một cư xá sinh viên nằm tại đường Projendorferstr, số 156. Phòng trọ tương đối rộng rãi, nhưng không đủ sức để dung chứa 2 người. Vì ở đây những vật dụng bày ngổn ngang và để chật chội cả phòng ốc. Trong khi đó ở Nhật, cả gia đình chỉ có một căn phòng thôi. Căn phòng này vừa là chỗ ngủ của gia đình vừa là phòng ăn, phòng học, phòng tiếp khách. Xứ Nhật đất đai chật chội, nên phải khéo tính mới có thể sống được. Nếu không thì coi như bị sống ngoài lề xã hội. Bàn ghế, giường tủ v.v... tất cả đều có thể trưng bày ra mà cùng có thể xếp gọn lại. Ban đêm họ dẹp hết những đồ đạc ban ngày bày biện trong phòng và mang đồ ngủ ra để ngủ. Sau khi thức dậy lại dẹp đồ ban đêm để trưng bày đồ dùng ban ngày. Nhiều lúc *"cái khó bó cái khôn"*, nhưng cũng có thể nói rằng: *"Khéo ăn thì no, khéo co thì ấm."* Do đó, ở đâu quen đó. Nếu người không *"thiểu dục tri túc"*, nghĩa là ít ham muốn, biết đủ, thì dầu có làm đến Ngọc Hoàng Thượng Đế cũng vẫn thấy thiếu thốn như thường. Còn tôi, một người tu, thế nào rồi cũng xong cả.

Thời gian đầu của một người mới đến xứ lạ là thời gian quan trọng nhất để có thể hội nhập vào đời sống mới. Do đó, tôi để tâm suy xét về mọi vấn đề, mọi khía cạnh xem có nên ở lại Tây Đức để học hành tu niệm, hay về lại Nhật để tiếp tục cuộc sống cũ. Chừng 3, 4 tháng trôi qua, tôi vẫn chưa có ý định nào dứt khoát cả. Một phần muốn ở lại Đức và phần khác lại muốn quay về Nhật. Thời gian ấy phải nói là thời gian có nhiều đắn đo suy nghĩ nhất.

Vào những buổi cuối tuần, bạn tôi thường hay đi đến những thành phố xa trong nước Đức để hội họp hoặc gặp mặt bạn bè. Lần đầu tiên tôi được Hội Sinh Viên Việt Nam tại Hannover mời đến nói chuyện cùng Thầy Thích Minh Tâm từ Paris sang và nội dung của thư mời được viết như sau:

"Thân gởi Anh, Chị:..........................

Hội Đoàn Sinh viên Việt Nam tại Hannover thân mời Anh, Chị đến tham dự buổi nói chuyện về việc Chính quyền Đảng Cộng sản Việt Nam vi phạm nhân quyền, chà đạp tự do tín ngưỡng..., mà gần đây nhất hôm 6/4/1977, toàn bộ cấp lãnh đạo Giáo Hội Phật giáo Việt Nam Thống Nhất đã bị bắt giam trái phép.

Buổi nói chuyện sẽ được tổ chức vào ngày thứ năm, 11/8/1977 tại KSG, Leibnizufer 17 A, lúc 20g. Cũng trong buổi nói chuyện trên sẽ có sự tham dự của 2 vị Đại Đức thuộc GHPGVNTN. Đại Đức Thích Minh Tâm, Chủ tịch Ủy Ban Liên Lạc Tăng Ni tại Pháp và

Đại Đức Thích Như Điển, Chi bộ Giáo Hội PGVNTN tại Nhật.
Thân mời Anh, Chị tới tham dự đông đủ.
Hội Đoàn Sinh viên Việt Nam tại Hannover

T.M Ban Đại Diện

DƯƠNG NGỌC MINH

Phòng họp hôm đó được trưng bày như sau: Có một bàn thờ Phật, tượng Phật do anh Nguyễn Ngọc Tuấn mang từ nhà đến, không có đèn cầy, không chuông, không mõ. Có một lư nhang, một đĩa trái cây và một bình bông huệ. Phía sau tượng Phật là một lá cờ Phật giáo. Bên trên lá cờ Phật Giáo có 2 hàng chữ đỏ viết đậm nét: TỔ QUỐC VIỆT NAM TRƯỜNG TỒN - DÂN TỘC VÀ ĐẠO PHÁP BẤT DIỆT".

Thật cảm động làm sao khi nhìn thấy hình ảnh trang nghiêm ấy tại Hannover, và có lẽ đây cũng là lần đầu tiên Hannover tổ chức một buổi lễ Phật tại một nhà giảng của sinh viên Hội Thiên Chúa Giáo.

Những người tham dự hiện diện như sau: Anh Lê Đức Phụng, người có tuổi hơn cả, ngồi hàng đầu sau chúng tôi. Anh Phụng và gia đình là những người Việt đầu tiên đến định cư tại Hannover, không thuộc thế hệ sinh viên, nhưng cũng hiện diện hôm ấy. Bây giờ gia đình anh đang định cư ở Úc. Anh Tuấn, chị Cúc, là những người Phật tử đầu tiên của chùa Viên Giác, bây giờ hiện ở Hamburg. Anh Bé ở Hildesheim, anh Lệ đến từ Kiel, Hiếu, Minh, anh Trưởng, anh Khánh, Hưng, anh Vinh, anh Châu và Diệp, anh Quân, bây giờ là nha sĩ cũng từ Kiel. Tất cả mọi người hầu như ngày nay đã ra trường, người kỹ sư, người tiến sĩ, cử nhân. Có người hiện ở Hannover, có người đã xa Hannover, nhưng vẫn còn liên lạc với chùa. Có người là tín đồ đạo Tin Lành, Thiên Chúa Giáo, nhưng cũng đã đến nghe chúng tôi nói chuyện hôm ấy.

Đầu tiên là lễ Phật. Vì chuông không mà mõ cũng chẳng có nên Thượng Tọa Minh Tâm (lúc bấy giờ mới là Đại Đức và được tấn phong lên hàng giáo phẩm Thượng Tọa nhân Đại Giới Đàn Thiện Hòa tổ chức tại Phật Học Viện Quốc Tế Hoa Kỳ vào ngày 3/9/1983) và tôi đã tụng kinh Bát Nhã ba lần rồi hồi hướng. Bên dưới hội trường im phăng phắc, tất cả đều đứng lên nghiêm chỉnh theo tiếng kinh cầu. Chưa có một người nào biết chắp tay, ngay cả họ là những người Phật tử.

Sau đó chúng tôi trình bày những sự kiện vi phạm nhân quyền của chính quyền ĐCSVN và việc bắt giam các vị lãnh đạo trong Hội Đồng Viện Hóa Đạo cũng như trình bày một vài sinh hoạt tại Pháp và tại Nhật.

Sau phần trình bày là phần thảo luận. Trong phần thảo luận tôi lưu ý đến 3 người sinh viên lúc bấy giờ tại Hannover là anh Phan Văn Trường, bây giờ đang ở Mỹ, anh Lâm Đăng Châu và Anh Ngô Ngọc Diệp, hiện ở Hannover. Sau khi tham dự buổi hội thảo, Trâm - bạn tôi có hỏi về những người tại Hannover. Tôi trả lời: "Có chấm được 3 người, còn những người khác chưa biết, vì họ không phát biểu ý kiến." Anh Trường ăn nói hay, rất lưu loát. Anh Châu rất sâu sắc về chính trị, nhưng tôn giáo thì ít lưu tâm đến. Anh Diệp, nói hơi nhiều, nhưng có lẽ đây là người mà tôi lưu tâm nhất. Tại sao lưu tâm thì tôi không biết, nhưng có lẽ vì một nhân duyên nào đó nên tôi đã để ý đến người này. Biết đâu lại hữu dụng cho tương lai Đạo Pháp ở xứ này nếu tôi ở luôn lại Tây Đức. Trâm bảo, tôi nhận xét không lầm điều đó và có lẽ cho đến ngày nay việc nhận xét trên vẫn còn giá trị.

Tôi trở về lại Kiel đi học tiếng Đức tại Volkshochschule ba tháng để sau đó thi vào lớp tiếng Đức của Đại Học Kiel đã mở được mấy tháng trước. Bây giờ phải đổi nhà về đường Holtenauerstr, số 298. Đây cũng là một sự trùng hợp ngẫu nhiên thôi, số nhà này đúng nguyên số chùa Hưng Long ở đường Minh Mạng, Chợ Lớn mà tôi đã ở trước khi sang Nhật, nên có lẽ tôi chẳng bao giờ quên được. Ban ngày đi học tiếng Đức, buổi chiều qua cư xá sinh viên với Trâm ở đường Progendorfer để dùng cơm chiều chung, sau đó đi dạo và Trâm chỉ thêm cho tôi tiếng Đức.

Thời gian cứ lặng lẽ trôi qua như thế, trong tuần đi học, cuối tuần đi thăm các Hội Đoàn và nói chuyện về tình hình của Giáo Hội trong nước tại các nơi như Dortmund, Stuttgart, Kiel, Berlin và một vài nơi khác nữa. Vào ngày 25, 26 và 27 tháng 11 năm 1977, tôi có tham dự trại Bắc Đức tại Berlin. Hồi đó có chia Nam Bắc là vì sau năm 1975, như một số anh em sinh viên tường thuật, hàng ngũ sinh viên hầu như không có thế đứng, mạnh ai nấy lo chuyện học hành thi cử, miền Nam có Liên Đoàn Sinh Viên Việt Nam Tự Do, nhưng đối với miền Bắc thì quá xa, nên một số anh em miền Bắc mới ngồi lại với nhau gồm 3 Hội Sinh Viên tại Berlin, Kiel và Hannover để hoạt động. Nếu Hannover tổ chức Tết thì mời Kiel và Berlin. Ngược lại Berlin tổ chức trại Hè thì Kiel và Hannover tham gia. Rồi năm đến Kiel phải tổ chức Tết. Hồi đó tình thân thiện giữa ba hội đoàn rất mật thiết, như là "chị ngã em nâng" vậy. Đa số là sinh viên, có rất nhiều Phật tử nhưng hầu như họ chẳng hiểu đạo là gì. Gặp nhau là đưa tay ra bắt chứ chẳng biết chắp tay chào hoặc niệm một câu "Nam Mô A Di Đà Phật". Tổ chức Liên Vùng tại Bá Linh kỳ đó gồm có đá banh, hội thảo và cầu nguyện, văn nghệ v.v... Đá banh thì khỏi phải nói, mọi người đều tham gia hết mình, văn nghệ cũng vậy. Hội thảo có anh Châu (Hannover), anh Trâm (Kiel), anh Nam (Berlin) - bây giờ hiện ở Wiesbaden, anh Lộc (Berlin) - bây giờ đang ở Mỹ. Văn nghệ có anh Hoàng (Berlin) - bây giờ ở Bremen, và còn nhiều người khác nữa.

Trong trại cũng có làm bích báo và trong tờ bích báo có viết lại về lễ tưởng niệm các vị Thánh Tăng tử đạo, các anh hùng liệt sĩ các vị đã bỏ mình hy sinh cho Tự Do, Tổ Quốc. Bài bích báo có đoạn viết:

"Sau buổi học tập, mọi người đều ngồi lại nghiêm trang yên lặng trước bàn thờ Tổ Quốc, trước đó đã được dựng lên, tuy đơn giản nhưng ai nấy đều cảm thấy như có quê hương Việt Nam trước mặt, như nghe tiếng kêu gọi của núi sông đang thôi thúc. Hàng chữ Tổ Quốc Việt Nam ngay liền dưới tấm bản đồ Việt Nam đã được treo lên trước làn khói hương nghi ngút. Buổi lễ có thêm sự hiện diện của Thầy Như Điển, đại diện GHPGVNTN, Chi Bộ Nhật Bản - Tây Đức đã được mọi người cử làm chủ lễ. Bài hát "PHẬT GIÁO VIỆT NAM" do đại diện các bạn trong Ban Văn Nghệ các Hội Địa Phương cùng đồng ca mở đầu buổi lễ tưởng niệm. Trong bài diễn văn đọc trong buổi lễ đã nói lên truyền thống giữ nước, dựng nước và cứu nước của dân tộc Việt Nam suốt dòng lịch sử đến nay, luôn giương cao ngọn cờ độc lập tự do, đánh đuổi ngoại xâm, xây dựng một nước Việt Nam theo tinh thần dân tộc thuần túy. Nhưng hơn 2 năm nay, CSVN lên cầm quyền, đã đưa dân tộc Việt Nam vào hoàn cảnh cực kỳ khốn khổ, các quyền tự do dân chủ căn bản, trong đó có quyền tự do tín ngưỡng, tư tưởng, đi lại... đã không được tôn trọng. Người dân

bị áp bức, bị đưa đi các vùng kinh tế mới, bị giam cầm đày đọa trong các trại cải tạo tư tưởng. Nhiều người đã chết, các vị Tăng Ni, chức sắc tôn giáo đã hy sinh để cảnh tỉnh chế độ, dân chúng đồng bào đã không ngại gian nguy bão tố, dùng thuyền vượt biển mong tìm lại sự tự do, và nhiều người đã bỏ mình trên biển cả...

"Buổi lễ tưởng niệm diễn ra trong không khí thành kính, yên lặng cầu nguyện cho những người đã chết, các Thánh Tăng, các Thánh Tử Đạo, các anh hùng liệt sĩ đã hy sinh cho Dân Tộc và Đạo Pháp, những người đã bỏ mình trên đường tìm tự do... Buổi lễ tưởng niệm còn mang thêm ý nghĩa quyết tâm của chúng ta nói lên tiếng nói trung thực của lòng mình để cảnh tỉnh sự cai trị, đi ngược lại nguyện vọng của nhân dân của chính quyền Đảng CSVN với dư luận thế giới..."

Sinh hoạt sinh viên quây quần theo những kỳ nghỉ hè và Tết. Còn tôi, một tu sĩ lạc lõng giữa trời Âu, chân đứng chưa vững, mang cây bồ-đề, hạt giống giác ngộ của Đức Thế Tôn đi trồng nơi xứ tuyết quả là một điều thiên nan vạn nan vậy. Ai hiểu cho tôi hơn chính mình, và ai có thể làm cho tôi khá hơn nếu như chính tôi không có sự cố gắng.

Trở lại phòng trọ - nơi chỉ có một bàn thờ Phật duy nhất, với một tăng sĩ nghèo như tôi về mọi mặt, không đủ an ủi cho chính mình trong nhiều lúc thế sự đổi thay và lòng người khó tả. Đã có lần tôi định về lại Nhật. Nhưng sau những sự đắn đo suy nghĩ, tôi đã quyết định ở lại Tây Đức cho đến ngày hôm nay và sự quyết định ấy được diễn tiến như thế nào, mong quý vị sẽ đọc qua những trang kế tiếp...

20. NHỮNG NGÀY ĐẦU PHẬT GIÁO XỨ ĐỨC

Khi những tia nắng yếu ớt của mùa hè năm 1977 dọi chiếu vào không gian u tịch nơi vòm trời Tây Đức gần bước sang Thu. Những cây trái hoa quả đã đổi màu, cũng là mùa thu hoạch của người bản xứ. Tôi đã có lần nghe nhiều người nói về cuộc sống của các sinh viên ở các nước Âu Châu nhân mùa nghỉ hè, họ đi hái trái cây để kiếm tiền phụ vào học phí và chi dùng hằng ngày, nhưng tôi chưa có cơ hội nhìn tận mắt, đến tận nơi, nên mùa hè ấy tôi quyết định đi theo một số anh chị em sinh viên và một số kiều bào mới đến ty nạn tại Tây Đức để hái trái kirsche. Nhiều người gọi là trái anh đào, nhưng loại trái anh đào thực sự của Nhật Bản không ăn được, chỉ để làm kiểng thôi. Kirsche là một loại trái cây màu đỏ, khi chín ngả sang màu tím, có nhiều loại ngọt, mà cũng có lắm loại chua. Loại ngọt được bày bán khắp nơi ở các cửa tiệm rau cải. Trái chua hình như để làm mức ăn với bánh mì hoặc làm rượu hay một vài loại bánh ngọt. Loại trái cây này có khắp nơi trên nước Đức và hầu như ở Âu Châu nước nào cũng có.

Khoảng 5 giờ sáng chúng tôi đã rời ga xe lửa Kiel để đến Plön, một địa phương du lịch khá nổi tiếng về mạn bắc của nước Đức. Sau hơn 2 tiếng đồng hồ, chúng tôi đến vườn trái cây kirsche. Vườn rộng mênh mông, cây trái trĩu nặng trên cành, thỉnh thoảng có chen một vài chiếc lá vàng nơi những thân cây yếu ớt ấy.

Người chủ vườn giao hẹn cho bất cứ ai nếu hái xong một giỏ sẽ được 5 DM (tương đương với 2 USD lúc bấy giờ), nếu ai hái được nhiều thì được trả tiền nhiều và việc ấy phụ thuộc vào sự cố gắng của mỗi cá nhân trong ngày. Cứ mỗi giỏ như vậy cân nặng độ 10 kg. Nếu người nào hái giỏi, mỗi ngày có thể hái 10 giỏ, được 50 DM. Lúc bấy giờ đối với những sinh viên tăng sĩ nghèo như tôi và một số người tỵ nạn mới đặt chân nơi nước Đức, khoản tiền này có một giá trị không nhỏ. Tôi đã đi làm 3 tháng như thế, hết vườn này đến vườn khác, hết vùng này đến vùng nọ, kể cũng vui vui.

Không phải tôi mới bắt đầu đi làm trong cuộc đời của một sinh viên tăng sĩ từ năm 1977, mà cách đó năm sáu năm về trước tôi đã đi làm thuê tại Tokyo trong những ngày mưa tuyết nặng hạt rồi. Tôi biết rằng ra đi du học là chấp nhận mọi sự khó khăn cho chính bản thân mình, nên dầu gian khổ đến đâu cũng phải cố gắng. Giáo Hội thì nghèo, Phật tử hữu tâm thì cũng chỉ thời gian thôi, có ai giúp đỡ mình suốt cả cuộc đời được, nên con đường nào mình đã chọn phải cố gắng đi cho trọn lối, dù là đường đời cũng như nẻo đạo.

Viết đến đây tôi nhớ lại những năm cực khổ tại Tokyo, vừa đi làm, vừa đi học. Nhiều khi đội tuyết dầm sương khổ cực, cố gắng làm việc và học hành cho được kết quả để chính mình được vui và Thầy Tổ không hoài công mong đợi, mà cảm thấy nao nao trong dạ làm sao. Và ngày nay có nhiều thầy, nhiều sư cô đã ra trường từ Nhật, đang làm Phật sự khắp nơi tại Âu Châu, Mỹ Châu cũng như Úc Châu, đều đã trải qua những giai đoạn gian khổ ấy cả. Sau năm 1975, khi việc chuyển ngân từ Việt Nam sang ngoại quốc không còn thực hiện được nữa thì mọi sinh viên, kể cả quý thầy, quý cô cũng phải đi làm, tự lực cánh sinh để tự nuôi lấy bản thân mà học hành và tu niệm. Có ai biết được những điều kiện ấy chăng. Ngày nay quý đạo hữu và quý Phật tử khắp nơi được gần gũi quý Thầy và quý Cô đã từng gian khổ, quả là hữu duyên vậy. Ngày nay gặt được quả tốt, chúng ta nên nhớ những nhân xưa, để chia sẻ với quý thầy, quý cô khi gặp những Phật sự khó khăn ở nơi mình cư ngụ.

Đời người tu chỉ có học hành và tu niệm để trên đền bốn ơn nặng, dưới cứu khổ muôn loài. Ngoài ra chẳng có gì để họ bận tâm cả. Mặc dù vẫn phải ăn, mặc, ngủ, nghỉ như mọi người hiện sống trong thế gian này, nhưng họ không để sự khổ chi phối mà tất cả đều "tri túc".

Những ngày cuối năm 1977, tôi đã nhiều lần viết thư về chùa cũ ở Tokyo cũng như thăm hỏi ý kiến của một vài người đi trước, xem có nên tiếp tục ở lại Đức hay về lại Nhật tiện hơn. Vị sư trụ trì người Nhật không có ý kiến rõ ràng, còn đa số khuyên tôi nên ở lại Đức. Lý do tại sao nên ở lại? Vì lúc bấy giờ ở Nhật chưa có chính sách tỵ nạn và ở Đức chưa có lãnh đạo tinh thần của Phật giáo. Nhìn hai lý do trên khiến tôi có thể chọn lựa dễ dàng. Nhưng nhìn tấm vé máy bay khứ hồi Tokyo - Hamburg và Hamburg - Tokyo có giá trị trong vòng một năm, tôi cũng muốn trở lại Tokyo, khi mà lòng mình vẫn còn muốn tiếp tục việc học ở Cao học Phật giáo. Thời gian cuối năm 1977 đến đầu 1978, tâm trạng tôi như con quốc gọi đàn, như con nhạn kêu đêm, chẳng ai hiểu mình, chẳng ai có thể quyết định giùm ngoại trừ chính mình. Những lúc như thế, tôi thường hay đến trước bàn thờ Phật tụng một thời kinh, hay ngồi yên lặng thật lâu để suy niệm.

Một hôm tôi nằm mộng thấy một cảnh tượng thật lạ lùng mà chắc rằng trong đời tôi sẽ không bao giờ thấy được lần thứ hai. Tôi đang ở trong một lâu đài, chung quanh lâu đài ấy bao bọc bằng tuyết, trắng xóa cả một không gian rộng rãi, bao la. Chung quanh lâu đài không khí lạnh ngắt như điên dại và lạnh lùng trong cảnh vật của đêm đông.

Nhưng lạ thay cây bồ-đề của tôi trồng trong lâu đài đó có những cành lá vươn lên và vượt ra ngoài không gian to rộng hiu quạnh lạnh lẽo của đêm đông giá buốt ấy, cành lá vẫn cứ vươn cao và không bị ngăn chặn bởi một trở lực nào cả. Trong giấc mơ tôi mừng rằng cây bồ-đề của mình trồng không bị không gian và hoàn cảnh chi phối, nên yên tâm ngủ tiếp. Sáng hôm sau thức dậy, chiêm nghiệm lại điềm chiêm bao trên, tôi thấy giả nhưng mà thực, thực nhưng mà giả. Vì cuộc đời vốn dĩ là như vậy, nên tôi vẫn cất giấu điềm chiêm bao ấy mãi trong lòng chẳng nói với ai cả. Biết đâu sẽ không thành sự thực thì sao. Còn nếu trở thành sự thực thì cũng chẳng muộn màng gì để sẽ nói ra sau này.

Thời gian lặng lẽ trôi nhanh như chẳng đợi chờ ai. Một hôm tôi cùng Trâm ngồi lại bàn một vài chuyện quan trọng, là có nên ở lại Đức hay về lại Nhật để tiếp tục học hành. Chúng tôi đã trao đổi nhiều kinh nghiệm sống và kiểm điểm những việc làm trong một năm qua. Hồi trước năm 1963, Trâm là bạn học cùng trường tiểu học với tôi tại quê hương xứ Quảng. Đến 1964 tôi xuất gia học đạo, Trâm ra Đà Nẵng và Hội An để học Trung học. Năm 1968, Trâm du học sang Tây đức, năm 1972 tôi đến Nhật. Năm 1974, cả hai về lại Việt Nam thăm quê hương sau mấy năm xa cách, gặp nhau trên hè đường Lê lợi mà nhận không ra, tôi nhận lầm là một người bạn khác. Sau đó Trâm trở lại Đức, tôi trở lại Nhật để tiếp tục học hành và năm 1977 mới có cơ duyên gặp lại.

Bây giờ Trâm đã là một Bác sĩ làm việc trong một bệnh viện ở gần biên giới Hòa Lan. Tình bạn ngày xưa là như vậy.

Trâm bây giờ vừa là đệ tử của tôi mà cũng vừa là bạn học. Hai khuôn mặt, một cuộc đời. Có nhiều tấn tuồng trên thế gian này chỉ một kép mà đóng nhiều vai. Ở đây tôi cũng thế, lúc đóng vai làm thầy, lúc làm bạn. Kể cũng vui vui. Đứng trước công chúng, chúng tôi là tình nghĩa thầy trò, mà khi ngồi nói chuyện riêng, chỉ đối đãi với nhau như tình bạn. Không những chỉ có Trâm, mà những người thuở trước là bạn, là anh, là bác sĩ, kỹ sư, tiến sĩ v.v... bây giờ rất nhiều người là đệ tử của tôi và đệ tử của ba ngôi Tam Bảo. Tôi không muốn giới thiệu từng cá nhân vào đây, nhưng vì những người này có công với đạo và liên hệ với sự tồn vong của Phật giáo xứ Đức này, nên phải nhắc lại để những người đi sau được biết.

Sau khi học xong khóa Đức ngữ tại Đại Học Kiel, tôi nhờ anh Châu tại Hannover nộp đơn vào Đại Học Giáo Dục. Đơn của tôi được chấp nhận và thế là tôi có thêm một cơ hội nữa để được ở luôn lại Đức.

Bấy giờ, việc quyết định ở lại xứ Đức đã xong nên phải lo chuẩn bị nơi ăn chốn ở. Khi về Hannover, đọc báo tìm phòng cả tháng nhưng vẫn không có kết quả, sau có người mách giúp nên đã thuê được một căn nhà 2 phòng, một nhà bếp nho nhỏ, một nhà cầu xinh xinh và một cái sân dễ mến. Giá tiền 180 DM một tháng. Với giá tiền này tôi không kham nổi, nên một số anh em sinh viên tự động đóng góp vào hằng tháng như sau:

- Thị Minh Văn Công Trâm 20 DM.

- Thị Chơn Ngô Ngọc Diệp 20 DM.

- Anh Nguyễn Ngọc Tuấn và chị Nguyễn thị Thu Cúc 20 DM.

- Cô Đoàn thị Thu Hạnh 20 DM.

- Anh Lâm Đăng Châu 20 DM.

- Anh Nguyễn Tấn Đức 20 DM.

Đó là số tiền căn bản. Tổng cộng mỗi tháng là 120DM. Ngoài ra còn một số ít đóng góp bất thường. Nhưng đâu phải chỉ có trả tiền nhà, mà còn tiền ăn uống và lễ lạt nữa chứ. Do đó phải xin thêm tiền trợ cấp nhà ở của chính phủ.

Ngôi nhà đó có 5 người đến làm công quả đầu tiên là Thị Chơn Ngô Ngọc Diệp, Nguyễn Hữu Tình, Lê Đức Hiếu, Nguyễn Minh Hưng và anh Nguyễn Tiến Hội. Hiếu, Hưng, Hội lo quét vôi, trải thảm, Thị Chơn lo cây, ván và thiết trí bàn Phật để chuẩn bị làm lễ An Vị Phật vào ngày 2 tháng 4 năm 1978.

Nhân việc đi dự Đại Hội Công Giáo kỳ 3 tại Konigstein do Hội Sinh Viên Công Giáo tại Đức tổ chức, Thượng Tọa Thích Minh Tâm từ Pháp sang và đã ghé Niệm Phật Đường Viên Giác để làm lễ An Vị Phật. Niệm Phật Đường nhỏ bé nằm tại số 37, Kestnerstr. 3000 Hannover 1. Sở dĩ tôi chọn tên Viên Giác để đặt cho Niệm Phật Đường vì cách đó gần hai mươi năm, ngôi chùa tôi đặt chân đến đầu tiên để xuất gia học đạo do Thầy Bổn Sư tôi trụ trì là chùa Viên Giác, nên giờ đây nơi hải ngoại tôi đặt lại như vậy để nhớ ơn các bậc Thầy Tổ, tôn sư đã dày công huấn dục nên người, nhằm đền đáp phần nào ân nghĩa trong muôn một.

Trong lễ An Vị Phật hôm ấy, dưới sự chứng minh của Thượng Tọa Thích Minh Tâm còn có sự hiện diện của đạo hữu Diệu Ngọc đến từ Paris. Đạo hữu trước đây là giáo sư Pháp văn trường Trưng Vương ở Sài Gòn, nhân ngày lễ An Vị ấy đạo hữu cúng dường 2 cành hoa lan thật đẹp. Ngoài ra có gia đình đạo hữu Dương Văn Phương, đạo hữu Lê Hữu Cơ đến từ Essen, gia đình đạo hữu Nguyễn Thanh Tùy đến từ Recklinghausen, và một số anh chị em Phật tử tại Hannover cũng như những người nòng cốt vừa kể trên.

Trên bàn Phật có một tôn tượng Thích Ca thật nhỏ thỉnh từ chùa Khánh Anh về, 2 bình bông, 2 dĩa trái cây, 2 chân đèn, 1 lư nhang và 3 chén nước lạnh. Bên dưới có một chậu cá để làm lễ phóng sanh và một ít bản kinh cầu an, an vị Phật đã được photocopy ra trước đó.

Sau buổi lễ tẩy trần an vị Phật, Thượng tọa Thích Minh Tâm có ban cho một thời pháp nhan đề là "Cái khổ của người ty nạn". Và cũng nhân lễ An Vị Phật ấy, Thượng Tọa đã cho tôi mượn 2.000 FF, số tiền rất lớn lúc bấy giờ. Số tiền ấy mãi đến bây giờ tôi xin phép Thượng Tọa vẫn chưa hoàn trả lại, vàThượng Tọa cũng đồng ý. Không phải vì chùa Viên Giác thiếu khả năng để trả 2.000 FF (tương đương với 600 DM), nhưng tôi muốn để hoài như vậy để nhớ ơn Thượng Tọa đã giúp tôi trong lúc ngặt nghèo. Nếu trả đi ngay lúc bây giờ hay những năm về trước, ơn ấy dễ quên đi, làm sao nhớ được ơn của người khác đã giúp mình. Và tôi cũng rất cám ơn gia đình đạo hữu Dương Văn Phương và gia đình đạo hữu Nguyễn Thanh Tùy là 2 gia đình tiêu biểu trong mấy ngàn gia đình tại nước Đức đã đóng góp định kỳ liên tục trong suốt hơn 8 năm qua. Sự thành công sơ khởi của Phật giáo Việt Nam ngày nay tại nước Đức là do những bàn tay nhỏ bé đã đóng góp cho sự tồn vong chung của Đạo Pháp tại xứ này.

Sau lễ An Vị Phật, tôi vẫn tiếp tục đi học tại Đại Học Giáo Dục Hannover, ngành Tâm lý giáo dục học người lớn, và sau đó tôi làm đơn chính thức xin ty nạn chính trị tại nước Đức. Ngày xưa, bất cứ đồng bào ty nạn hay sinh viên muốn ty nạn tại nước Đức phải làm đơn xin ty nạn với những lý do chính đáng vì sao phải ty nạn, chứ không đơn giản như sau năm 1979 trở đi, khi quốc hội Đức đã có những đạo luật riêng cho người ty nạn. Có nhiều người ty nạn qua từ năm 1975, nhưng đến 1978 vẫn chưa có giấy ty nạn chính thức. Vì khi khai lý do để xin ty nạn không chính đáng là lý do chính trị mà là những lý do khác có liên quan đến kinh tế hoặc một vài lý do không thích hợp. Tôi đến từ một nước thứ ba, lại là thành phần sinh viên Tăng sĩ du học trước 1975, lẽ ra tôi không được tỵ nạn ở Đức, nhưng nhờ những lý do sau đây mà được ở lại Đức cho đến ngày nay.

Lý do thứ nhất là kể từ năm 1977, thành phần lãnh đạo của Viện Hóa Đạo Giáo Hội Phật giáo Việt Nam Thống Nhất hầu hết đã bị bắt. Do đó tôi không thể trở về lại Việt Nam sống chung với người Cộng sản khác chánh kiến và khác tôn giáo được.

Lý do thứ hai, vì ở Nhật từ sau ngày miền Nam Việt Nam rơi vào tay Cộng sản, tất cả sinh viên cũng như kiều bào đều không được hưởng quy chế tỵ nạn chính trị. Do đó tôi muốn tỵ nạn tại Đức. (Sau hội nghị tại Genève vào 20, 21 và 22 tháng 7 năm 1979 tại Thụy Sĩ, Nhật Bản mới bắt đầu chấp nhận quy chế này.) Và lý do thứ ba để tôi phải ở lại đây, vì là một Tăng sĩ, lãnh đạo tinh thần cho đồng bào Phật tử. Ở Đức chưa có chùa, chưa có người lãnh đạo, nên tôi muốn ở lại đây để giúp đỡ đồng bào. Đó là 3 lý do chính mà đơn xin tỵ nạn của tôi đệ trình lên Sở tỵ nạn trung ương tại Zirndorf, Tây Đức đã được chấp thuận.

Sau khi làm lễ An Vị Phật Niệm Phật Đường Viên Giác tại đường Kestnerstr, số 37 vào ngày 2 tháng 4 năm 1978, Phật tử tại Hannover nói riêng và nhiều vùng khác trên nước Đức đều hay biết và lần lượt về chùa khá đông. Có những buổi lễ vào ngày chủ nhật không có chỗ ngồi. Ăn uống và tiếp khách đều phải ngồi dưới đất. Lý do vì phòng chật cũng có mà phương tiện tài chánh còn eo hẹp nên chưa sắm được bàn ghế cho Phật tử ngồi phải nói là chính đáng hơn.

Một số anh em Phật tử ngồi lại với nhau để bầu một Ban Hộ Trì Tam Bảo cho Niệm Phật Đường, số nhân sự gồm có như sau:

- Anh Nguyễn Ngọc Tuấn,

- Chị Nguyễn Thị Thu Cúc,

- Anh Văn Công Trâm,

- Anh Ngô Ngọc Diệp,

- Anh Lâm Đăng Châu,

- Anh Nguyễn Tấn Đức,

- Chị Đoàn Thị Thu Hạnh.

Trong 7 người này, hầu hết là các anh chị em sinh viên du học ở Đức lâu năm và anh Tuấn được bầu làm Trưởng Ban Hộ Trì Tam Bảo, có lẽ vì anh có nhiều đạo tâm, đứng tuổi và lúc đó việc gia đình con cái đã yên ổn, nên được mọi người tín nhiệm. Sau đó Ban Hộ Trì Tam Bảo đã gởi đơn chính thức lên khai báo với Ordnungsamt Hannover vào ngày 8/8/1978 và đã được chính quyền chấp thuận cho hoạt động theo tinh thần bản nội quy vào ngày 29/8/1978. Ban Hộ trì này sau được đổi thành Hội Sinh Viên và Kiều Bào Phật Tử tại Tây Đức vào ngày 20/11/1979. Nhiệm kỳ đầu và nhiệm kỳ kế tiếp do anh Văn Công Trâm làm Hội Trưởng. Hội này cũng đã được chấp nhận vào ngày 13/3/1981. Nhưng những nhiệm kỳ sau, hoạt động của Hội không chỉ nhắm vào số anh em sinh viên Phật tử mà vì nhu cầu đồng bào ty nạn đến Đức ngày càng đông nên anh Ngô Ngọc Diệp, Hội Trưởng lúc bấy giờ đã họp Ban Chấp Hành cũng như các Phật tử để đổi thành Hội Phật Tử Việt Nam ty nạn tại Tây Đức, và cũng đã được chính quyền tại Hannover chấp thuận vào ngày 13/3/1985. Hội cũng đã được Bộ Tài Chánh Hannover công nhận là một tổ chức tôn giáo, từ thiện, không vụ lợi vào ngày 13/2/1982 cũng như của Tòa án Hannover vào ngày 17/2/1982.

Giai đoạn đầu là giai đoạn khó khăn nhất. Khó khăn về mọi vấn đề. Về tài chánh thì đã đành, nhưng còn về danh từ Phật giáo cũng như cách sinh hoạt trong chùa. Tôi phải giải thích từng danh từ và phải hướng dẫn các anh em Phật tử lúc ban đầu đi từng bước một. Mặc dầu anh em ở Việt Nam đã là Phật tử có sinh hoạt ở chùa hoặc con nhà Phật tử, nhưng vì xa quê quá lâu nên hầu như Phật tánh của một Phật tử bị lu mờ. Có nhiều anh em gặp tôi đưa tay bắt, chứ không biết chắp tay chào "Nam Mô A Di Đà Phật" hoặc gặp người tu mừng quá vỗ vai trông ra vẻ như bạn bè, hoặc cũng có lắm người "thưa Thầy, cho em có ý kiến..." v.v... Gọi Thầy mà xưng em, đó là nam tín đồ, chứ lỡ quý cô nữ sinh trẻ khác gọi thì sẽ dễ bị nghi ngờ. Ngay cả một tiếng xưng "con" đối với người Tăng sĩ các anh chị em này thấy vẫn còn ngượng ngùng khó nói. Và đừng nói gì lúc bấy giờ, ngay cả bây giờ có rất nhiều người Phật tử gặp quý thầy, quý cô, xưng tôi hoặc cháu hoặc em chứ chẳng chịu xưng con. Vì họ nghĩ rằng tuổi tác quý thầy, quý cô đáng con cháu hoặc em của họ, họ làm sao xưng con được. Nhưng họ chưa hiểu rằng, xưng con ở đây là con trong tinh thần của người theo đạo chứ không có nghĩa như là cha con, hay mẹ con ở nhà. Những người lớn tuổi có thể bảo là mình già hơn ông thầy kia, bà cô nọ, nhưng già tuổi đời chứ đâu có già tuổi đạo. Mặc dầu ông thầy kia trẻ, cô kia mới xuất gia, nhưng so tuổi đạo họ vẫn hơn những người già tuổi đời mà non tuổi đạo, nên xưng bằng con cũng chẳng có ngại ngùng gì cả.

Chỉ một danh từ "Ban Hộ Trì Tam Bảo" mà tôi phải giải thích như cả một bài thuyết pháp mấy anh em khác mới chịu hiểu và thực hành. Còn bao nhiêu là chuyện nữa, nhưng nếu kể hết vào đây chắc là không đủ giấy.

Sau khi sinh hoạt tại địa điểm trên chừng 2 tháng thì căn nhà bên cạnh có một phòng trống thật lớn họ cho thuê ở tầng trệt, thế là Ban Hộ Trì bàn với tôi nên thuê bên ấy để làm chánh điện, còn chỗ cũ để sinh hoạt và làm chỗ nghỉ ngơi. Thế rồi một văn thư gởi đi kêu gọi các Phật tử khắp nơi ủng hộ định kỳ hằng tháng để thuê nơi trên làm chánh điện cho Niệm Phật Đường. Giá thuê mỗi tháng là 360 DM và chỗ này chỉ cách chỗ cũ một cái sân nhỏ thôi. Thư gởi đi, lòng lại hồi hộp, không biết đồng bào Phật tử và anh em sinh viên có đáp ứng lời kêu gọi không, tôi lấy làm lo, nhưng "Có trời mà lại có ta" nên nỗ lực kêu gọi này đã được 33 vị vừa sinh viên vừa kiều bào đồng ý đóng góp hằng tháng, mỗi người ít nhất là 10 DM và nhiều nhất là 50 DM. Những vị ấy được liệt kê như sau:

Văn Công Trâm (Kiel), Nguyễn thị Đẹp (Neumunster), Nguyễn thị Tư (Kiel), Hồ Kim Lệ (Kiel), Lê Hữu Cơ, Đoàn Thị Mỹ Lộc (Koblenz), Đoàn Thị Thu Hạnh (Hannover), Lê Xuân Bình, Lê Văn Hồng, Hồng Hoàng Sơn, Trương Văn Giáo (Koblenz), Lê Thanh Bình, Ngô Ngọc Diệp, Lê Huy Cát, Nguyễn Tiến Hội, Lâm Đăng Châu, Nguyễn Ngọc Tuấn (Hannover), Long (Hildesheim), Phạm Văn Phụng (Pattensen), Ngô Tài Ba, Phạm Bé (Hòa Lan), Đinh Thị Hội (Aachen), La Thành (Herford), Nguyễn Đức Quyến (Aschaffenburg), Nguyễn Thanh Tùy (Recklinghausen), Dương Văn Phương (Essen), Phan Văn Trường (Hannover), Nguyễn thị Hạnh (Braunschwieg), Vũ Văn Hà (Pháp), Bùi Hữu Tường (Munster), Vương Đắc Mẫn (Kiel), Phạm Công Hoàng (Bremen) và Trần Văn Tường (Schweringhausen).

Trong 33 người này, có 12 anh chị em sinh viên và 21 vị là kiều bào Phật tử ty nạn, hoặc đi trước hay sau 1975.

Sự kêu gọi đóng góp ấy chỉ từng năm một, kể từ tháng 6 năm 1978 đến tháng 5 năm 1979, sau đó lại vận động tiếp. Số đóng góp rất liên tục và số tiền tổng cộng mỗi tháng là 600 DM. Như vậy chúng tôi đã đủ để trả tiền nhà cho 2 bên. Tiền chi tiêu trong Niệm Phật Đường do tiền cúng dường không thường xuyên của quý Phật tử gởi đến.

Sau khi lo trang hoàng chánh điện mới thì ngày lễ Vu Lan cũng sắp đến. Vu Lan năm ấy tổ chức nhằm ngày 19/8/1979 tức 16/7 âm lịch. Trong lễ, các anh em phân công như sau: Anh Tuấn lo vấn đề nghi lễ, Trâm lo tiếp khách, Diệp lo đi chợ, chị Cúc đi chợ, cô Đoàn Thị Thu Hạnh nấu nướng cùng với sự góp mặt của một số anh chị em khác tại Hannover.

Lễ diễn ra một cách trang nghiêm nơi chánh điện với sự thành kính của mọi người. Năm ấy có độ hơn 100 người về dự lễ. Ăn uống, lễ bái đều thực hiện tại Niệm Phật Đường chứ không mượn phòng ốc và cũng không có văn nghệ, vì Ban Tổ Chức không dự đoán được số người về nhiều hay ít nên chỉ làm những gì có thể được trong tầm tay mà thôi. Lễ này đối với tôi còn có một ý nghĩa quan trọng hơn nữa, đánh dấu một sự lớn mạnh nhảy vọt. Đó là việc thâu nhận đệ tử tại gia của tôi, gồm 3 người: Phật tử Ngô Ngọc Diệp, Phật tử Nguyễn Trung Hiếu và Phật tử Đoàn Thị Thu Hạnh. Từ khi xuất gia đến khi thọ giới Sa Di, Tỳ Kheo, học hành, tu niệm, đỗ đạt, cho đến lúc bắt đầu thâu nhận đệ tử là 15 năm tổng cộng (1964-1978). Tuy 15 năm hơi dài với một cuộc đời bình thường, nhưng lại quá ngắn với con đường tu niệm. Lẽ ra tôi chưa nhận đệ tử, nhưng thấy rằng cơ duyên đã đến. Vả lại, ở Đức lúc bấy giờ không có một thầy nào khác cả, nên bổn phận của tôi là phải hướng dẫn họ vào con đường đạo một cách chơn chánh. Vì thế, tôi đã chấp nhận làm thầy truyền giới cho 3 đệ tử tại gia này. Hai người nam thuở ấy còn học ở đại học và sau này đã đậu kỹ sư. Cô Đoàn Thị Thu Hạnh thì có chồng tiến sĩ. Phật tử Ngô Ngọc Diệp tôi cho pháp danh là Thị Chơn, một người đệ tử đầu, có rất nhiều huyền thoại. Phật tử Nguyễn Trung Hiếu pháp danh Thị Ân và Phật tử Đoàn Thị Thu Hạnh pháp danh Thị Nhân. Buổi truyền giới không một quyển Giới Đàn Tăng để làm căn bản thuyết giới mà tôi chỉ y cứ vào trí nhớ của mình trong giới luật để truyền Tam quy, Ngũ giới cho 3 người này.

Phật tử Ngô Ngọc Diệp trước khi quy y, các anh em sinh viên khác chế giễu là "nếu mày quy y và bỏ rượu thì đất Hannover này sẽ sập". Thế nhưng Hannover chẳng sập mà trái lại càng phát triển thêm nữa. Vì nơi đây đã có ngôi chùa và đã có rất nhiều người bỏ tất cả những chuyện riêng tư để phụng sự cho Đạo Pháp chứ không phải chỉ có bỏ rượu mà thôi.

Sau lễ Vu Lan, tinh thần các anh em Phật tử nhất là trong Ban Hộ Trì cảm thấy vững niềm tin và có thể tiếp tục hoạt động hăng say hơn nữa.

Chuyện thầy trò, đệ tử, sư đệ cũng vui vui, giúp người tu ở nhiều phương diện để tiến tu đạo nghiệp, mà cũng để cảm thấy rằng mình có trách nhiệm nữa. Trong kinh sách có chép rằng: *"Đệ tử tầm sư dị, sư tầm đệ tử nan."* Đúng thật như vậy, chẳng sai chút nào. Người học trò tìm thầy thì dễ, nhưng thầy tìm người học trò vừa ý mình khó lắm. Vì không phải có học trò để rồi *"Còn bạc, còn tiền, còn đệ tử, hết cơm, hết gạo, hết ông tôi"*, mà người đệ tử đó phải hiểu vị thầy của mình mới là người đáng quý.

Có nhiều người, ta mới gặp và sinh tâm quý mến ngay, nhưng ngược lại có những người ta không thể thích được. Vì sao vậy? Vì giữa hai người đã có những tia quang phổ thích hợp nhau. Những người mình không thích mà trái lại có kẻ khác lại thích người này. Vì hai người ấy có hai tia quang phổ có thể khả dĩ cảm thông nhau được. Ngược lại có người mình thích, nhưng kẻ khác lại không. Vì không có sự giống nhau ở hai tia quang phổ vậy. Chúng sanh như chúng ta còn mắt phàm, người tục, nên chưa có được một số tia quang phổ tổng hợp tình thương, nên mới có oán cừu nhau và sanh tử luân hồi mãi. Còn Đức Phật hay những bậc xuất thế, tia quang phổ của các Ngài chỉ có tình thương trải rộng. Vì thế Đức Phật bao giờ cũng từ bi và độ lượng viên mãn. Còn chúng ta vẫn có đó, nhưng chỉ giới hạn trong một phạm vi nhỏ hẹp nào thôi. Vì thế ta có được bài học cho mình là nên tạo tình thương với mọi người và mọi loài nhiều hơn là tạo những oán thù. Vì lấy oán báo oán, oán oán chất chồng. Chỉ có lấy ân báo oán, oán kia mới liền tiêu diệt. Chúng ta tạo thêm những tia quang phổ tình thương với nhau để càng gần gũi nhau và đừng tạo nên sự tỵ hiềm nhiều hơn nữa.

Thuở bấy giờ tôi còn đi học ở Đại học giáo dục tại Hannover. Ban ngày ở trường và học bài ở thư viện, về chùa nghe điện thoại, soạn bài, ôn bài, viết lách v.v... Mỗi cuối tuần thường đi sinh hoạt với các hội đoàn khắp nơi trên nước Đức, nếu tuần đó chùa không có lễ. Mỗi sáng dậy tụng kinh có Phật tử Thị Chơn đến lễ. Thuở bấy giờ mới quy y nên cũng chưa biết Phật pháp gì nhiều, nhưng sau này nhờ gần chùa và gần các bậc thiện hữu tri thức khác nên cuộc đời của Phật tử Thị Chơn gần như thay đổi hẳn. Điều đó chẳng ai ngờ, và có lẽ chính đương sự cũng vậy. Cho nên Phật pháp nhiệm mầu là vậy.

Sau những pháp danh có chữ Thị đi đầu, lại một màn chế giễu nữa. Có người bảo: "Đi tu là mục đích biến nữ thành nam, mà khi vào chùa Thầy Như Điển đã biến tất cả nam nhân thành ra là Thị." Điều đó chỉ để cười thôi, chứ chữ thị (是) đây không phải là chữ thị (氏) trong tên họ đàn bà, mà là như thị (如是), chơn như thị (眞如是) - nghĩa là như thế ấy, như thế đó. Chữ "thị" này được đặt theo bài kệ truyền pháp danh của Ngài Minh Hải, bắt đầu bằng chữ Minh đến hết chữ Trường:

明實法全彰

印真如是同

祝聖壽天久

祈國祚地長

Minh thật pháp toàn chương
Ấn chơn như thị đồng
Chúc Thánh thọ thiên cửu
Kỳ quốc tộ địa trường.

Như trên đã thấy, trong đó có câu *"Ấn chơn như thị đồng"*, và các đời sau cứ như thế mà tuần tự đặt pháp danh cho đệ tử. Thầy tôi có pháp danh chữ *Chơn* đứng đầu nên cho tôi là chữ *Như*, đến đời tôi tiếp tục cho đệ tử chữ *Thị* và đời sau đó lại tiếp tục cho chữ *Đồng* v.v... Cứ thế và cứ thế mãi tiếp tục từ đời này sang đời khác.

Nhưng cũng vì sự khó khăn ấy nên kể từ người đệ tử thứ 100, tôi đã cho sang pháp danh bắt đầu bằng chữ Thiện. Người đệ tử thứ 100 tên Tôn Thất Quốc Thanh, pháp danh Thiện Chơn, con của ông tướng Tôn Thất Xứng hiện ở Canada. Gần 200 người sau này quy y đều mang chữ Thiện đứng đầu - nhưng gốc vẫn là chữ Thị của dòng Thiền Lâm Tế.

Ở Niệm Phật Đường vẫn sinh hoạt bình thường như thế cho đến tháng 12 năm 1978. Vào ngày 10/ 12/1978, anh em trong *"Ủy Ban Tranh Đấu đòi Nhân Quyền tại Việt Nam"* họp tại Hannover để bầu thành phần Ban Chấp Hành. Hôm đó tôi có đến tham dự và được biết là chính quyền Tiểu Bang Niedersachsen vừa thâu nhận 1.000 đồng bào Việt Nam trên chuyến tàu Hải Hồng và đã đến phi trường Hannover. Thế là sau cuộc họp, mọi người đều ra phi trường để đón rước. Buổi đón rước khá long trọng, có các Bộ của chính phủ Tiểu Bang ra tận phi trường. Bên đồng bào người Việt có rất nhiều Hội Đoàn tham dự.

Lúc ấy chính quyền đang cần thông dịch nên tôi bỏ học một semester để đi giúp đồng bào tại Friedland độ chừng 3 tháng. Sau đó tiếp tục anh Tuấn, chị Cúc trong Ban Hộ Trì của Niệm Phật Đường Viên Giác cũng đã dấn thân vào con đường xã hội, giúp đỡ bà con trong Tiểu bang Niedersachsen mới đến tỵ nạn ngay từ thuở khó khăn ban đầu. Mới qua Đức hơn một năm, khả năng tiếng Đức của tôi cũng chỉ tiếng được tiếng mất, nhưng tôi vẫn hy sinh những gì mình có trong lúc này, để ít ra bà con còn thấy hình dáng của một người tăng sĩ ở ngoại quốc vẫn còn nhớ đến đồng bào.

Tôi với Nguyễn Trung Hiếu, anh Hà và Kim Anh giúp đồng bào tại bệnh viện Gottingen. Ở đó gần 3 tháng trong một mùa đông giá buốt, tuyết phủ quá đầu người, ăn Tết trong buồn thảm và nhiều khi thức cả đêm để giúp người bệnh tại bệnh viện. Thuở ấy cũng đã có anh Bác Sĩ Trang đến giúp và có một vài anh chị em sinh viên tại Gottingen nữa, nhưng không thường trực như chúng tôi. Cũng nhờ đi làm *"thông dịch bất đắc dĩ"* để giúp đồng bào tỵ nạn Cộng sản mới đến trên chuyến tàu Hải Hồng mà sau này chính quyền Tiểu bang Niedersachsen cũng như chính quyền Liên bang Đức mới quan tâm đến đời sống tinh thần của người Phật tử Việt Nam chúng ta tại xứ này. (Chúng tôi sẽ trình bày rõ hơn ở những lần tới.)

Những buổi lễ đầu năm hướng dẫn bà con lễ Phật ngay tại trại tạm cư Friedland đã là những hình ảnh mới lạ dưới mắt của báo chí và đài truyền hình Đức lúc bấy giờ. Đó cũng là một dịp để cho nhân viên của đài truyền hình II quay và chiếu lên những hình ảnh sinh hoạt của cá nhân tôi, cũng như ngôi Niệm Phật Đường Viên Giác tại đường Kestnerstr. trên màn ảnh, những gì có liên quan với người Phật tử Việt Nam tỵ nạn tại Đức và để rồi chính quyền đã, đương và sẽ giúp đỡ Phật giáo Việt Nam tại Tây Đức như ngày hôm nay.

Cuộc đời cứ thăng trầm biến đổi, đường tu niệm của tôi cũng đổi thay theo năm tháng, nhưng lòng vẫn bảo lòng phải cố gắng vượt qua bao nhiêu gian lao thử thách thì công phu tu luyện của mình mới kiên cường, nên tôi vẫn kiên gan trì chí với mọi thử thách từ bên trong ra hay bên ngoài đến, để rồi hôm nay đây viết lại những dòng này kính dâng lên Tam Bảo với vô vàn cảm tạ. Vì đạo Phật đã giúp cho tôi một lối đi, mà lối đi đó đã có lợi cho bao người, không kể tăng ni hay kẻ tục. Và cũng xin cám ơn tất cả những người Phật tử, hoặc đệ tử hoặc không là đệ tử của tôi, đã giúp tôi có thêm nhiều nghị lực, niềm tin và hy vọng, mới có được như ngày hôm nay.

21. SỰ PHÁT TRIỂN PHẬT GIÁO TẠI ĐỨC

1.

Trong khi tôi giúp đỡ đồng bào tại trại tỵ nạn Friedland và tại bệnh viện Gottingen về vấn đề thông dịch, nhiều báo chí cũng như Đài truyền hình Đức đã làm những bài phóng sự và thu hình khi làm việc, để sau đó đăng tải lên các báo cũng như truyền chiếu đi khắp nơi trên nước Đức.

Sau đây là những bài tường thuật của tờ báo Bild (hình ảnh) và tờ Die Welt (thế giới), xin dịch và gởi đến các độc giả xa gần, những gì đã xảy ra trong thời gian ấy.

"Bildzeitung, Hannover - ngày 5 tháng 1 năm 1979, - Một người Tăng sĩ ở đường Kestnerstr. số 37 chăm sóc cho những người tỵ nạn đến từ Việt Nam. Phòng ở biến thành ngôi chùa Phật Giáo." Đó là dòng tiêu đề lớn mà tờ báo Bild đã chạy trên hàng đầu của trang báo.

"Thầy Thích Như Điển (28 tuổi) người mảnh khảnh trong bộ y vàng, đầu tròn cạo nhẵn, đương chấp tay quỳ trước một tượng Phật cao chừng 20 cm. Hai vị Duy Na và Duyệt Chúng đã cùng người tụng kinh, tiếng chuông tiếng mõ gõ đều theo nhịp tụng ấy. Những người Việt Nam tại tiểu bang Niedersachsen lần đầu tiên đã làm lễ cầu nguyện nơi này - Kestnerstr. số 37. Thầy là một Tăng sĩ Việt Nam đầu tiên ở Đức, đến đây qua ngả Nhật Bản để lo lắng cho 1.000 người đồng hương tỵ nạn, mà ông Thủ Tướng Dr. Albrecht,

tiểu bang Niedersachsen đã thâu nhận họ. Cứ mỗi chủ nhật những người Phật tử có thể đến đây để làm lễ, nhưng mỗi lần chỉ đủ chỗ cho 20 tín đồ mà thôi. Vì chùa chỉ rộng độ 20m² và tiền thuê hằng tháng là 250 DM. Cách trang trí của chùa nghèo nàn nhưng rất nhiều màu sắc. Khăn bàn màu đỏ đậm cùng với hoa cúc vàng và hoa cẩm chướng cùng 2 dĩa gạo muối để lên trên bàn thí thực cô hồn. Mùi trầm hương thoang thoảng tỏa ngát trong phòng, nơi những người Phật tử đang quỳ gối cầu nguyện.

Thầy Như Điển lo lắng rằng 1.000 người vừa đến tỵ nạn không thể đến đây dự lễ được vì không đủ chỗ. Vì thế chúng tôi cần một chỗ rộng rãi hơn. Có hơn 70 phần trăm người tỵ nạn trên tàu Hải Hồng là Phật tử. Họ là những người đã từ lâu không được quyền tự do tín ngưỡng tại quê hương sau khi chính quyền Cộng sản cai trị tại Việt Nam."

Tờ báo Die Welt ra ngày thứ tư - 3 tháng 1 năm 1979 viết như sau:

"Người Tăng sĩ Việt Nam từ Hannover giúp đỡ cho người đồng hương tỵ nạn tại nước Đức - Ngôi chùa trong nhà ở, 1.000 người tỵ nạn đang đứng trước cửa."

Đó là tựa đề lớn của bài báo. Tờ Die Welt có số độc giả rất đông tại nước Đức và còn có tầm vóc quốc tế nữa, đã viết được những gì mà tôi muốn nói lúc bấy giờ. Nhờ vậy mà các cơ quan công quyền Đức đã lưu tâm về vấn đề tinh thần của người Phật tử Việt Nam tỵ nạn tại đây.

Tờ Die Welt viết:

"Người khách Đức (ông ký giả Wolfgang Meyer) đã hoàn toàn mới lạ trước hình ảnh của một bàn thờ 5

cấp bậc, với khăn màu đỏ, hoa cúc vàng, những dĩa gạo muối để trước một tượng Phật cao độ 20 cm, bên trên sàn nhà là chỗ ngồi cho các tín hữu tại tầng 1 của ngôi nhà số 37 đường Kestnerstr. Hannover. Quỳ gối trước tượng Phật cùng với các tín hữu là Đại Đức Thích Như Điển, người Tăng sĩ Việt Nam tại nước Đức, trong chiếc y vàng với 3 cây nhang cầm ngang trán và bắt đầu tụng kinh cầu nguyện. Hai vị Duy Na và Duyệt Chúng theo thầy tụng nhịp chuông nhịp mõ trong từng lời kinh thanh thoát. Trong một căn phòng rộng độ 20m^2, nơi đó đã nhờ một số anh em sinh viên Phật tử tại Hannover góp sức lại để thuê, mỗi tháng 250 DM. Đây là ngôi chùa duy nhất của những người Phật tử từ vùng đất Mekong và hiện diện trên nước Đức.

"Mỗi trưa chủ nhật, những người Phật tử gặp nhau tại nơi đây làm lễ và sau đó dùng bữa cơm chay đạm bạc. Có một nhóm người đi lễ nói chuyện với nhau. Đó là 6 người Việt Nam trên chiếc thuyền đánh cá nhỏ ở biển Nam Hải đã được tàu "Holstein" của Bremer Frachter vớt trên đường đi tỵ nạn. Họ đến Hannover ngang qua Phi Luật Tân bằng máy bay và kể từ tháng 4 năm 1975 cho đến nay, đây là lần đầu tiên họ được lễ Phật. Ông Lâm Đăng - một sinh viên tại Hannover nói: "Họ nghe rằng tại Hannover có chùa, nên họ rất vui mừng."

"Những người tỵ nạn này đã tường thuật lại rằng ở quê hương họ, những buổi lễ công cộng không bị cấm đoán, nhưng rất khó thực hiện. Sau khi chiến tranh chấm dứt, chính quyền mới đã dùng các chùa chiền và nhà thờ làm lao tù hoặc trại cải tạo. Trường hợp *điển hình là ngôi chùa Bà ở Chợ Lớn. Bây giờ ở trong nước những hình ảnh khó coi như tượng Phật bị đập phá và những nơi thờ tự bị hư hại rất nhiều. Những sự hư hại này nguyên nhân là do những "tu sĩ yêu nước" của chính quyền gây ra.*

"Những hành động này của Hà Nội đã chọc tức những tín đồ Phật giáo, ví dụ như trong một vài chùa hình của Hồ Chí Minh treo cao hơn tượng Phật. Một người tỵ nạn khác thêm vào rằng trong nhà thờ hình của Hồ Chí Minh cũng được treo ngang hàng với tượng Chúa.

"Một người tỵ nạn tên Sinh, trước đây là lính không quân trong chính quyền cũ và những người tỵ nạn khác vẫn còn người thân ở trong nước, sợ có sự liên lụy trả thù, nên họ không muốn cho biết tên họ. Ông Sinh tường thuật rằng ông đã bị đi học tập cải tạo 1 năm cách Sài Gòn 100 cây số về hướng bắc. Sự tra tấn rất dã man, cưỡng bách lao động từ 4 giờ sáng cho đến mặt trời lặn. Phương tiện sống sót hữu hiệu nhất là thực hiện những khẩu hiệu của Đảng đưa ra là: "Ai giác ngộ sẽ được phóng thích sớm."

"Những người tín đồ ăn chay trong một số ngày nhất định đã sẵn sàng chọc cười kiểu chính trị khôi hài rằng: "Chính quyền mới đã xây dựng những người Phật tử trở nên đúng đắn hơn, bởi vì họ không còn ăn thịt nữa, nhưng mà thật thế, vì thịt đâu có nữa để mà ăn." Một người tỵ nạn đã nói như vậy.

"Thầy Thích Như Điển và đệ tử của Thầy thấy rằng trong tương lai sẽ có nhiều việc làm khi 1.000 người Việt Nam đã đến tại tiểu bang Niedersachsen này.

Họ nói rằng khoảng 70 phần trăm những người tỵ nạn là Phật tử, mà những người tỵ nạn này ai cũng muốn thăm chùa chúng tôi. Trong những ngày tới và những tuần tới nữa, Thầy Như Điển sẽ đến làm lễ cho những người tỵ nạn này tại trại tạm cư Friedland và những nơi khác tại vùng Harz cũng như Nordsee. "Đặc biệt những người già phải được chăm sóc về lãnh vực tinh thần." Thầy Như Điển đã nói thế. Thầy lo lắng rằng số tín đồ sẽ tăng vọt lên trong thời gian tới và ý muốn của Thầy gởi đến các cơ quan từ thiện và chính quyền tiểu bang Niedersachsen giúp đỡ để thành lập một ngôi chùa. Để trang bị cho vấn đề đó, những người Phật tử tại Nhật sẽ gởi 1 tượng Phật cao 1m20 đến đây trong tương lai gần."

Sau khi 2 tờ báo đã đến với mọi người dân Đức, dư luận rất thuận lợi cho người tỵ nạn cũng như cho Phật Giáo tại xứ này, để rồi một thời gian không lâu sau đó, chúng tôi đã được Dr. Geipler, người nghị sĩ già và bị mù, đang làm việc tại Bộ Nội Vụ ở Bonn trong vấn đề Văn Hóa và Tôn Giáo, đã mời chúng tôi xuống Bonn để họp.

Cùng đến với chúng tôi có các bạn của các nước khác như Chí Lợi, Ba Lan, Nam Tư v.v... Sau phần giới thiệu, Tiến Sĩ Geipler đã nhắn nhủ với các tổ chức rằng hãy về làm một bản dự chi và một bản dự thu hằng năm về các lãnh vực hoạt động. Sau đó gởi xuống Bộ và Bộ sẽ cứu xét để giúp đỡ cho từng vấn đề một. Cùng đi với tôi lúc đó có anh Nguyễn Ngọc Tuấn và Phật tử Thị Minh Văn Công Trâm. Sau khi đi họp về, chúng tôi chần chờ mãi chưa viết bản dự chi và dự thu như ông Dr. Geipler đã khuyên. Một vài tháng sau, chúng tôi nhận thêm một lá thư nữa của Bộ Nội Vụ Cộng Hòa Liên Bang Tây Đức hối thúc tại sao không làm. Thế là chúng tôi bắt tay vào việc và quả như vậy, chúng tôi đã được chính phủ giúp đỡ từ năm 1979 đến nay. Năm 1979 vì đưa đơn trễ nên chỉ được giúp đỡ với tính cách tạm thời và năm 1980 đến nay (1986) là những sự giúp đỡ có tính cách định kỳ. Xin thành thật cảm ơn những sự giúp đỡ tận tình của Bộ, đặc biệt là ông Dr. Geipler. Bây giờ ông đã về hưu (1983), chỉ còn bà Thư ký Michael là vẫn còn tiếp tục cho đến ngày nay. Trước lễ Phật Đản 2523 (1979) tổ chức tại Hannover từ ngày 4 đến 6 tháng 5 năm 1979, bà Michael có điện thoại lên Niệm Phật Đường Viên Giác gặp tôi và hối thúc rằng: *"Hãy gởi gấp hồ sơ cho tôi, để sáng thứ hai có tại bàn giấy ở văn phòng tôi, nhớ gởi hỏa tốc nhé."* Chỉ chừng ấy lời nhắn nhủ thôi làm tôi cũng quýnh lên, vì chưa có kinh nghiệm với giấy tờ. Bộ Nội Vụ muốn cho tất cả những gì đang có, nhưng người nhận thì như chú tiểu mới hạ sơn hành đạo từ rừng già nên chẳng hiểu chuyện của nhân sinh thế sự là gì. Nhưng rồi kết quả vẫn tốt và mọi chuyện được diễn tiến mãi cho đến ngày nay.

Đại lễ Phật Đản năm 2523 (1979) được tổ chức tại Stadthalle Hannover trong phòng Bethoven Saal, nơi có thể chứa được khoảng từ 600 đến 800 người. Đây là lễ Phật Đản đầu tiên được tổ chức đại quy mô. Có Gia đình Phật tử Quảng Đức từ Paris sang trình diễn dưới sự hướng dẫn của Thượng Tọa Thích Minh Tâm, với 2 xe bus gần 100 người. Ban Văn Nghệ Hội Phật tử chưa có, nên lúc đó có một số anh chị em sinh viên và đồng bào tỵ nạn tại Hannover đảm trách phần kịch và hát cùng với một số anh em Phật tử thiện chí đến từ Berlin. Thoại kịch *"Lịch sử Đức Phật Thích Ca từ sơ sanh đến nhập Niết Bàn"* do tôi soạn. Làm thầy tu chưa xong đã đi làm thầy tuồng. Tôi tự nghĩ thầm như vậy. Vì thầy tuồng không có nên thầy tu phải kiêm luôn. Nghĩ như vậy để tự bào chữa cho mình chứ ông thầy tu mà đi làm đạo diễn nữa thì thôi... khỏi nói. Vì đó không phải nghề của mình. Nhưng cái gì đến rồi cũng phải đến. Lúc đó bé Duy đóng vai Thái Tử đản sanh, chị Giang đóng vai Công Chúa. Bây giờ chị đang ở Úc. Chị Liên đóng vai Hoàng Hậu Ma Da, Anh Đạt đóng vai Thái Tử đã trưởng thành. Anh Giao đóng vai Đạo sĩ A Tư Đà (bây giờ anh đang ở Mỹ). Cô Thêu đóng vai Nàng Soujata dâng sữa cúng dường Phật. Đến khi thành đạo, anh Tuấn đóng vai Đức Phật. Và còn nhiều diễn viên phụ nữa mà tôi không nhớ hết vì lâu ngày, những hình ảnh ấy cũng phải nhường chỗ cho những tuồng tích khác bao phủ lên trên rồi. Ở Berlin có Lộc, sau này quy y làm đệ tử của tôi, có dẫn về một đoàn văn nghệ với những màn múa sạp và múa lụa làm cho các khán giả Việt cũng như Đức hoan hô nồng nhiệt liên hồi. Chị Thủy Berlin làm xướng ngôn viên trong giọng phát âm tiếng Đức rất hay và tiếng Việt rất đầm ấm, thỉnh thoảng cũng bị run lên không biết vì đông người hay vì mừng quá, nên tôi bảo chị phải đứng tựa vào cột một chút cho đỡ run người. Bây giờ chị đọc lại những dòng này chắc vẫn còn nhớ?

Gia đình Phật tử Quảng Đức đóng góp các bài múa *Gạo trắng trăng thanh, Em đi lễ chùa* v.v... Việt Võ Đạo do anh Nguyễn Tiến Hội cùng với các môn sinh trình diễn cũng đã làm cho mọi người nể phục.

Đêm văn nghệ tương đối thành công, có khoảng 400 Phật tử Việt Nam và hơn 200 quan khách Đức đến tham dự. Các báo chí tại Hannover đã tường thuật về lễ này rất nhiều. Quý vị nào muốn biết thêm, hãy xem quyển *"Đời sống tinh thần của người Phật tử Việt Nam tỵ nạn tại hải ngoại"*.

Trong lễ Phật Đản năm ấy có 2 Phật tử quy y Tam Bảo. Đó là Phật tử Phạm Công Hoàng tại Bremen (lúc bấy giờ còn ở Berlin) tôi cho pháp danh Thị Thiện và sau này làm Trưởng ban Văn Nghệ của Hội Sinh Viên và Kiều Bào Phật tử Việt Nam tại Tây Đức nhiệm kỳ 1979-1980 và 1980-1981. Sau này Phật tử Phạm Công Hoàng làm Chủ tịch Liên vùng của Hội người Việt Tỵ nạn tại Tây Đức. Người thứ 2 là Phật tử Văn Công Trâm tôi cho pháp danh là Thị Minh. Trước đây là bạn học tôi, bây giờ là đệ tử, làm Hội Trưởng Hội Phật tử trong 2 nhiệm kỳ 1979-1980 và 1980-1981. Bây giờ cả 2 người, một là kỹ sư hàng không và một là bác sĩ.

Đệ tử của tôi cho đến bây giờ có khoảng 300 người gồm đủ mọi thành phần: sĩ, nông, công, thương đều có đủ. Có người là giáo sư đại học, tiến sĩ, bác sĩ, nha sĩ, dược sĩ, kỹ sư, sinh viên, học sinh, thương gia, binh lính, văn sĩ, họa sĩ và đương nhiên ngay cả những người già cả. Người có học lẫn kẻ ít học. Đây là một sự bình đẳng trong Đạo Phật mà khi làm thầy truyền giới cho họ tôi không có quyền phân biệt giàu có, nghèo hèn, sang trọng hay trí thức v.v... như trong kinh Bồ Tát Giới đã dạy.

Ngoài ra nhân lễ này có buổi ra mắt của Hội Sinh Viên và Kiều Bào Phật tử Việt Nam tại Tây Đức, đánh dấu một sự lớn mạnh của Phật giáo Việt Nam tại xứ này. Ngày xưa tôi ở lại Đức chỉ vì quý anh em sinh viên và đồng bào Phật tử yêu cầu là nên thành lập Niệm Phật Đường và tổ chức Hội Phật tử. Bây giờ nhiệm vụ ấy đã xong chỉ cần phát triển là đầy đủ.

Thời gian cứ lặng lẽ trôi qua như thế, hết đông sang xuân, hết xuân sang hạ, rồi mùa thu đến, tôi đem lòng mình để phụng sự cho tha nhân, không phải như Thanh

Tịnh: *"Thu năm nay giữa lúc cây vàng rơi lá, như đem lòng về để gặp mùa thu thương nhớ cũ và nay cũng thấy thu về để nước hồ xanh. Chân ai đi xa vắng đàng kia, hay đó chỉ là gió thoảng mỏng manh và gió nào vương vấn hồn tôi, hay đó chỉ là dư âm của ngày xa xưa cũ..."* Thanh Tịnh hay lắm, nhưng mơ mộng quá. Tôi là người tu phải thực tế, sống cho hiện tại và chỉ cho hiện tại mà thôi. Vì trong Thiền gia có dạy rằng, hiện tại tốt thì tương lai sẽ tốt mà hiện tại xấu thì tương lai cũng sẽ xấu.

Sau lễ Phật Đản 2523 (1979) tổ chức thành công viên mãn, anh em sinh viên, cũng như Phật tử lo kiện toàn tổ chức để đóng góp tích cực vào các hoạt động khác cho bên trong cũng như bên ngoài Hội. Quý Thầy cũng chưa có thêm ai. Đến khoảng cuối năm 1979, sau khi đi Mỹ về, tôi nghe các anh em Phật tử tại Niệm Phật Đường nói rằng có Sư Giác Minh đã đến Đức và hiện ở tại Aachen. Tôi mừng nhiều, nhưng lại nghĩ: "Có lẽ Sư thuộc về giáo hội Du Tăng Khất Sĩ hoặc giáo hội Nguyên Thủy rồi. Nhưng không sao, cứ đi thăm Sư một chuyến sẽ biết ngọn ngành." Thế là tôi băng bộ đi đến trại tỵ nạn tại Aachen để thăm Sư. Lần gặp gỡ đầu đã có thiện cảm ngay, có lẽ tất cả mọi người tu đều như vậy cả. Vì có cùng chung một mục đích là phụng sự cho tha nhân và quên mình vì lý tưởng, mặc dầu môn phái có khác nhau đi chăng nữa.

Sư ở trong trại, trước đây là tu viện của những nữ tu Thiên Chúa Giáo nên phòng nào cũng có một cây thánh giá. Bên cạnh đó những người Phật tử lại đặt một bàn thờ. Chính Sư cũng vậy. Căn phòng rất nhỏ chỉ đủ cho một người ở. Xây đi quần lại cũng chỉ thấy 4 bức tường, nhưng tôi có nói với Sư là vẫn còn rộng hơn ở Nhật. Sau những câu chuyện xã giao, Sư có ý muốn về ở chung với tôi tại

Niệm Phật Đường Viên Giác. Tôi chẳng ngại gì để đón Sư cả, nhưng nơi chốn vẫn còn quá chật, nếu Sư đồng ý thì sau khi học xong Đức ngữ 9 tháng hãy về.

Sư Giác Minh có biệt tài kể chuyện rất hay, dầu cho câu chuyện đó chẳng có gì đặc biệt, nhưng qua lối diễn tả của Sư, ai cũng thích theo dõi câu chuyện từ đầu đến cuối. Ngoài đặc điểm ấy ra, Sư còn một tài rất nổi bật mà tôi không bằng phần ngàn của Sư. Đó là tài "hỏa đầu quân". Ai mà được dùng những món của Sư nấu thì không bao giờ quên được. Những món chay thì chỉ có rau cải, xì dầu, bột ngọt, tàu hủ và đồ gia vị thôi, nhưng người giỏi thì khéo biến chế, còn dở như tôi chỉ biết có mỗi món xào. Vì thế ai về chùa mà thấy Sư đứng trong bếp là quý bà ra ngoài ngồi uống nước trà chứ không dám vào. Vì thứ nhất làm không vừa ý Sư, và thứ hai là không chắc gì quý bà nấu chay ngon bằng Sư. Người ta bảo có tài thì hay có tật hoặc ngược lại, có tật cũng hay có tài, nên Sư cũng hay khó tánh về chuyện trai soạn lắm. Vì thế mấy người học trò của Sư hiện ở Aachen ai cũng hơi ngán, nhưng mà phục Sư rất nhiều.

Về ở Viên Giác với tôi được gần một năm rồi Sư trở lại Aachen, để rồi sau đó đi Mỹ vĩnh viễn cho đến ngày nay. Lý do tại sao Sư bỏ Đức để đi Mỹ thì ngay cả tôi hay các học trò của Sư cũng chỉ biết là ở Đức lạnh, Sư không thể hành hạnh khất sĩ được và lý do chính đáng thứ hai là tiếng Đức quá khó đối với Sư. Sư học chẳng vô chút nào. Sư vẫn thường hay than với tôi như vậy. Nên Sư đi luôn.

Sau khi ở Mỹ được gần một năm thì tai nạn lớn nhất đã đến với Sư. Đó là việc ở tù. Lý do? Cho đến bây giờ vẫn còn nhiều nghi vấn về việc này, nhưng có lẽ thời gian sẽ trả lời. Còn việc luận bình chắc công lý hẳn công tâm hơn. Ngay cả chư Phật còn mắc nạn, huống gì chúng sanh.

Nhưng điều căn bản là làm sao phải thoát ra khỏi nạn ấy là điều cần phải làm của người xuất gia cũng như tại gia vậy. Nguyễn Du ngày xưa đã viết trong Truyện Kiều về thân phận của nàng Kiều là *"Chữ tài liền với chữ tai một vần".* Nhưng trường hợp của Sư Giác Minh ở đây cũng có thể đổi lại là *"Chữ tù liền với chữ tu một vần".*

Tôi cũng đã vào tù thăm sư một lần cùng với quý thầy Tịnh Từ, sư Giác Lượng, thầy Thiện Tường và thầy Minh Thân tại San Francisco, vào năm 1983 vừa qua. Câu chuyện còn nhiều bí ẩn, nhưng nói chỉ để cảm thương cho một nghiệp lực mà thôi, chứ chưa có phương thức nào để giải cứu cả, ngoại trừ công lý. Năm 1966 tôi cũng đã nếm mùi tù ở Việt Nam rồi, vì tranh đấu cho tự do của tôn giáo nên cũng rất thông cảm cho những tù nhân ở đây vậy. Dầu tù ở Mỹ có sung sướng hơn bao nhiêu đi chăng nữa, thân phận của người tù vẫn là thân phận của những kẻ bị lưu đày và hành hạ.

Tôi ở tù vì lý tưởng của người tu, tranh đấu cho một quê hương có tự do, dân chủ, có mọi quyền lợi của một dân tộc, có Tăng đoàn dưới sự lãnh đạo của GHPGVN Thống Nhất, nên chẳng oán hờn và không trách phận. Còn sư ở tù vì một cuộc chém giết để đoạt của, chưa biết phải trái về ai, nhưng oan này ai gỡ được? Dư luận báo chí Việt Nam tại Mỹ một thời đã xôn xao về vụ án, rồi bây giờ cũng đã đi vào quên lãng. Giáo Hội Phật giáo Việt Nam chưa có tiếng nói chính thức nào, ngay cả Giáo Hội Khất Sĩ bên tông môn của Sư cũng chẳng có thông tư gì cả.

Vào tháng 9 năm 1983 nhân việc dự Đại Giới Đàn Thiện Hòa do Phật Học Viện Quốc Tế ở Sepulveda tổ chức, có họp tại chùa Phật Tổ ở Long Beach, dưới sự chủ trì của Thượng Tọa Thích Thiện Thanh, tôi cũng đã đem vấn đề này ra trình bày giữa buổi họp của chư Tăng, nhưng rồi việc cũ vẫn là việc cũ. Chắc bây giờ chẳng còn cách gì khác hơn là chờ cho công lý xét xử vậy.

Cũng trong năm 1979 có thầy Minh Thân, thầy Minh Phủ, thầy Thiện Tâm, cô Diệu Ấn, cô Diệu Hạnh và cô Minh Loan đến Đức. Qua điện thoại tôi biết thầy Minh Thân ở Barntrup trong một ngôi làng hẻo lánh thuộc tiểu bang Nordrhein Westfallen gần Hamein. Quý thầy và quý cô khác thì ở trong một tu viện của Thiên Chúa Giáo biến thành trại tỵ nạn tại Munnerstadt gần Schweinfurt thuộc vùng Bắc tiểu bang Bayern. Nhân chuyến Phật sự tại Berlin, tôi và một vài Phật tử có ghé thăm quý thầy, quý cô tại Munnerstadt. Quà biếu lúc sơ ngộ chỉ là những gì khiêm tốn nhất của một người tu cho Phật pháp sau này.

Thầy Minh Thân thì tôi không đi thăm được, mặc dầu thầy ở rất gần chùa. Có lẽ vì ở gần nên chúng ta thường hay có ý ỷ lại đó chăng? Việc thường tình ở đời vẫn thế. Quả thật cuộc đời có những gì rất thường, nhưng rất khó diễn đạt nên lời.

Bây giờ thầy Minh Thân cũng đã ở Mỹ, sau khi ở Đức hơn 5 năm tại nhiều vùng trong tiểu bang Nordrhein Westfallen. Vùng cuối cùng của thầy ở là Dusseldorf. Hiện thầy đang tu niệm ở chùa Từ Quang tại San Francisco dưới sự hướng dẫn của thầy Tịnh Từ. Thầy nào đến Đức rồi cũng bỏ Đức đi cả. Không biết là nước Đức không có duyên với quý thầy hay quý thầy không có duyên với nước Đức. Điều ấy cần thời gian sẽ hiểu rõ hơn.

Sau này thầy Trí Hòa đến Đức. Vào khoảng 1981-1982, ở Đức khoảng hơn một năm, rồi thầy cũng đi Mỹ. Hiện thầy trụ trì chùa Viên Giác tại Oklahoma thuộc tiểu bang Okahoma tại Hoa Kỳ. Cả ba thầy đều là Chi Bộ Phó Nội vụ của Chi Bộ Phật Giáo Việt Nam tại Đức, rồi 3 Thầy cũng đi Mỹ luôn. Do đó bây giờ chức Chi Bộ Phó Nội vụ ở đây chẳng có thầy nào, cô nào đảm trách cả. Vì sợ rồi có ngày cũng sẽ ra đi. Ba thầy đi là 3 khoảng trống to lớn cho Phật tử tại Tây Đức, nhưng không sao cả. Người tu sĩ, chỗ nào cần thì đến, chỗ nào gọi thì đi, chẳng nệ gian lao, chẳng từ khó nhọc. Việc đạo là thế. Chỉ có một điều đáng nói là mỗi người đều có một nghiệp lực khác nhau. Dầu cho người tu cũng vậy thôi, không thể ra ngoài nhân quả của nhà Phật được. *"Khéo tu thì nổi, vụng tu thì chìm."* Chỉ có thế và chỉ có thế thôi.

Năm 1980 là năm đầy đủ chư Tăng Ni nhất tại Tây Đức, do đó tôi đã triệu tập về Niệm Phật Đường Viên Giác tại Kestnerstr. số 37, 3000 Hannover 1 để họp và thành lập Chi Bộ Giáo Hội Phật giáo Việt Nam Thống Nhất và Chi Bộ đã hình thành. Thành quả ấy có được là nhờ sự cố gắng chung của quý thầy, quý cô và cũng là một niềm vui chung của các Phật tử tại đây. Riêng tôi còn vui mừng hơn nữa vì lời nguyện đã tròn. Việc xây dựng tổ chức đã tạm yên, bây giờ là vấn đề phát triển mà thôi. Dĩ nhiên quý thầy và quý cô còn quá mới mẻ ở môi trường tôn giáo cũng như văn hóa xứ này, nhưng thời gian qua rồi cũng quen dần với những sinh hoạt tại đây. Hiện tại như tất cả chúng ta đều biết, Phật giáo Việt Nam tại Tây Đức đang trên đà tiến vững mạnh.

Cũng vì nhu cầu Phật sự ngày càng lớn hơn, do đó chúng tôi mới nộp đơn xin chính phủ liên bang tài trợ cho tiền thuê nhà để làm chùa cũng như xin phương tiện để làm một nhà máy in nho nhỏ cho chùa. Đề nghị của chúng tôi đã được Bộ Nội Vụ Liên Bang chấp nhận và họ cho tiền thuê nhà mỗi tháng là 3.000 DM. Phần tìm nhà để làm chùa đã có một số anh em Phật tử lo xem báo và mách giúp, còn tôi và một vài anh em Phật tử khác lo chuyện nhà máy in.

Một ngày nọ vào cuối năm 1980, anh Lâm Đăng Châu đưa cho tôi tờ báo Hannoversche Allgemeine Zeitung có đăng quảng cáo tại đường Eichelkampstr. số 35 có cho thuê 2 cái hãng. Một nhà rộng 450 mét vuông có văn phòng, chỗ ở và trong có một cái phòng lớn rộng 250 mét vuông. Giá thuê mỗi tháng là 3.000 DM. Cái khác rộng 250 mét vuông giá mỗi tháng là 2.200 DM. Tôi mừng thầm trong bụng là Phật pháp đã xoay chiều rồi. Gọi điện thoại qua trung gian Markler để hỏi điều kiện thuê mướn và hẹn ngày đi xem nhà. Lúc đi xem thì có tôi, thầy Minh Thân và ông Markler. Vào chỗ hiện tại thấy nó dơ nhớp làm sao. Cái chánh điện bây giờ, trước đây là một hãng làm ống nước. Bụi bám đầy tường và trông vùng này như là khu vực chiến tranh hồi Đệ nhị Thế chiến còn lưu lại, chứ không sinh động như bây giờ. Thầy Minh Thân chẳng có ý kiến gì. Sau đó, Thị Minh Văn Công Trâm đến xem với tôi một lần nữa và để quyết định chọn nhà nào làm chùa. Căn nhà 2.200 DM một tháng thì quá chật không có sân rộng để đậu xe. Chỉ có căn 3.000 DM một tháng là đầy đủ tiện nghi tất cả, mặc dầu hơi cũ hơn căn kia. Thế là đi đến quyết định thuê căn nhà 3.000 DM một tháng. Điều đó cũng thỏa đáng với số tiền của chính phủ cho, nên mọi thủ tục được tiến hành.

Khoản tiền 6.000 DM (hai tháng tiền nhà) chúng tôi phải rút quỹ chùa ra để trả cho người môi giới. Xem như 6.000 DM này bị mất luôn. Chúng tôi không do dự, mặc dầu không có tiền, vì nghĩ rằng cơ hội sẽ không đến lần thứ 2. Ngoài ra còn phải trả tiền Mietsicherheit 2 tháng cho chủ nhà nữa là 6.000 DM. Vậy tổng cộng 12.000 DM chùa phải chi và số tiền này Bộ không giúp chúng ta một phần nào cả. Sau khi ký giấy giao kèo, ông chủ nhà lại là người đọc và nghiên cứu rất nhiều sách về Phật giáo, nên ông thông cảm sự nghèo khó của chúng tôi, do đó không lấy 6.000 DM tiền Mietsicherheit kia. Vậy là đỡ cho chúng tôi một gánh nặng.

Niệm Phật Đường Viên Giác được chính thức chuyển sang địa điểm hiện tại biến thành chùa Viên Giác vào ngày 8/1/1981. Dọn chùa chỉ có tôi và Phật tử Võ Xuân Khôi lo liệu. Chung quanh mình chẳng có ai cả, cảm thấy cũng tủi thân, nhưng không sao, chuyện khó phải gánh vác thì việc lớn mới dễ thành. Tôi suy nghĩ thế nên cố gắng hết mình để cùng Khôi vận chuyển nhiều lần, chở đồ đạc từ chùa cũ qua chùa mới.

Dọn về chùa mới phải lo sửa soạn để đón Tết. Tết năm đó là Tết Tân Dậu. Đúng là năm con gà nên cả Thầy lẫn trò đều chịu cực khổ. Ngày 5 tháng 2 năm 1981 là ngày đón giao thừa. Đúng 5 giờ chiều có 3 người Phật tử đến. Đó là Thị Chơn Ngô Ngọc Diệp và hai mẹ con cô Yến đến lễ chùa đón giao thừa. Lễ thật bạc, nhưng lòng thật thành cho một ngôi chùa mới. Chúng tôi phải tốn nhiều công sức lắm, cho đến Lễ Phật Đản 2525 (1981) mới tạm hoàn thành.

Riêng nhà máy in, chẳng ai có kinh nghiệm gì nên chúng tôi chỉ xin mua toàn là máy cũ. Bộ Nội Vụ bảo hãy mua máy mới. Thế là Thị Minh và tôi lo chạy đi tìm. Cuối cùng rồi cũng có một nhà máy in nho nhỏ. Tất cả các thơ mời dự lễ Phật Đản, Vu Lan, báo Viên Giác cũng như một vài quyển kinh sách được gởi đến quý đạo hữu và quý Phật tử lâu nay là được in từ nhà máy in này. Chi phí tiền máy móc đều do Bộ Nội Vụ Liên Bang Tây Đức tài trợ.

Vì có duyên với chính phủ như vậy cho nên nhiều Thầy và nhiều Phật tử mới nói rằng tôi là người có phúc. Điều ấy đúng chứ không sai. Nhưng nếu đúng hơn nữa có lẽ phải nói là nhờ nhiều đời nhiều kiếp chăm lo làm việc phước thiện nên đây chỉ là kết quả mà thôi. Vì thế chúng ta cần phải tin vào nhân quả. Hiện tại tốt thì tương lai sẽ tốt. Nên và chỉ nên sống cho hiện tại, có lẽ cũng đầy đủ lắm rồi. Như Thiền sư Thiền Lão đời Lý đã nói:

"Đãn tri kim nhật nguyệt,
Thùy thức cựu xuân thu."

(Sống ngày nay biết ngày nay,
Còn xuân thu trước ai hay làm gì?)

2.

Khi Đức Phật Thích Ca Mâu Ni còn tại thế, danh từ hộ Phật có lẽ được dùng nhiều hơn, lúc các vua chúa hoặc các vị trưởng giả, hoàng thân quốc thích, Phật tử v.v... cúng dường tinh xá để có nơi Phật ở và thuyết pháp, giúp đỡ Tăng chúng để tu học v.v... Rồi khi Phật nhập Niết Bàn danh từ hộ Phật ít thấy nhắc tới mà hay gọi là hộ pháp. Nghĩa là giúp đỡ cho giáo pháp của Đức Phật được lưu truyền mãi mãi.

Các nhà vua hộ pháp như Asoka (A Dục Vương) của Ấn Độ, Thánh Đức Thái Tử của Nhật Bản, Lương Võ Đế của Trung Hoa, Lý Thái Tổ của Việt Nam đã làm cho giang sơn chói lọi ánh quang minh của đạo Từ Bi bình đẳng, làm cho mọi tầng lớp nhân dân đều thấm nhuần ơn cứu độ ấy. Rồi danh từ hộ tăng cũng được nghe qua các vị thí chủ giúp quý thầy ăn học và lo sách vở thuốc men, hoặc cúng dường trai tăng dâng tứ vật dụng v.v... để chư tăng có đầy đủ tiện nghi mà tu học. Phật, Pháp, Tăng là 3 ngôi báu trong đời, nên cúng dường ủng hộ cho 3 ngôi báu này công đức thật vô lượng.

Ngày nay người ta không còn thấy từng danh từ một chỉ riêng về cách hộ trì trợ giúp Phật, Pháp và Tăng nữa mà chỉ còn dùng chung một chữ là hộ trì Tam Bảo. Hộ Trì Tam Bảo là giúp đỡ giữ gìn 3 ngôi báu kia thường còn trong thế gian này. Vì thế ngày nay các chùa đều lập ra Ban Hộ Trì Tam Bảo để gìn giữ và phát triển giáo lý của Đức Phật.

Tại Tây Đức, lần đầu tiên Ban Hộ Trì Tam Bảo chùa Viên Giác được thành lập từ năm 1978 và liên tục mãi cho đến ngày nay. Lúc đầu tuy còn hơi xa lạ. Vì các anh em Phật tử trẻ cảm thấy hơi "già" đi với tên gọi này. Nhưng khi đã hiểu rõ ý nghĩa của danh từ rồi thì họ rất hăng say trong việc hộ đạo và giữ đạo cũng như phát triển đạo.

Trong các bài trước chúng tôi đã đề cập đến một số quý vị đạo hữu cũng như quý Phật tử có công hộ đạo từ lúc ban đầu. Nay xin ghi thêm một số ân nhân hữu công với đạo trong thời gian tiếp theo sau đó của năm 1981-1982 và những năm sau này. Ở đây chúng tôi chỉ đề cập đến những vị hộ trì định kỳ thường xuyên từ năm này qua năm nọ. Ngoài ra vẫn còn rất nhiều vị đạo hữu cũng như Phật tử ủng hộ không định kỳ trong các kỳ Đại lễ Phật Đản, Vu Lan, Tết Nguyên Đán, rằm tháng giêng v.v... thì đã đăng tải trên các số báo Viên Giác rồi. Nhờ như thế chùa Viên Giác mới còn tồn tại và phát triển đến ngày hôm nay.

Đây là những vị hữu công: Đạo hữu Lê Huy Cát, ĐH Lâm Đăng Châu, ĐH Ngô Ngọc Diệp (Hannover), ĐH Nguyễn thị Tư, ĐH Nguyễn thị Đẹp, ĐH Trần thị Soan, ĐH Hồ Kim

Lệ, ĐH Văn Công Trâm, ĐH Vương Đắc Mẫn (Kiel), ĐH Nguyễn thị Hạnh, ĐH Đoàn thị Thu Hạnh (Braunschweig), ĐH Phạm Công Hoàng, ĐH Lê Thanh Bình (Bremen), ĐH Nguyễn Ngọc Tuấn (Stade), ĐH Nguyễn văn Cư, ĐH Nguyễn văn Vân (Hildesheim), ĐH Lê văn Hồng (Lohram Main) ĐH Dương văn Phương (Essen), ĐH Nguyễn Thanh Tùy, ĐH Nguyễn thị Phụng (Recklinghausen), ĐH Mai Vi Phúc (Barntrup), ĐH Nguyên Lưu, ĐH Grimaldi, ĐH Lê văn Hiệp, ĐH Đoàn thị Thanh Tú, ĐH Thân Trọng Lạc, ĐH Hồ văn Nguyên, ĐH Nguyễn Danh Đàn, ĐH Lê Đình Chung, ĐH Lý Ngọc Hoa (Pháp), ĐH Nguyễn Bình Dương (Lunen), ĐH Đoàn thị Thuận (Suisse), ĐH Trương Tấn Lộc (Hannover), ĐH Lý Diệu Anh, ĐH Trương Phước Hảo, ĐH Trần Thục Nghi (Vechta), ĐH Nguyễn thị Thu Mỹ (Berlin), ĐH Tô văn Phước (München), ĐH Trần thị Lang (Paris), ĐH Đinh Kim Thanh (Weingarten), ĐH Lâm Thành (Lingen/ Ems), ĐH Diệu Niên (Hannover), ĐH Lê thị Thu Ba (Weingarten), ĐH Đăng Trinh Wallenstatter (München - Bây giờ là Ni cô Thị Nguyện ở Đài Loan), ĐH Nguyễn văn Xiếu (Barntrup), ĐH Trần Ngọc Sơn (Dörentrup), ĐH Lâm văn Hoàng (Weetzen), ĐH Đặng Ngọc Hải (Speyer), ĐH Nguyễn Trung Trực (Hannover), ĐH Từ Sánh, ĐH Lai Khánh Vân (Aachen), ĐH Lâm văn Tốt (Laatzen), ĐH Nguyễn Ngọc Châu, ĐH Nguyễn thị Thiệp, ĐH Phan thị Thìn, ĐH Trần Liễu thị Diệu Huyền, ĐH Đặng thị Linh Thảy, ĐH Phạm Đăng Anh Tuấn (Kassel), ĐH Bùi thị Thảo, ĐH Phan Ngọc Bình v.v... và có lẽ còn sót một số vị nhưng kính mong quý đạo hữu và quý Phật tử xa gần hỷ thứ cho sự sơ sót này.

Từ cuối năm 1978 đến cuối năm 1980, chúng tôi đã ra được 6 số Viên Giác bộ cũ khổ A5. Đến đầu năm 1981, vì có nhà máy in nho nhỏ của Bộ Nội Vụ giúp nên Anh Mai Vi Phúc có đề nghị với chúng tôi là nên in khổ lớn A4. Với khổ báo đó chúng ta đã có tờ báo Viên Giác bộ mới ngày hôm nay. Qua 6 năm được 36 số, định kỳ mỗi năm 6 số như chương trình chùa đã đưa ra và đã được Bộ Nội Vụ Cộng Hòa Liên Bang Đức tài trợ phần lớn.

Những tờ đầu tiên của bộ mới, bài vở vẫn còn nghèo nàn. Tuy có một số bài rất có giá trị của Giáo sư Nguyễn Khắc Kham sao lục, còn những phần sáng tác thì quá ít. Sau này anh Mai Vi Phúc có mời anh Hồ Trường An, anh Nguyễn Hồng Kỳ ở Pháp viết bài cho Viên Giác, nên tờ báo có một vài thay đổi. Anh Hồ Trường An có mời thêm những cây bút thật đáng giá như Bà Huyền Châu, Chị Trần Thị Diễm Thi cộng tác, nên Viên Giác lại được nhiều độc giả ái mộ hơn. Anh Hồ Trường An có một thời sáng tác rất hăng say và được rất nhiều độc giả mến mộ. Nhưng sau vì lý do sức khoẻ, anh lại ít sáng tác, do đó tờ Viên Giác cũng vắng đi sự cộng tác của anh, kéo theo những người anh mời viết. Tờ Viên Giác lại cứ thay đổi mãi. Một thời gian anh Phong Hưng Lưu Nhơn Nghĩa viết những chuyện đồng quê không kém Sơn Nam, Bình Nguyên Lộc, nên cũng đã có rất nhiều người ái mộ.

Thời gian chuyển tiếp của Viên Giác là có thêm tin tức thế giới và trang thiếu nhi. Tin tức thế giới thì anh Vũ Ngọc Long đảm trách, đã làm cho nhiều người ưa thích. Vì xem truyền hình chữ được chữ mất, đọc tin tức của anh trên Viên Giác cũng đầy đủ lắm rồi. Đó là những lời khen của độc giả dành cho anh Vũ Ngọc Long.

Anh Vũ Nam viết chuyện thật khéo không khác gì Ngô Nguyên Dũng mấy. Anh Nguyễn Hòa bút hiệu Phù Vân thì viết "tiếu" chẳng ai bằng, cũng có nhiều người thích văn anh ấy lắm. Cô Lê thị Bạch Nga với Lá Thư Bắc Mỹ đã làm cho người đọc hấp thụ được nhiều về tinh thần đời cũng như đạo trong các bài viết ấy. Riêng mục "Đường Không Biên Giới" của chúng tôi thì có lẽ miễn bàn. Lời phê bình xin dành cho độc giả. Có lẽ mục này sẽ viết cho đến hết năm 1987 thì dừng. Đây là biên giới tạm, định sẽ xuất bản thành sách, sau khi đã sửa chữa những chỗ vụng về để gởi đến các độc giả xa gần làm quà lưu niệm sau đúng 10 năm Phật giáo Việt Nam đã góp mặt tại Đức.

Ngoài những bài viết định kỳ trên, có một số bài được trích đăng, hoặc bài không định kỳ cũng như thơ văn của nhiều tác giả gởi đến, làm cho tờ Viên Giác ngày càng khởi sắc nhiều hơn. Tuy chưa đáp ứng được mọi nhu cầu, vì nhu cầu của độc giả bao giờ cũng khó đáp ứng cho được trọn vẹn, kẻ thích thế này, người thích thế khác. Nhưng dù thế nào đi nữa, Viên Giác cũng chỉ là một tờ báo của Đạo, mang đạo Phật đi vào cuộc đời. Do đó có nhiều bài mang ý Đạo có thể làm cho các độc giả khó hiểu, có thể cũng chẳng xem qua, nhưng có lẽ sẽ không thiếu mặt trong tờ báo. Vì tâm lý con người là hay chuộng cái dễ chứ ít ai ưa cái khó. Nhưng đi tìm chân lý có lẽ chưa có một bậc thánh nhân nào trong thế gian này không có khó khăn, khổ hạnh mà thành công dễ dàng được. Đây cũng là điểm chính yếu mà Viên Giác thường chủ trương xưa nay.

3.

Lễ Phật Đản năm 1981 (2525) được cử hành trọng thể tại chùa mới ở đường Eichelkampstr. 35a, 3000 Hannover 81 có đông đủ chư tôn Hòa Thượng, chư Thượng Tọa, Đại Đức Tăng Ni từ Pháp cũng như từ Đức về chứng minh Đại Lễ. Có hơn 1.000 Phật tử về tham dự lễ. Đây cũng là dịp để làm lễ an vị tôn tượng Đức Bổn Sư, một pháp bảo quý giá trước năm 1970 Giáo Hội Phật Giáo Việt Nam Thống Nhất đã gởi qua Nhật Bản và năm 1980 chúng tôi đã về lại Nhật để thỉnh tượng qua Tây Đức. Năm 1981 lại có dịp An vị Đức Bổn Sư tại quê hương giá buốt này.

Ngày xưa có lẽ Giáo Hội cũng không nghĩ đến vấn đề đó, nhưng vì bản chất của cuộc đời là vô thường, và chuyện bãi bể nương dâu xưa nay đã minh thị điều đó. Cũng như ngày xưa Giáo Hội gởi chúng tôi du học ở ngoại quốc và mong rằng ngày học xong về lại quê hương để phục vụ cho Giáo Hội. Đó là bổn phận của người ăn cơm đàn na tín thí, xin phục vụ lại chúng sanh để đáp đền *"ân sư huấn dục phụ mẫu sanh thành, đàn na thí chủ v.v..."* Nhưng thời thế đổi thay, vật đổi sao dời, chúng tôi lại phiêu bạt đến đây. Không phải để làm thân lãng tử, ngày qua ngày 2 bữa đói no, mà đến đây để vì một nhân duyên Phật pháp mà hội ngộ, rồi có lẽ một ngày nào đó chúng ta lại phải chia ly. Vì lời kinh có dạy rằng :

> *"Hữu sanh hữu tử hữu luân hồi*
> *Vô sanh vô tử vô khứ lai."*

Tạm dịch:

> *"Có sanh có tử có luân hồi,*
> *Không sanh không tử, không đến không đi."*

Chuyện đến, đi, hội ngộ là chuyện thường của thế gian và cuộc đời này như Nguyễn Du cũng đã nói:

> *"Đã mang lấy nghiệp vào thân,*
> *Cũng đừng trách lẫn trời gần trời xa.*
> *Thiện căn vốn tại lòng ta,*
> *Chữ tâm kia mới bằng ba chữ tài."*

Tất cả chúng ta hội ngộ nơi này cũng đều do nhân duyên cả. Vì có nhân duyên nên mới gặp gỡ và cũng vì nhân duyên nên mới có sự chia ly. Trong kinh Bồ Tát Giới có dạy rằng: *"Tất cả nam tử là cha ta, tất cả nữ nhơn là mẹ ta."* Vì chúng ta bị luân hồi sanh tử nhiều đời nhiều kiếp nên không biết hết đấy thôi, còn chư Phật và chư hiền thánh thì đã biết nghiệp lực của chúng ta từ trong vô lượng kiếp. Vì thế nên tạo tình thương cho nhau và đừng bao giờ gieo oán thù để rồi phải *"oan oan tương báo"* và cảnh Phật cứ xa hoài.

Chánh điện chùa Viên Giác trong hiện tại có chiều dài 25 thước, bề rộng 10 thước, diện tích là 250 mét vuông. Ngày mới về chùa thấy rộng thênh thang nên phải ngăn ra một phần để tiếp khách và làm nơi công cộng, 2 phần còn lại làm chánh điện để thờ Phật. Nhưng cho đến bây giờ mỗi lần có lễ thì không thể nào chen chân được. Chánh điện bây giờ chứa khoảng 400 đến 500 người, là một chánh điện tương đối lớn so với các chùa ở ngoại quốc hiện nay, nhưng vẫn không giải quyết đủ các nhu cầu Phật sự mỗi khi lễ Phật Đản hay Vu Lan được cử hành tại đây.

Đến lễ Vu Lan năm 1981 thì an vị 2 tôn tượng Đức Quán Thế Âm Bồ Tát và Đức Đại Thế Chí Bồ Tát. Tượng cao khoảng 130 cm được thỉnh từ Đài Loan. Tượng Quán Âm cầm nhành dương liễu và tịnh bình chứa nước cam lồ để gội sạch phiền não của trần gian. Vì thế Đức Quán Thế Âm tượng trưng cho hạnh Từ Bi của Đạo Phật. Đức Đại Thế Chí cầm nhành hoa sen tượng trưng cho Trí Tuệ siêu phàm. Đây là 2 vị Bồ Tát hầu cận Đức Phật A Di Đà nơi thế giới Tây phương Cực Lạc.

Vào chùa là vào con đường Trung Đạo, đến với Phật là đến với Từ Bi và Trí Tuệ. Cho nên người Phật tử học ở Đức

Phật hay các vị Bồ Tát là học cái siêu phàm đó, không nên mang tâm ô nhiễm thế gian để làm vẩn đục của Thiền. Kẻ nào lấy tâm đời để phụng sự đạo, kẻ ấy như lấy cái vung nhỏ úp vào nồi lớn. Kẻ nào lấy tâm đạo để phụng sự đời, kẻ ấy chính là lấy vung lớn úp trùm lên nồi nhỏ. Đó mới là người Phật tử chân chính vậy.

Năm 1981, Đại Lễ Phật Đản được cử hành trang nghiêm trọng thể từ ngày 15 đến ngày 17 tháng 5 và Đại Lễ Vu Lan từ ngày 14 đến ngày 16 tháng 8. Ngoài ra còn có tổ chức 2 kỳ hội thảo về Phật giáo, có rất đông Phật tử Việt cũng như Đức về tham dự.

Đó là những năm đầu tiên được mở rộng trong mọi phạm vi hoạt động của chùa cũng như của Hội Phật tử nhằm giới thiệu những sinh hoạt và truyền thống văn hóa của Phật giáo cũng như của dân tộc Việt đến với người địa phương và với đồng bào Phật tử của chúng ta.

Năm ấy cũng là năm mà ông Thủ Tướng Dr. Albercht Tiểu bang Niedersachsen đã viện trợ thêm cho chùa thuê một phòng lớn của Messegelande để làm lễ Phật Đản, ngoài những giúp đỡ của Bộ Nội Vụ Liên Bang. Vì thời tiết quá xấu vào lễ Phật Đản năm 1981, do đó chỉ cử hành Đại Lễ tại đó chứ không có nhiều người ở lại Messegelande như đã dự tính.

Có một điều đặc biệt chúng tôi muốn nói ở đây là năm nào chùa cử hành lễ Phật Đản hay Vu Lan cũng đều có mưa cả, mặc dầu cố tránh mưa nên tổ chức trước hoặc sau 1 hay 2 tuần lễ so với các năm trước, nhưng vẫn bị mưa như thường. Có nhiều người nói đó là điềm lành *"mưa hoa cúng dường chư Phật"*. Và đó cũng là một hiện tượng chùa trên đà phát triển. Điều đó đúng hay không tùy theo mỗi người tin tưởng, nhưng riêng chúng tôi khi nhìn bầu trời u ám trong kỳ Đại Lễ là không vui rồi.

Ngày tháng trôi qua quá nhanh, như nước chảy qua cầu, như bóng câu qua cửa sổ. Do đó nếu chúng ta không biết sử dụng thì giờ để học hành, tu niệm, làm phước v.v... thì sẽ bỏ lỡ đi rất nhiều cơ hội quí báu. Vì thời gian qua rồi sẽ không bao giờ trở lại nữa và hãy nhớ câu: *"Chớ đợi tuổi già mới học đạo, mồ hoang lắm kẻ tuổi xuân xanh..."*

Ngày 15 tháng 11 năm 1981, chúng tôi gồm những tăng ni hiện sống tại Cộng Hòa Liên Bang Đức tập trung tại chùa Viên Giác, Eichelkampstr. 35a, 3000 Hannover 81 để họp và thành lập bản nội qui của Chi Bộ. Chúng tôi, thầy Trí Hòa, thầy Minh Phú, cô Diệu Ân, cô Minh Loan, cô Diệu Hạnh và cô Diệu Chương. Bản nội qui này là bản nội qui căn bản, nòng cốt cho những nhiệm kỳ sau này khi có thay đổi nhân sự, và đã được tòa án Hannover công nhận với số hiệu 4826 ngày 23 tháng 12 năm 1981.

Sau khi đã được công nhận bởi Tòa án, chúng tôi bước thêm một bước nữa là xin Bộ Tài Chánh công nhận tổ chức của chúng tôi là một tổ chức tôn giáo, từ thiện, phục vụ công ích cho đồng bào. Bộ Tài Chánh Hannover cũng đã công nhận vào ngày 13 tháng 1 năm 1982 với số hiệu 2.5.206/285071227. Đó là tất cả những gì thuộc về hành chánh mà một tổ chức cần phải có, và chúng tôi đã hoàn thành.

Bây giờ 2 cơ cấu tổ chức đã vững vàng. Đó là Hội Phật tử được thành lập năm 1979 và Chi Bộ thành lập năm 1981. Chúng tôi hoạt động song hành trong việc bảo tồn và phát huy văn hóa Phật giáo cũng như văn hóa dân tộc Việt một cách cụ thể và nhịp nhàng với nhau.

Chùa chiền mới thành lập chẳng có ai trông nom săn sóc nên năm 1981, thầy Thích Minh Phú đã về với chúng tôi ở hơn một năm để chung lo Phật sự. Đạo hữu Diệu Niên Huỳnh Thị Dậu từ Braunschweig đến lễ chùa nhân ngày lễ vía Quán Thế Âm năm đó cũng đã ở lại chùa làm công quả cho đến ngày nay. Phật tử Thị Chánh Trương Tấn Lộc cũng đã chịu gian khổ lúc ban đầu với tôi rất nhiều trong cuộc sống đạm bạc thuở xa xưa ấy.

4.

Ngày xưa và ngay cả bây giờ có nhiều Phật tử nói khi vắng mặt tôi là *"Thầy khó quá, quý thầy khác dễ hơn nhiều"*. Mà có lẽ tôi cũng khó tính thật. Tôi không khó chuyện ở, chuyện ăn mà chuyện học hành và tu niệm. Tôi sẽ không tán đồng với những người lười biếng, ham chơi hơn ham học và tôi cũng sẵn sàng đem luận lý để dạy cho đệ tử mình khi chểnh mảng đường tu. Không những đệ tử của tôi ngán mà ngay cả quý chú, quý cô đệ tử của quý thầy khác mới xuất gia sau này cũng ngán sự nghiêm khắc của tôi.

Có nhiều người vui tánh nói: *"Tại thầy hồi xưa khổ quá nên bây giờ thầy hành hạ đệ tử để bù trừ."* Không biết câu này có đúng hoàn toàn không thì tôi chưa xác nhận, nhưng có một điều tôi đã xác nhận bên trên là tôi sẽ không bao giờ dễ dãi với những người lười biếng, ham chơi, cẩu thả. Cái gì phải ra cái đó đàng hoàng.

Có người bảo: *"Tại sao mấy vị thầy tu, quý ni cô, các bà soeur, quý vị linh mục v.v... ai cũng khó cả. Chẳng thấy một người nào dễ dãi."* Tôi trả lời: *"Chính nhờ cái khó ấy mà họ mới tồn tại đến ngày nay, chứ nếu tự dễ dãi với chính mình và tha nhân thì có lẽ dòng đời đã cuốn trôi họ rồi."*

Ở đời cha mẹ khổ tâm với con cái như thế nào, thì trong đạo, thầy trò khổ với nhau cũng không ít. Cha mẹ muốn con cái nên người nên khuyên con điều hay lẽ phải. Thầy Tổ muốn đệ tử mình được trọn đường tu, nên phải đem giới luật Phật ra dạy răn. Nhưng nhiều lúc *"giáo đa thành oán"*, nghĩa là khuyên lơn dạy dỗ nhiều, đôi khi lại ra thâm thù. Đó là những người chưa hiểu đời và đạo, chứ kẻ đã hiểu rồi thì phải cảm tạ ơn kia mới đúng.

Thông thường con người ai cũng muốn tự do cả. Nhưng tự do cũng có chừng mực và theo khuôn phép vừa phải thôi. Nếu tự do đồng nghĩa với cẩu thả, lười biếng thì sự tự do ấy cũng chẳng có ý nghĩa tốt đẹp gì.

Thời gian sau đó có một số anh em sinh viên Phật tử vào chùa ở tạm một thời gian để đi học, sau khi đã được công ăn việc làm, nhà ở v.v... thì trở lại cuộc đời thế tục. Tôi không trách họ. Vì họ chỉ là những người phát nguyện ở chùa trong một giai đoạn nào đó thôi, nên nhiều lúc tôi vẫn thường nói: Ở chùa cũng giống như một màn kịch thế thôi. Khi tấm màn sân khấu buông xuống thì nhiệm vụ của ai lại trở về vị trí nấy. Chỉ có người soạn tuồng và khán giả là những người vừa ý hay khen chê mà thôi.

Ở tại Đức, cho đến năm 1982-1983 vẫn chưa có ngôi chùa hoặc Niệm Phật Đường nào khác, ngoại trừ chùa Viên Giác tại Hannover, mặc dầu tại Đức lúc bấy giờ tăng ni cũng đã gần 10 vị. Vì trong thời gian ấy quý thầy, quý cô còn đang học tiếng Đức. Có người dự tính đi Mỹ, nên sự an trú tại Tây Đức cũng chưa tính đến. Vì thế mà các cơ sở tôn giáo chưa mọc lên nhiều.

Tôi vẫn thường nói với những đệ tử và Phật tử rằng, nên kính trọng những người còn đang mặc chiếc áo nhà tu. Mặc dầu *"chiếc áo không làm nên tu sĩ"*, nhưng hãy kính trọng họ, vì chính mình không xả thân được như họ thì hãy kính trọng những gì mình chưa hoặc không làm được. Nhưng Phật tử nhiều khi cũng khó tính hơn nhiều người tu nữa. Trong khi họ chẳng tu hành đạo đức gì cả mà muốn bắt buộc người tu phải như thế này hay như thế nọ. Điều đó cũng hơi quá đáng.

Khi mình không có bằng cấp mà đi dạy người có bằng cấp là một điều sai lầm căn bản từ ban đầu. Một người không đạo đức, tác phong mà đi dạy luân lý cho một người đang học luân lý và có tác phong đạo đức quả là một điều nhầm lẫn. Đó chẳng qua vì cái ta vị kỷ, chấp có, chấp không còn ứ đọng trong những người ấy nên chỉ thấy được chuyện của tha nhân, chứ chuyện của mình thì mù tịt.

Năm 1982 và 1983, chùa cũng có tổ chức những Đại Lễ Phật Đản cũng như Lễ Vu Lan vô cùng trọng thể. Lễ Phật Đản được tổ chức tại Theateram Aegi, tại chùa Viên Giác và Tugendzentrum. Tại rạp hát thì có trình diễn cải lương, kịch múa, ngâm thơ, đàn, ca v.v... gồm có các nghệ sĩ nổi danh từ Paris sang như Chí Tâm, Hương Lan, Quốc Anh, Cao Thái, Minh Tâm, Tài Lương, cùng những vị trong gánh cải lương dân ca quốc nhạc Phượng Ca v.v... đã đóng góp chung với các ban văn nghệ của các Chi Hội Phật tử Việt Nam Tỵ nạn tại Hannover, Hamburg, Berlin cũng như Gia đình Phật tử Quảng Đức thuộc chùa Khánh Anh (Pháp). Rạp hát Aegi chứa khoảng 1.300 người, lúc nào cũng đầy rạp.

Tại chùa tổ chức các buổi lễ cầu an, cầu siêu, lễ Phật Đản v.v... Đây là nơi lễ bái nguyện cầu và cũng là cơ hội để các Phật tử về gặp gỡ hàn huyên với nhau nhân ngày Đại Lễ. Cơ hội này mỗi năm chỉ có một hai lần. Đường xa cách trở muôn vạn dặm, đâu có cơ hội để gặp nhau hoài?

Jugendzentrum là nơi để nấu nướng, ngủ nghỉ và cũng là nơi tổ chức văn nghệ cho lễ Vu Lan nữa.

Nấu nướng thì không ai qua tài ra quân của chị Hạnh ở Braunschweig cùng gia đình, cũng như sự góp mặt của tất cả quý Phật tử tại địa phương Hannover. Nhiều lễ đông cả hàng ngàn người mà việc ăn ở lại từ chiều thứ sáu đến chiều chủ nhật quả là một vấn đề không nhỏ cho Ban Tổ Chức và Ban Trai Soạn cùng những Ban khác nữa. Một đầu máy dầu mạnh, nhiều mã lực đến đâu đi chăng nữa, cũng không thể kéo theo một toa xe mục nát được. Ở đây thì ngược lại, đầu máy và thân tàu đều làm việc một cách nhịp nhàng không một tiếng nhỏ to hay một lời than thở, tất cả đều nằm trong ý nghĩa tự nguyện, tự giác.

Sau những buổi lễ có giờ tổng kết tình hình của Ban Tổ Chức. Nhìn thấy các anh chị em Phật tử bơ phờ cả người, nhưng miệng vẫn nở nụ cười tươi khi thấy rằng Đại Lễ đã thành công viên mãn, riêng tôi cảm thấy nghẹn lời, không biết phải dùng từ ngữ nào để cảm tạ anh em. Nào những người như Hùng, Diệp, Trâm, Tuấn, anh Nghĩa, anh Châu, anh Đức, chị Hạnh hay các đạo hữu Diệu Hằng, Diệu Niên, Minh Tôn, Thanh Hòa, Diệu Nhụy, Diệu Thái, Diệu Hiền, Viên Tuyết, gia đình Bác Quang, gia đình Bác Sáu v.v... và v.v... Có lẽ tôi sẽ không nhắc nhở hết được ra đây, vì những gì tỉ mỉ nhất tôi đã viết trong cuốn *"Đời sống tinh thần của Phật tử Việt Nam ty nạn tại Tây Đức"* vào năm 1986 rồi.

Chùa càng ngày càng lớn mạnh, Phật tử càng lúc càng biết đến nhiều hơn. Những năm đầu chưa có chùa, mỗi lần Phật Đản, Vu Lan chừng 100 đến 200 người về tham dự là nhiều rồi. Bây giờ cả ngàn người về thì làm sao Ban Tổ Chức không vui. Tuy có mệt, nhưng thời gian rồi cũng qua đi.

Theo thống kê của Bộ Nội Vụ Liên Bang, cho đến nay (1987) có hơn 30.000 người Việt Nam hiện sống tại Cộng Hòa Liên Bang Đức, trong đó không có sự phân chia cụ thể số lượng Phật tử, tín đồ Thiên Chúa hoặc người theo đạo thờ cúng ông bà, nhưng chúng tôi đoán chắc rằng Phật tử không dưới 20.000 người. Vì cứ mỗi năm, qua các lần lễ Phật Đản, Vu Lan, Tết Nguyên Đán và các lễ hằng tháng v.v... có khoảng 8.000 người từ khắp nơi trên nước Đức về lễ chùa. Đó là một con số kỷ lục tại xứ Đức này.

5.

Khoảng năm 1983, quý thầy quý cô tại Münerstadt đã ra khỏi trại, về Rottershausen và có ý thành lập Niệm Phật Đường Khánh Hòa, có sự chứng minh của Hòa Thượng Thích Thiền Định, Thượng Toạ Thích Đức Niệm và chúng tôi. Về sau Niệm Phật Đường này biến thành chùa Khánh Hòa trong hiện tại. Khánh Hòa là tên của một vị Tổ miền Nam đã có công rất nhiều trong việc phát huy nền Phật học của Phật Giáo nước nhà trong giai đoạn lịch sử 1930-1940. Sau này Khánh Hòa tại Barntrup được thành lập cũng trong chiều hướng ấy. Phát huy văn hóa Dân tộc và Đạo pháp tại xứ người cũng như tạo niềm tin cho những người còn bơ vơ lạc lõng giữa trời Tây, chùa Khánh Hòa đã ra một đặc san lấy tên là Từ Bi Âm. Đây là cơ quan ngôn luận tại Tây Đức, nhưng đó cũng là hình ảnh tờ Từ Bi Âm trong những năm chấn hưng Phật Học của Nam Kỳ Nghiên Cứu Phật Học Hội vào thời điểm đã nói trên.

Ngoài tờ đặc san Từ Bi Âm ra, chùa Khánh Hòa cũng cho lập Thư xã Từ Bi Âm để in và ấn tống một số kinh sách, gởi đến biếu các Phật tử xa gần. Đây cũng là một trong những công tác Phật sự mà người Phật tử tại gia hay xuất gia vẫn phải thường lưu tâm đến. Vì:

"Lễ Phật giả, kính Phật chi đức.
Niệm Phật giả, cảm Phật chi ân.
Khán kinh giả, minh Phật chi lý.
Tọa thiền giả, đăng Phật chi địa."

Nghĩa là:

"Lạy Phật là kính đức của Phật.
Niệm Phật là cảm ân của Phật.
Xem kinh là hiểu rõ lý của Phật.
Ngồi thiền là vào cảnh thanh tịnh của Phật."

Vì thế, việc in kinh ấn tống là một trong 4 phước điền kể trên, để giáo pháp của Như Lai có cơ hội triển khai nhiều hơn nữa.

Nhiều người tụng kinh, lễ Phật, ngồi thiền, nhưng chỉ để làm cho có chuyện chứ chẳng hiểu thấu nghĩa kinh, nên chẳng được phước đức gì nhiều. Hoặc giả có nhiều người đi chùa để cầu phước, cầu tài, cầu duyên, cầu lộc, cầu sống lâu, ít thấy người nào cầu giải thoát. Giải thoát mới là điều cần thiết, chứ cầu những thứ ràng buộc ấy mà làm gì.

Năm 1982 cũng là năm Chi Bộ Phật giáo Việt Nam tại Tây Đức thiếu vắng thầy Thích Trí Hòa. Thầy Thích Trí Hòa theo lời thỉnh cầu của Hội Phật Giáo Việt Nam chùa Nam Tuyền, qua thầy Trí Tuệ và của Hội Phật Giáo tại Oklahoma nên đã nhẹ bước vân du sang Mỹ quốc, để lại sau lưng Tây Đức với tuyết trắng giá băng và một ngôn ngữ khó chẳng có nước nào bằng. Số lượng chư tăng ở đây bắt đầu thiếu hụt, vì trước đó Sư Giác Minh cũng đã đi Hoa Kỳ rồi. Hiện tượng tăng không thấy mà hiện tượng giảm lại nhiều. Do đó tôi cũng lấy làm lo, nhưng dần dà rồi cũng yên ổn cả.

Sau khi chùa Khánh Hòa được thành lập tại Rottershausen thì Đại đức Thích Minh Phú về Düsseldoerf để thành lập Niệm Phật Đường Thiện Hòa. Mặc dầu Đại đức Thích Minh Thân đã ở vùng ấy lâu năm, nhưng thầy chưa lập một cơ sở tín ngưỡng nào cho Phật tử cả, vì thầy có dự định đi Hoa Kỳ. Do đó, Đại đức Thích Minh Phú đã tiến hành mọi thủ tục hành chánh để di chuyển về đấy.

Đầu tiên Đại đức cho ra mắt Hội Phật Tử Việt Nam Tỵ nạn tại Nordrhein Westfallen và sau khi thành lập Niệm Phật Đường có lập nên Ban Hộ Trì Tam Bảo để lo những Phật sự cho chùa.

Thiện Hòa là tên của một vị cao tăng Việt Nam trong hiện tại, vừa viên tịch tại Việt Nam năm 1977. Ngài là vị Hòa Thượng đạo cao đức trọng, giới luật tinh nghiêm, cả giới tại gia lẫn xuất gia đều kính trọng tôn thờ.

Nhưng Niệm Phật Đường sau một thời gian hoạt động, nhiều người tới lui lễ bái nguyện cầu khá đông, do đó bị hàng xóm than phiền vì nơi đó không phải là chỗ sinh hoạt công cộng. Do đó phải dời về Mönchengladbach. Khi về đấy lại nghĩ rằng có thể yên ổn tu niệm, nhưng địa phương ấy vẫn chưa phải là nơi cố định của Đại đức trước khi quyết định cư trú vĩnh viễn.

Nếu ở Việt Nam chúng ta đã không có những nỗi khổ này rồi. Vì quê hương chúng ta là quê hương của Đạo Phật, người láng giềng của chúng ta là những người đồng ngôn ngữ, màu da, phong tục thì làm gì có chuyện khó khăn như vậy. Điều này không những chỉ có ở Đức mà hầu như khắp nơi trên thế giới người Việt Nam đều gặp phải. Không phải vì người địa phương kỳ thị chúng ta, nhưng vì mỗi dân tộc có một văn hóa, một tôn giáo riêng nên việc dung hòa để hiểu biết thông cảm với nhau không phải là điều đơn giản.

Đến cuối năm 1984, đầu 1985, Ni Sư Thích Nữ Diệu Tâm đến Đức. Sau một thời gian oổn định đời sống, Ni Sư thành lập Tịnh thất Bảo Quang ở Hamburg. Tịnh thất là một hình thức nhỏ hơn hoặc như Niệm Phật Đường. Ý Ni Sư cũng chưa muốn lập Niệm Phật Đường hay chùa, vì Ni Sư muốn yên ổn tu niệm trong thời gian đầu.

Tại Hambrug cũng gặp khó khăn như nơi thầy Minh Phú. Nhưng biết làm sao bây giờ, phải dời đi nơi đâu nữa, khi mà số tiền đóng góp định kỳ của bà con Phật tử mỗi tháng không quá 1.000 DM, nên không thể đi thuê nơi nào khác hơn được. Một căn nhà có đầy đủ tiện nghi để làm chùa như bãi đậu xe, chỗ hội họp, phòng làm lễ v.v... mỗi tháng phải trả ít nhất là 2.500 DM. Đó là một số tiền không nhỏ ở từng địa phương, khi không có sự trợ giúp của chính quyền.

Vì thế có nhiều thầy, nhiều cô không những ở Đức, mà ở khắp các nước khác đều nói rằng tôi sung sướng, tôi là người có phước. Vì chùa thì được nhà nước giúp đỡ, chung quanh chẳng có ai than phiền, mặc dầu đã sinh hoạt gần 10 năm tại xứ Đức rồi. Mỗi lần lễ Phật Đản hay Vu Lan có cả hàng mấy ngàn người về dự. Quả thật đất Hannover lành thật.

Tục ngữ Âu Châu nói rằng: "Cứ 3 lần dọn nhà thì bằng một lần cháy nhà." Mà dọn chùa còn mệt hơn dọn nhà nữa. Vì chùa có đủ thứ đồ linh tinh lỉnh kỉnh. Chỉ nhìn thôi cũng đủ thấy nản rồi. Nếu không nhờ mỗi người Phật tử giúp vào một tay thì chắc là không xong việc.

Nói đến đây tôi nhớ đến phần mình. Sau khi chùa Viên Giác mới lo xong, lại phải khệ nệ rinh từng thùng sách, kinh, kệ, tượng, mõ, chuông v.v... qua chùa mới, quả là điều chẳng đơn giản chút nào. Ngày xưa từ Nhật qua Đức tôi chỉ mang vỏn vẹn có một cái dĩa và đôi đũa. Sau 10 năm ở Đức, đồ đạc chẳng biết ở đâu ra mà nhiều đến thế. Nặng nhất có thể nói là sách. Sách bao vây tôi, bao vây phòng của tôi ở như là một chiến lũy, thành trì kiên cố nhất để bảo vệ sanh mạng tôi vậy. Đúng là tôi vẫn còn nặng nợ sách đèn. Nhưng nếu không để ý, nhiều lúc sơ hở sách đè lên người cũng có thể ngộp thở được.

Hồi còn làm chú tiểu đi học ở trường Bồ Đề tại Việt Nam, chẳng có tiền mua sách nên phải đọc ké của bạn bè. Bây giờ có sách thật nhiều nhưng chẳng có thì giờ để đọc những pho sách quý. Nào tiếng Tàu, tiếng Nhật, tiếng Anh, tiếng Pháp, tiếng Đức, tiếng Việt v.v... Quả là người tu mà cũng còn ham phải không quý vị? Chắc có Phật tử lại cười tôi đấy. Có người sẽ bảo rằng: *"Thầy lúc nào cũng dạy Phật tử phải tri túc, còn Thầy thì lúc nào cũng cảm thấy chưa đủ cả."* Nếu nói như thế thì tội nghiệp cho tôi vậy. Vì Đức Phật có dạy rằng: *"Kẻ tự cho mình là trí, ấy là kẻ ngu. Kẻ tự biết mình ngu, ấy là kẻ trí."* Còn kẻ ngu muội như chúng ta mà càng không tự biết mình ngu muội nữa, quả là chẳng thuộc về hai hạng nói trên rồi. Vì thế tôi cần phải học, học thật nhiều hơn nữa. Đó là nguyện vọng của tôi.

Chùa Viên Giác càng ngày càng phát triển, tôi càng ngày lại càng đi nhiều hơn, nên phải thành lập một Ban Hộ Trì Tam Bảo để giúp tôi những Phật sự cần thiết tại chùa khi tôi vắng mặt. Trong Ban Hộ Trì, hầu hết là những đạo hữu lớn tuổi tại Hannover như đạo hữu Diệu Hằng, đạo hữu Diệu Niên, ĐH Minh Tôn, ĐH Thanh Hòa, ĐH Viên Tuyết, ĐH Thị Tâm, ĐH Diệu Nhụy, ĐH Diệu Hiếu, gia đình Bác Sáu, gia đình ĐH Trần văn Quang, gia đình ĐH Hải, gia đình ĐH Thiện Lực, Thiện Danh, gia đình ĐH Đỗ Thuận Phát v.v... Quý đạo hữu ấy vẫn sát cánh bên chùa, đóng góp, giúp đỡ cho chùa về mọi mặt sinh hoạt Phật sự hằng tháng cũng như những Đại Lễ trong năm.

Cũng vì đi nhiều quá nên nhiều lúc tôi muốn dừng chân trong một vài tháng để nghỉ ngơi. Nhưng lý do ấy chưa đủ để tôi phải ở yên một chỗ. Nên chỉ có cách an cư kiết hạ, treo bảng cấm phòng là yên chuyện nhất. Luật này Đức Phật đã chế ra từ xưa cho chư Tăng, cứ 9 tháng hoằng hóa độ sanh, phải có 3 tháng an cư kiết hạ, nghiêm trì giới luật. Nhưng mười mấy năm ở ngoại quốc tôi chưa thực hiện được năm nào. Vì lúc nào cũng có nhu cầu Phật sự. Nên năm 1984 và 1985 tôi quyết định cấm túc an cư, không tiếp khách, không nghe điện thoại. Quả thật tôi đã được yên thân để ngồi thiền, tụng kinh, đọc sách, nghiên cứu và viết lách.

Năm 1985, đạo hữu Diệu Niên và Thị Chơn phát tâm thọ Bồ Tát giới tại gia, trường trai cầu đạo giải thoát.

Mùa an cư kiết hạ năm 1985, chúng tôi đã giảng trọn bộ kinh Pháp Hoa cho 12 khóa Tu Bát Quan Trai. Tổ chức một khóa giáo lý căn bản cho các Phật tử tại gia tu học, đã đọc xong được bộ Kinh Hoa Nghiêm khoảng 4.000 trang cũng như viết được 2 quyển sách. Thời gian chỉ có 3 tháng mà kết quả lại quá nhiều, tôi không thể lường được như thế.

Do kết quả đó cho nên cuối năm 1985, quý thầy, quý cô họp tại chùa Viên Giác quyết định là năm 1986 tất cả chư

Tăng trong Chi Bộ vân tập về chùa Viên Giác để kiết hạ an cư. Đây là một niềm vui lớn của chư Tăng Ni cũng như của chính tôi. Vì đây là cơ hội để gần gũi nhau tu học, sách tấn cho nhau trên bước đường đạo hạnh. Thế là mọi người đồng ý và chuẩn bị ngày về Viên Giác để an cư.

Trong mùa An Cư năm 1986 thiếu thầy Minh Thân, vì thầy đã đi Mỹ, nhưng thay vào đó có thêm sư cô Thích Nữ Như Hân vừa đến Đức trong khuôn khổ đoàn tụ gia đình, ở tại Norddeich. Một người ra đi, một người khác lại đến. Một nỗi buồn và một niềm vui. Cộng và trừ, xem như không có gì hết cả. Không biết thầy Minh Thân đi, Thầy có nhớ Tây Đức không chứ Phật tử ở đây nhiều người nhắc thầy lắm.

Ba thầy đến Đức, ba thầy đã ra đi, để lại đây một khoảng trống lớn lao, mãi cho đến nay vẫn chưa người nào có thể thay thế vào đó được.

Năm 1986 có 2 khóa giáo lý, một và hai. Có tổ chức được 13 lần thọ bát quan trai cũng như học một số kinh căn bản của người Phật tử tại gia. Cũng trong năm 1986, tôi đã đọc xong bộ kinh Đại Bát Niết Bàn.

Tinh thần tu học càng ngày càng lên, các địa phương như Berlin, Đan Mạch cũng đã tổ chức những khóa giáo lý tương tự để cho Phật tử có cơ hội trau dồi trí tuệ. Làm Phật tử mà không hiểu rõ Đạo Phật quả là một điều chẳng hay, nên tất cả mọi người đều tinh tấn. Không những chỉ người lớn tuổi mới tham gia mà hình như các lớp trẻ lại nhiều gấp đôi lớp lớn tuổi. Đó là một điều đáng mừng.

Cũng nhờ những lớp giáo lý ấy mà đã có nhiều Phật tử phát tâm xuất gia, nhiều Phật tử ăn chay trường và có những người ngày xưa lơ đễnh với chùa nhưng bây giờ thì tích cực tham gia các buổi lễ sám hối, cầu an, cầu siêu, nghe thuyết giảng v.v...

Suốt hơn mười mấy năm ở ngoại quốc, tôi chưa thấy người nào phát tâm xuất gia, nhưng bây giờ thì tôi đã thấy. Đó là một niềm vui và niềm hãnh diện không những cho riêng tôi mà cho tất cả mọi người con Phật tại xứ này.

Người xưa nói: *"Tu không học là tu mù. Học không tu là đãy sách."* Nếu không hiểu đạo thì làm sao tin theo đạo? Do đó, việc học đạo để đi vào con đường đạo có thể nói là quan trọng hàng đầu. Có hiểu mới tin, có tin mới theo, sau đó mới hành trì. Đó là một chuỗi mắt xích không thể thiếu bất cứ phần nào. Nhưng học nhiều quá mà không siêng năng tinh tấn tu hành cũng sẽ bị đức Phật quở như thường. Vì nếu chỉ học không tu thì chẳng có ích lợi gì cho nhân thế cả.

Từ năm 1983 đến 1986 và 1987, các lễ lạt vẫn được tổ chức như những năm 1981 và 1982, nhưng có phần quy củ, kỹ cương hơn, có nhiều người về tham dự hơn và hoạt động của chùa cũng như của Hội Phật tử cũng mạnh mẽ hơn trước.

Trước đây, mỗi lần tổ chức như thế gặp rất nhiều khó khăn vì nhân sự điều hành chưa quen. Ngày nay mặc dầu số người tham dự đông đảo bao nhiêu đi chăng nữa, Ban Tổ Chức cũng không vội vàng lụp chụp như ban đầu.

Nhưng chúng ta không nên tự hào nói rằng đã quen việc rồi quên đi những chi tiết phụ thì cũng rất nguy hiểm. Ví dụ như người lái xe lâu ngày tự cho mình là lái vững không để ý, nhưng nếu sơ ý một chút, mình không đụng người ta thì người ta cũng có thể đụng mình. Nên việc cẩn trọng bao giờ cũng phải đặt lên hàng đầu cả.

Người ta chia ra từ nhỏ cho đến 12 tuổi gọi là ấu niên. Từ 12 đến 18 tuổi gọi là thiếu niên. Từ 18 đến 35 tuổi gọi là thanh niên. Từ 35 đến 50 tuổi gọi là trung niên. Từ 50 tuổi trở đi gọi là lão niên rồi. Tôi thì đang nằm trong chặng tuổi thứ tư của cuộc đời. Mới đó mà nhanh thật. Quả thời gian cũng như thủy triều, chẳng đợi chờ ai cả. Nho giáo cũng nói rằng *"tam thập nhi lập, tứ thập nhi bất hoặc, ngũ thập tri thiên mệnh..."*, phải làm cái gì đó cho có ý nghĩa với đạo và đời, nên những năm sau này của tôi sẽ lo xây dựng chùa, đào tạo tăng ni để mong một ngày mai khi tre có tàn thì măng sẽ mọc.

Xây một ngôi chùa là khó, nhưng không khó bằng đào tạo một người tăng sĩ. Nhưng đào tạo một người Tăng không khó bằng tạo cho vị tăng kia có sự hiểu biết cả đạo lẫn đời. Nếu tăng không ra tăng, tục không ra tục thì đạo chẳng lợi mà đời cũng chẳng có ích gì. Chùa chiền, tăng sĩ, mõ chuông, kinh sách rồi cũng thay đổi theo thời gian, biến diệt theo sự tuần hoàn của thế sự. Chỉ có bản tánh giác ngộ, chân như là còn miên viễn mà thôi. Chính quyền, quốc gia, thể chế v.v... đều phải biến đổi theo luật tuần hoàn của tạo hóa. Nhưng bản tánh giác ngộ thì chẳng bao giờ bị chi phối bởi luật này. Vì đã giác ngộ, đã tự tại giải thoát rồi thì không còn bị ngăn cách bởi thời gian và không gian nữa.

Ngôi chùa mới trong năm ba năm nữa cũng sẽ hoàn thành. Nhiệm vụ của người đi trước đã đặt nền móng. Vậy còn lại là việc của người đi sau, lo phát triển, củng cố tổ chức cho được vững bền. Thật ra, khó khăn lúc nào cũng chờ đợi chúng ta. Nhưng đó chỉ là những thử thách để xem chúng ta có can đảm vượt qua được không. Nếu qua được thử thách, tức là ta đã tự chinh phục được chính mình.

22. THĂM TRẠI TỴ NẠN Ở THÁI LAN

Một hoàng tử con vua, lúc mới sanh vẫn được gọi là hoàng tử. Một người tu đức hạnh dầu còn nhỏ tuổi vẫn được người đời kính nể và tôn trọng. Một người thế gian dầu giàu có, địa vị, sang trọng, tuổi tác bao nhiêu đi chăng nữa cũng không thể gọi là một hoàng tử hay một tăng sĩ được. Sở dĩ nhỏ nhưng được tôn xưng là hoàng tử vì phước báu nhiều đời nên mới được đầu thai làm con vua. Sở dĩ nhỏ nhưng được làm tăng sĩ vì nhân duyên nhiều kiếp đã gieo trồng hạt giống tốt nên kiếp này mới được như vậy. Một người thế gian không thể sánh với một hoàng tử hay một người xuất gia được. Vì bản chất của cả hai không giống nhau nên không thể nào so sánh. Chúng ta so sánh một điều gì phải cần có sự tương hợp mới so sánh được. Nên mới có câu rằng:

"Bèo đâu có lộn cùng sen,
Khả kê nào dám sánh chăng phượng hoàng."

Tôi vẫn thường hay nghe những người thế gian so sánh người này với người nọ. Họ tự cho mình là lớn tuổi hơn người kia v.v... nhưng họ không hiểu được bản chất của cuộc đời là do duyên nghiệp của mình gây tạo từ kiếp trước. Y cứ vào hiện tại để phán đoán quá khứ thì có thể biết được nhân quả của mình kiếp trước và kiếp vị lai rồi, nhưng họ không hiểu được điều đó.

Trước khi tôi đi Thái Lan để thăm đồng bào tỵ nạn đã có lắm người tán đồng, nhưng cũng có một vài ý kiến không thuận. Có nhiều vị cho rằng chùa đang vận động xây cất, thiếu hụt, tại sao lại đi Á Châu làm gì? Mới nghe qua cũng có phần hữu lý với một số người vì suy nghĩ quá đơn giản, chỉ biết sống cho mình chứ không nghĩ cho tha nhân. Họ quên rằng ở trên đời này nếu muốn cho đủ, biết bao giờ mới đủ? Mình phải nhìn xuống hơn là ngó lên. Nếu cứ mơ ước cao xa hoài chỉ có chuốc khổ vào thân. Những người đã sống gian khổ trong các trại tỵ nạn rồi thì tán đồng vấn đề đi của chúng tôi và còn ủng hộ nhiều phương diện khác nữa.

Đến Thái Lan ngày 16 tháng 12 năm 1986, chúng tôi đã được Thượng Tọa Thích Giác Minh, nguyên Tổng Thư Ký Giáo Hội Phật giáo Nguyên Thủy Việt Nam và cô tu nữ Metta Từ Ngọc đón từ phi trường về chùa Paknan.

Chùa rất to lớn, đồ sộ, uy nghi, có đến 400 tăng ni sinh đang tu học tại đấy. Theo Thượng Tọa Thích Giác Minh cho biết, đây mới chỉ là một chùa nhỏ thôi. Tôi nghe quá sững sờ. Một chùa nhỏ như vậy, có lẽ tìm khắp nước Việt Nam không có. Thượng Tọa cũng cho biết ở tại Thái Lan hiện còn 3 vị Thượng Tọa và 2 cô tu nữ Việt Nam, còn bao nhiêu đã đi các nước khác. Quý Thượng Tọa và quý cô tu nữ này, có vị đã đến Thái Lan từ năm 1961 cho đến trước 1975 và ở lại Thái Lan tu học cho đến ngày nay.

Những vị tăng sĩ Thái Lan nhìn tôi hơi chăm chú, ngay cả các Phật tử tại gia cũng thế. Tôi hỏi Thượng Tọa Thích Giác Minh tại sao như vậy? Thượng Toạ bảo rằng, có lẽ vì cách phục sức của tôi khác hơn những vị Tăng Thái Lan và lông mày không cạo. Tôi giụt mình. Hóa ra những người tu hoặc những cư sĩ Phật tử Thái Lan khi nhìn một người đối diện, phải nhìn hàng lông mày trước, chứ không phải nhìn chiếc đầu tròn. Vì ở Thái có nhiều người cạo đầu nhưng không cạo lông mày thì chưa hẳn đã là tu, cho hay phong tục mỗi xứ mỗi khác vậy. Nếu cạo lông mày thì thỉnh thoảng có những bất hảo tăng đội đầu giả vào để đi làm việc bất thiện sẽ bị phát giác ngay. Ở Thái Lan, Phật giáo là quốc giáo. Vì từ vua quan đến dân chúng trong cuộc đời bắt buộc đều phải vào chùa tu một lần, sau đó mới ra lấy vợ được. Họ tin rằng những người có tu là người có đức hạnh. Nếu không vào chùa tu một tuần cho đến một tháng, 3 tháng hoặc 3 năm thì sẽ ở giá suốt đời, vì sẽ không có nhà nào gả con gái cho cả. Ở đây cũng có người tu suốt đời, nhưng rất ít, đa số chỉ tu một thời gian để gieo duyên với Phật Pháp rồi hoàn tục. Ở Thái, người tu hoàn tục là một việc tự nhiên chứ không có gì xấu hổ cả, khác xa với quan niệm của Phật giáo Việt Nam rất nhiều.

Bên nữ giới không có tỳ-kheo ni mà chỉ toàn là những vị bạch y, mặc đồ trắng, cạo đầu, cũng tu học nhưng không thọ giới Sa Di Ni, hoặc Thức Xoa Ma Na, Tỳ Kheo Ni như bên Bắc Tông.

Đi đâu cũng thấy chùa thờ Phật, tăng sĩ. Trong xe hơi thì có thờ tượng Phật và hình vị Sư cả chùa làng hay hình Vua sãi. Quả thật đạo Phật ở đây là một đạo công, nên có thể gọi đạo Phật tại Thái Lan là công giáo cũng không sai chút nào.

Tôi tự nghĩ và hỏi Thượng Tọa Giác Minh: "Tại sao một quốc gia có một nền quốc giáo như thế mà những hành vi của hải tặc Thái Lan ai nghe qua cũng rùng mình?" Thượng Tọa trả lời:

"Ở đâu cũng có anh hùng
Ở đâu cũng có kẻ khùng người điên."
Tôi cũng cười rồi chuyển sang chuyện khác.

Các vị tăng sĩ ở Thái Lan được nhận rất nhiều đặc ân, như đi xe buýt của nhà nước khỏi phải trả tiền, nhưng phải ngồi ghế sau cùng. Nếu những ghế ấy đã có người ngồi, khi những tăng sĩ bước lên, tất cả đều đứng dậy để nhường chỗ, giống như ở Âu Mỹ người ta nhường chỗ cho người lớn tuổi vậy. Đi đâu cũng khỏi tốn tiền mà được ưu đãi nữa. Đặc biệt các tu sĩ Thái Lan không chào nhau mà cũng không chào Phật tử nữa. Nếu Phật tử có chào, chấp tay xá vị Sư, vị Sư không xá lại. Chỉ có tăng sĩ tuổi hạ thấp mới chào vị tuổi hạ cao thôi, còn tuyệt đối người trên không chào lại kẻ dưới, ngược lại kẻ dưới phải có bổn phận chào người trên theo tuổi hạ và cương vị tu hành.

Những ngày còn lại, chúng tôi đã tìm cách đi thăm các chùa của nhà vua, chùa của Vua Sãi, chùa làm toàn bằng đá cẩm thạch v.v... Chùa nào cũng to gấp 50 hoặc 100 lần chùa Vĩnh Nghiêm. Có một người ngoại quốc nói với tôi rằng: *"Chưa chắc La Mã đã bằng đây"*, khi chụp hình một tượng Phật nhập diệt với tư thế nằm dài 60 thước tây và cao 17 thước. Ôi, vĩ đại biết dường nào! Việt Nam mình chẳng có gì sánh được. Tủi hổ biết dường bao!

Ngày xưa Thái Lan phải triều cống An Nam ta nên mới có vịt Xiêm, chuối Xiêm, dừa Xiêm v.v... còn bây giờ họ đã bỏ xa ta vượt bực cũng chỉ vì đầu óc của vua quan, dân chúng mình hẹp hòi, ích kỷ đấy thôi. Rồi nạn Cộng Sản đã làm cho dân Việt sống lùi lại hàng trăm năm trước.

Sau khi đi thăm các cảnh chùa, chúng tôi tìm cách vào thăm trại tỵ nạn. Đầu tiên phải đến Tòa Đại Sứ Đức ở Đường South Sathorn để xin giấy phép vào thăm trại. Trước khi đến đấy, chúng tôi đã nhờ anh Phúc, làm thông dịch viên tại trại tiếp cư ở Norddeich, giúp đỡ qua sự giới thiệu của ông Romann để được cấp giấy này và cuối cùng chúng tôi đã có giấy phép, nhưng phải qua Sở Tỵ nạn và Bộ Nội Vụ của Thái đồng ý mới được vào. Còn phải qua 2 giai đoạn nữa. Khi đến Sở Tỵ nạn của Thái, người có trách nhiệm buông một câu thẳng thừng rằng: "Vì người Việt Nam trong trại có quá nhiều vấn đề nên chúng tôi không thể kiểm soát hết được. Nếu quý vị muốn thăm trại người Lào hoặc người Cam Bốt thì được, chứ trại Việt Nam thì không." Tôi nhìn trân trân người nhận giấy phép của Tòa Đại Sứ Đức cấp, chẳng nói thêm được lời nào sau khi đã nhờ cô Metta Từ Ngọc dùng mọi cách để thuyết phục.

Theo chỗ tôi biết, vì người Việt gặp bao cảnh chướng tai gai mắt trên đường tỵ nạn, con bị mất, vợ bị hãm hiếp v.v... nên họ quyết chí trả thù người Thái, và gây cho người Thái không ít khó khăn. Mặt khác, người Thái cũng sợ những cán bộ Cộng sản Việt Nam trà trộn vào hàng ngũ tỵ nạn để làm gián điệp nên với người Việt Nam mình họ kiểm soát thật nghiêm ngặt. Trước khi đi Hồng Kông, tôi có gặp một người Pháp lai tại nhà đạo hữu Kim Quang ở Bangkok, nói tiếng Việt rất rành, ông ta bảo: "Chuyện đi thăm đâu có gì khó, khi đã có giấy phép của Tòa Đại Sứ Đức cấp rồi, cứ bỏ kèm theo thư giới thiệu 500 hay 1.000 Bath thì có giấy đi ngay." Tôi nhìn Thượng Tọa Thích Giác Minh và cô Từ Ngọc chỉ để mỉm cười rằng: "Đúng là chúng ta chỉ sáng đường tu, chứ còn đường đời thì mờ mịt." Vả lại, giáo lý đâu có dạy cho chúng tôi điều đó, chỉ dạy điều ngay và tránh đường tà, nên mới thật thà như vậy. Nếu giả sử có được đi thăm đi nữa chúng tôi cũng không thể nào tiếp tay cho hối lộ và tội ác được.

Chúng tôi thăm trại này không được thì tìm cách thăm trại khác, không cần giấy phép nữa, cứ đi tự nhiên. Đến trại số 12 gần sở Immgration (di trú) tại Bangkok xin vào với lý do là đi tìm người thân. Người gác cổng nể chiếc y vàng của Thượng Tọa Thích Giác Minh nên đã cho vào, sẵn dịp bà con đang tập họp điểm danh để đi Mỹ, nên chẳng mấy phút mà đã có đông đủ đồng hương ngồi chờ nghe. Đây chỉ là một trại chuyển tiếp để đi đến các nước đệ tam quốc gia nên tương đối sạch sẽ và có trật tự. Chưa trình bày được lời nào ngoài việc thăm hỏi và cầu chúc bà con may mắn thì các nhân viên của trại về tới và không cho phép chúng tôi gặp gỡ nói chuyện với bà con nữa, cũng không cho chụp hình. Họ đòi lấy lại những hình chúng tôi đã chụp, nhưng chúng tôi cũng có lý do và trả lời rằng: "Vì không thấy nơi nào để bảng cấm chụp hình, cũng như đã có chụp một số hình riêng", nên họ không có lý do để lấy lại. Mới có 5 đến 10 phút mà chúng tôi đã nói và thăm hỏi bà con cũng như chụp được 6, 7 tấm hình.

Khi về lại chùa chúng tôi nghĩ rằng, sở dĩ họ không cho chúng ta đi thăm trại tỵ nạn và không cho chụp hình, có lẽ ngoài lý do của chính họ đã nêu trên còn có lý do sâu kín là vì họ nhận tiền nhiều của Cao ủy Tỵ nạn Liên Hiệp Quốc, nhưng không lo chu đáo cho đồng bào mình nên sợ đem những hình ảnh ấy ra ngoài, họ ngại báo chí khai thác. Rồi quý vị cứ an tâm sẽ thấy được một số hình ảnh ấy trong các số Viên Giác sắp tới.

Bây giờ thì chúng tôi chẳng còn cách nào khác hơn là gởi một số băng kinh, băng giảng cũng như một số tiền nhỏ vào trại Phanat Nikhom cho quý thầy, quý cô, và quý Phật tử. Mong rằng quý thầy, quý cô và quý Phật tử không phiền là chúng tôi không ngó ngàng gì đến quý vị. Chúng tôi có tâm thật nhiều, nhưng hoàn cảnh như thế chẳng biết làm gì hơn.

Có nhiều người trách Phật Giáo Thái Lan chẳng có ảnh hưởng một chút gì về vấn đề người tỵ nạn, mặc dầu ở đây là quốc giáo. Câu trả lời được nghe là: "Quý thầy ở đây chỉ có tu và là nơi để cho Phật tử gieo phước thôi, chứ không được làm gì khác." Do đó mới có chuyện như vậy. Ở đây Đạo Phật có trong cuộc đời, nhưng chưa đi vào đời thật sự. Nếu một mai kia Thái Lan rủi bị một tai nạn gì đó, chắc rằng khó tồn tại như Việt Nam chúng ta.

Mặc dầu Việt Nam không có chùa to, Phật lớn, không có đền đài cung điện nguy nga như Thái Lan, nhưng chúng ta có một tâm hồn cho quê hương, đạo pháp và dân tộc. Mặc dầu thế lực của chúng ta bị phân tán ngày nay khắp năm châu bốn bể nhưng tinh thần nhập thế của Đạo Phật của ta vẫn còn, nên mới có mặt và tồn tại cho đến ngày nay. Chỉ tiếc một điều là quê hương ta quá tiêu điều dưới sự cai trị bạo tàn của người Cộng Sản, nên tôn giáo không được phát triển. Nghèo đói, chết chóc vẫn hiển hiện khắp nơi. Chúng ta có quê hương nhưng tiếc rằng không được đóng góp trực tiếp để xây dựng cho quê hương mình mà đang đem tài năng ấy để phục vụ những nước mà chúng ta đang cư trú.

Tôi dừng lại ở một khu phố nào đó của Bangkok, thấy giống Việt Nam vô cùng. Tuy Bangkok không nghèo đói trong hiện tại, nhưng mọi sự sống ở đây như tạm bợ, không có gì làm nền tảng cả. Sự sản xuất thấy ít mà sự tiêu thụ lại nhiều. Một quốc gia như thế chắc rằng không khỏi lâm vào tình trạng khủng hoảng.

Chùa chiền sư sãi là nơi giàu có và nhiều thế lực, nhưng có lẽ khuynh hướng của Phật giáo nơi đây còn đóng khung cứng nhắc như mấy trăm năm trước. Do đó Phật giáo vẫn còn hững hờ với thế sự đổi thay. Mong rằng Phật giáo tại Thái Lan sẽ chuyển mình để thấy hướng đi của mình một cách tích cực hơn.

Trên đường đến phi trường để đi Hồng Kông thăm các trại tỵ nạn tại đó, tôi có trình bày với Thượng Tọa Thích

Giác Minh về điểm này. Thượng Tọa cũng đã có quan điểm như chúng tôi, nhưng việc chuyển đổi không phải một sớm một chiều mà có thể được.

Tôi đến Thái Lan để vui, khi thấy rằng Phật giáo ở đây là quốc giáo thực sự. Tăng sĩ hằng hà (hơn 400.000 vị đang tại tu), chùa chiền đồ sộ, để thấy rằng Phật giáo của mình không hổ thẹn với các tôn giáo khác. Nhưng cũng không vui mấy khi không vào thăm hết được các trại tỵ nạn như chúng tôi đã dự định. Đến đây cũng để thấy rằng người Phật tử quá thuần thành và tôn trọng chư tăng tuyệt đối, không như Phật tử Việt Nam chúng ta. Người lái taxi, hay người đi bộ, bất cứ qua một ngôi chùa nào họ đều cúi đầu và xá một xá để đi qua. Quả thật phép Phật quá nhiệm mầu. Họ không bao giờ dám nói vị sư một tiếng gì cả, mặc dầu họ biết rằng vị sư đó sẽ hoàn tục sau khi mãn kỳ tu. Họ cung kính như thầy mình, mặc dầu người tu đó khi còn tại gia là con của họ. Tôi chưa thấy một người cư sĩ Thái Lan nào ngồi ngang hàng với một tăng sĩ. Đâu đó có trật tự uy nghi, không hỗn tạp, dễ duôi. Người Phật tử mình thuần thành cũng không ít, mà dở dở ương ương cũng quá nhiều. Tự xưng mình là Phật tử, nhưng đi làm hại chùa, hại Phật, hại pháp, hại Tăng mà nào đâu họ có để ý. Họ đâu có biết rằng xâm phạm đến 3 ngôi Tam Bảo là tội bị đọa A Tỳ Địa Ngục, đời đời ngu tối u mê, không ra khỏi chốn u đồ. Có lẽ quý vị ấy thiếu học Phật nên mới ra nông nỗi ấy. Hy vọng rằng những người Phật tử Việt Nam ấy phải được huấn luyện và học hỏi nhiều hơn nữa nơi đạo Phật, mới có thể tiến xa hơn được.

Nguyện cầu cho mọi người, mọi nhà được an lạc dưới ánh từ quang của Đức Phật.

23. THĂM TRẠI TỴ NẠN HỒNG KÔNG

Chúng tôi rời Thái Lan ngày 21 tháng 12 năm 1986 và đến Hồng Kông cùng ngày để thăm các trại tỵ nạn như đã dự tính.

Hồng Kông là một thành phố thương mại sầm uất nhất nhì Á Châu. Ai đến đây hầu như cũng phải ngửa mặt lên trời để nhìn những tòa nhà cao chót vót giữa biển cả và núi đồi của xứ này. Người ở Nhật đã đông, mà có lẽ Hồng Kông còn đông hơn thế nữa.

Đến đón tôi tại phi trường có bà Lueng Wai Lan và anh Lam. Cả hai đều là những Phật tử thuần thành, đã giúp đỡ người tỵ nạn Việt Nam chúng ta rất nhiều trong những năm trước. Anh Lam nói tiếng Anh rất trôi chảy và hiểu Phật Pháp cũng khá nhiều. Trước khi đến Hồng Kông, tôi nghĩ rằng ở đó ai cũng giỏi tiếng Anh hết, vì Hồng Kông là thuộc địa của Anh từ lâu, giống như Việt Nam là thuộc địa của Pháp ngày trước. Nhưng đa số họ đều nói tiếng Quảng Đông hoặc Phước Kiến. Nếu ai đến Hồng Kông chỉ biết tiếng Quan Thoại (Bắc Kinh) thì có lẽ cũng bất tiện. Ngược lại nếu chỉ biết tiếng Quảng Đông hoặc Phước Kiến mà đến Đài Loan thì xem như huề cả làng. Vì ở Đài Loan nói toàn tiếng Quan Thoại. Tôi thì hoàn toàn mù tịt các loại tiếng ấy, mặc dầu có thể đọc được chữ Hán, nhưng không phát âm ra các ngôn ngữ trên được. Do đó định rằng khi có thì giờ sẽ học tiếng Quan Thoại vậy.

Dùng tiếng Anh hoàn toàn thì tôi không có đầy đủ khả năng, nhưng dùng tiếng Nhật thì người Hồng Kông ít người hiểu. Thỉnh thoảng cũng có vài người lớn tuổi hiểu được, nhưng ít người thông thạo.

Bà Lueng và anh Lam đón tôi đến chỗ ở tạm. Đó là thư viện Phật giáo của Hội Phật Giáo tại Hồng Kông. Thư viện có khá nhiều sách vở, còn chỗ ở thì khỏi phải bàn, chật hẹp mà kém vệ sinh. Nhưng nghĩ đến nhiều đồng bào trong trại sống rất khổ sở nên tôi lại quên đi bao ý nghĩ nhọc nhằn.

Ngày 22 tháng 12 năm 1986, chúng tôi bắt đầu đi thăm trại Argyle Camp ở ngay trung tâm thành phố Hồng Kông, nhưng cảnh vật ở đây rất tiêu điều. Trước đây là trại lính, bây giờ họ biến thành trại cấm, "Closed Centre", một danh từ nói cho mỹ miều chứ thực ra không có chút tự do nào cả. Vì nơi đây có hàng rào kẽm gai, có lồng củi để nhốt người phạm tội. Sở dĩ tôi vào được là vì có bà Lueng và anh Lam vốn đã quen biết trước. Nếu không thì có lẽ cũng chẳng được vào thăm đồng bào mình. Trước khi tôi vào thăm các trại tại Hồng Kông đã có Thượng Tọa Thích Nhất Hạnh từ Pháp và Thượng Tọa Thích Bảo Lạc từ Úc cũng đã đến thăm và ủy lạo đồng bào nơi đây qua sự giúp đỡ của bà Lueng và anh Lam.

Trong trại chia ra làm 4 khu vực A, B, C, D. Một khu dành cho những người đến từ các tỉnh miền Bắc Việt Nam, một khu dành cho những người Bắc đến Trung Quốc, rồi từ Trung Quốc trốn sang đây. Những người này nghe đâu bị trả về lại cho Trung Quốc. Họ gặp chúng tôi và xin chụp hình để làm lưu niệm, rủi sau này về lại Trung Quốc có bị bắn giết cũng có hình mà thờ. Nghe ra quá đau lòng. Trong trại cũng có 2 đứa bé bị mất cha mất mẹ, tôi đã ghi tên họ và về Đức giao lại cho ông Buschen ở Hannover để ông lo thủ tục bảo lãnh. Vì trước khi tôi ra đi ông có nhờ điều đó. Hy vọng ông sẽ được mãn nguyện.

Một khu khác dành cho những người từ miền Nam Việt Nam và một khu khác nữa dành cho những người chuẩn bị đi Pháp. Người trong hai khu vực này được đi làm thêm bên ngoài để kiếm tiền chuẩn bị đi định cư ở một nước thứ ba.

Trong 4 khu vực của trại, chỉ có khu của người Bắc là có thờ Phật, còn những khu kia không thấy. Tôi có xin phép gặp tất cả đồng bào trong trại một lần nhưng không được, vì họ không có quyền lui tới với nhau, nên chỉ được đi thăm từng trại một mà thôi. Lần này chúng tôi cũng đã thăm một vài người nằm trong chuồng khỉ, *"monkey house"*, nói theo tiếng Việt hóa ra là "xà lim", nơi nhốt những phạm nhân tội nặng. Tôi nhìn những người bị nhốt, lệ ứa trong lòng, vì sự tự do quá giới hạn. Thật sự mà nói, tất cả chúng ta đều là những kẻ bị cầm tù trong cõi Dục giới này, nếu chưa thoát ly khỏi sinh tử luân hồi. Nhưng dầu sao đi nữa, biên giới của tù ấy còn rộng hơn ở đây gấp trăm ngàn lần. Một ngày họ chỉ được đi ra ngoài một lần. Phòng thì không có ánh sáng, tiểu và đại tiện, ăn uống, tất cả đều ở bên trong. Đúng thật "đời là bể khổ".

Ngày 23 tháng 12 năm 1986, chúng tôi dùng tàu thủy để đi đến trại Chi Ma Wan. Trại cách Hồng Kông chừng một tiếng rưỡi đồng hồ đi tàu thủy. Trại nằm trên một triền núi đồi rất đẹp và thơ mộng, mặc dầu chung quanh có những tấm lưới sắt bao bọc lại. Trại chia làm 2 khu, khu trên và khu dưới. Khu trên có phòng giảng, nhà hội họp, chỗ sinh hoạt, chỗ ở v.v... rất sạch sẽ, ngăn nắp, vệ sinh. Ở đây tổ chức của gia đình Phật tử rất mạnh. Hiện có Thầy Quảng Nhiên đang ở tại đấy.

Khi chúng tôi đến thì các Phật tử đã tập hợp đầy đủ và tổ chức tiếp đón thật long trọng. Sau thời kinh cầu an là buổi nói chuyện. Có nhiều người lầm tôi là Thầy Bảo Lạc, vì chắc rằng anh em ruột nên có nhiều điểm giống nhau. Sau câu chuyện đạo, chúng tôi có tặng một số quà bánh, sách vở, băng nhạc, băng kinh và 700 đô-la Hồng Kông cho Ban Đại Diện Phật tử tại đây để có phương tiện sinh hoạt.

Trong những câu chuyện trao đổi thông thường với mọi người trong trại, tình cờ tôi gặp lại một thầy giáo cũ cách đây 23 năm về trước. Đó là thầy Huỳnh Việt Quế dạy Lý Hóa tại trường Trung Học Bồ Đề Hội An, Quảng Nam, năm 1964. Quả thật trái đất tròn, sau hơn 20 năm lại có ngày hội ngộ.

Trở về phòng thầy Quảng Nhiên để thăm viếng và ủng hộ thầy chút đỉnh trong việc sinh sống tại đây, tôi thấy thầy có ý định đi Đức, nên sau khi về lại Đức tôi sẽ xúc tiến thủ tục bảo lãnh cho thầy.

Rời trại Chi Ma Wan mà trong lòng lại luyến tiếc, có ý như muốn trở lại đây một lần nữa để chia sẻ những khó khăn với đồng bào, nhưng thời giờ không cho phép, đành phải lên tàu trở về Hồng Kông trong bao luyến tiếc mến thương.

Đứng đợi tại bến tàu bên Hồng Kông là Thượng Tọa Sodhalokha - người Đức (dịch tiếng Tàu là Tín Quang) đã ở Hồng Kông 6 năm và rất tích cực giúp người tỵ nạn. Thượng Tọa cũng giống Thượng Tọa người Anh Abinyana đã giúp cho đồng bào mình trong các trại tại Phi Luật Tân. Thượng Tọa Sodhalokha biết rất nhiều ngôn ngữ như Đức, Anh, Tây Ban Nha, Ý, Quan Thoại, Thái Lan, Ấn Độ và một ít tiếng Việt Nam. Nhìn những người tu sĩ Phật giáo Âu Châu lăn xả vào các hoạt động xã hội, từ thiện để giúp đỡ dân mình, tôi cảm thấy xấu hổ vô ngần. Vì chính mình chẳng giúp gì cho đồng bào mình nhiều hơn được. Do đó tôi có ý nghĩ là chùa chiền xong đâu đó sẽ đến các trại để ở lại một thời gian lâu hơn hầu giúp đỡ đồng bào mình một cách tích cực hơn. Ở nơi sung sướng không nghĩ đến những người khổ sở, có lẽ cũng là một cái tội. Cái tội ích kỷ, chỉ lo cho mình, không san sẻ niềm vui và chia sẻ khó khăn với kẻ khác. Nếu quý thầy quý cô Việt Nam hiện ở ngoại quốc, ngoài việc lo cho đồng bào Phật tử tại địa phương mình, còn lo cho đồng bào trong trại nữa mới là điều đáng quý. Mong thay sự trợ lực của quý thầy.

Thầy Sodhalokha nghiêm nghị, ít cười nói và hay tự cho mình là một Culy Monk - có nghĩa là một tu sĩ làm thuê - làm thuê nhưng tuyệt đối không nhận thù lao. Quả thật trên thế gian này ít có. Thầy mỗi tuần vào mỗi trại một lần để bắt mạch chẩn bịnh, cho thuốc và dạy thiền. Tôi có biếu thầy 150 đô-la Hồng Kông, nhưng thầy bảo không nhận cho chính mình mà chỉ nhận để mua thuốc cho bịnh nhân. Thầy rất trực tính, thường hay chê những Phật tử lười biếng không có ý tu hành hoặc đổi đạo v.v... nên cũng có nhiều người không thích. Nhưng dầu sao đi nữa, sự thật vẫn là sự thật.

Thầy đợi chúng tôi ở bến tàu là có ý cùng đi đến trại Jubilee open camp. Đây là một trại tự do duy nhất. Người trong trại ra vào không bị gạn hỏi, vì họ đã có chốn đi định cư. Trại tự do nhưng quá cũ kỹ và dơ nhớp quá chừng. Chuột cống, ruồi muỗi, thuốc phiện, xì ke thấy nhan nhãn và nghe mùi hôi tanh đầy trại. Trên tầng 4 cũng có một Niệm Phật Đường nho nhỏ, chúng tôi đến đó thăm viếng và nói chuyện độ vài tiếng đồng hồ rồi về.

Ngày 24 tháng 12 năm 1986 chúng tôi lại dùng tàu thủy để đi thăm trại Hei Ling Chow. Trại này là một trại cấm nhưng rất sạch sẽ ngăn nắp. Trong trại có trường học, nhà thương, chỗ chơi thể thao, thể dục v.v...

Hôm ấy là ngày lễ Giáng Sinh nên Đạo Thiên Chúa và Tin Lành đã mượn hết phòng ốc để làm lễ. Do đó Phật giáo phải làm lễ ngoài trời. Một bàn thờ lộ thiên 10 thước được đặt ngay trong sân vận động, trên đó bày biện rất nhiều hoa quả, trà bánh v.v... Ở đây toàn là những người Bắc. Họ rất thành kính nhưng kinh kệ thì hầu như không thuộc câu nào. Sau một tiếng đồng hồ làm lễ và 2 tiếng đồng hồ giảng giải những điều cần thiết dưới nắng chiều, nhưng tôi chẳng thấy ai mỏi mệt mà họ cứ muốn ngồi nghe. Tôi hỏi tại sao quý vị ngồi lâu thế mà không mỏi? Họ trả lời rằng, vì đã ngồi nhiều lần như thế suốt 30 năm dưới chủ nghĩa Cộng Sản Việt Nam rồi nên quen đi. Tôi nghe như cảm động lẫn tội nghiệp cho một kiếp nhân sinh. Nhưng qua buổi nói chuyện ấy tôi mới thấy rằng bạo lực và vô thần sẽ không bao giờ thắng nổi niềm tin tôn giáo. Bằng chứng ấy đã nói lên tất cả sự thực rồi.

Ngày 25, nghỉ một ngày và 26 tháng 12 năm 1986 chúng tôi đi thăm trại cấm cuối cùng là trại Tuen Mun Closed Centre. Nghe nói trại này có đến 4, 5 ngàn người. Trại có phòng thờ Phật trang nghiêm và tổ chức Gia đình Phật tử cũng đầy đủ. Sau khi tụng kinh và thuyết giảng là buổi trà đàm rất vui vẻ và thân mật.

Trước khi lên đường đi Đài Loan để lo một vài công việc Phật sự, chúng tôi có trở lại trại Argyle Camp để thăm một lần nữa, và chúng tôi cũng đã trao tặng số tiền 3.000 đô la Hồng Kông của chùa Khánh Anh và quý Phật tử đóng góp cho bà Lueng Wai Lan để bà mua những vật dụng cần thiết cho đồng bào mình. Vì trao cho từng người, từng trại thì không đủ, mà chỉ trao cho những người nào thật sự thiếu thốn nhất, như không có thân nhân ở ngoại quốc mà thôi. Điều đó chỉ có bà Lueng Wai Lan biết rõ. Vậy mọi sự đóng góp tài chánh cho các trại tại Hồng Kông, quý tu viện hoặc quý Phật tử xa gần có thể liên lạc về địa chỉ sau đây:

Mrs. LU ENG WAI LAN
5 Staunton St. G/F Central Hongkong
Tel: 5-234933 hoặc 5-594161

Sợ để lâu ngày quên đi nhiều dữ kiện cũng như các địa danh, tên trại v.v... nên tôi đã viết bài này tại Tokyo, nơi phòng thầy An Thiên, gởi về Đức cho quý Phật tử xa gần xem để hiểu một vài công việc đã được thực hiện trong chuyến đi vừa qua tại Hồng Kông.

24. TRỞ LẠI XỨ PHÙ TANG

Ngày 23 tháng giêng năm 1987 tôi viết Đường Không Biên Giới để gởi đến các độc giả xa gần trên chuyến bay Singapore Airline số 7 từ Tokyo hướng về Singapore, rồi Hòa Lan.

Đây cũng là chuyến bay dài nhất trong năm 1986 và 1987, có lẽ rằng trong những năm tới tôi không tiếp tục những chuyến bay xa, để dành thời giờ lo việc xây dựng ngôi chùa Viên Giác.

Trong chuyến đi tôi đã ghé 4 nước và 4 nước ấy cũng chẳng xa lạ gì, nhưng lại có những niềm vui nho nhỏ. Hay nói đúng hơn là tại mỗi nước tôi lại có một cái nhìn ý vị lạ lùng.

Như ở Thái Lan, người được gọi là Tăng sĩ phải cạo đầu và cạo cả lông mày. Khi tôi đến Thái, người Thái chỉ nhìn hàng lông mày mà chẳng để ý đến y phục hay những điều kiện khác. Trong khi đó tôi đến Đài Loan để thăm và làm Phật sự tại đấy, Phật tử không nhìn hình tướng đầu tròn áo vuông của tôi mà lại nhìn đôi giày đi mùa đông bên xứ Đức. Họ nhìn tôi mang giày có vẻ ngạc nhiên, không phải vì đôi giày quá tốt hoặc quá xấu, mà vì ở Đài Loan hầu như không có tăng sĩ nào mang giày da cả mà chỉ mang giày bố thôi. Tôi phải giải thích đủ mọi điều, rằng Tây Đức lạnh không thể đi giày vải được, rằng đây là phương tiện v.v... Nhưng chẳng ai để ý đến chữ "rằng" của tôi khi giải thích cả, mà họ nhìn tôi như có vẻ mỉa mai.

Rồi đến Nhật, như quý vị đã biết, các tăng sĩ ở đấy đều dễ dãi ở mọi vấn đề. Họ nhìn tôi trong chiếc áo nhà tu Việt Nam, sống khổ hạnh và kham nhẫn, họ cảm thấy thương hại cho thân phận của người tăng sĩ Việt Nam nơi xứ lạ.

Đi qua Thái Lan, Hồng Kông, Đài Loan và Nhật Bản, tuy rằng cũng là Phật giáo cả, nhưng hầu như mỗi nơi đều có những điểm khác biệt, từ cách phục sức cũng như quan niệm về việc tu hành.

Đi nhiều nơi, đến nhiều chốn, ta mới thấy rằng chư tăng Việt Nam tu hành rất khắc khổ và vượt xa hơn các nước rất nhiều. Không phải vì chúng ta là người Việt Nam nên bênh vực cho người Việt. Phải thành thực mà nói, các vị tăng sĩ Phật giáo Việt Nam của chúng ta có nhiều điểm đáng hãnh diện vô cùng. Tiếc rằng nước ta bị chiến chinh triền miên và tiếng nói rất nhỏ bé trên chính trường quốc tế nên thân phận của người tăng sĩ Việt Nam cũng chưa được lớn mạnh thôi. Từ điểm ấy chúng ta có thể nhìn những điểm khác cũng tương tự như vậy. Nếu chúng ta trở thành nước kỹ nghệ tiên tiến hàng đầu như Nhật Bản thì ngôn ngữ của chúng ta có thể nổi tiếng và dễ học hơn ngôn ngữ của Nhật rất nhiều.

Trong 10 năm xa Nhật, tôi đã trở lại đó 3 lần. Mỗi lần thấy mỗi khác và mỗi tiến bộ hơn. Trong khi đó quê hương của chúng ta vẫn còn khói lửa mịt mờ, người người bỏ nước ra đi tỵ nạn để tránh cảnh thiếu tự do và tù ngục.

Người Nhật bây giờ giàu có hơn xưa, sang trọng hơn xưa và theo Âu Mỹ rất nhiều, mặc dầu xứ Nhật không phải là nơi hoàn toàn thuận lợi cho việc sinh sống làm ăn. Ví dụ như động đất, núi lửa là những thiên tai không nhỏ. Có ngày động đất đến 5, 7 lần. Đất rung rinh, mọi vật rung chuyển. Mọi cơ cấu đều ngưng hoạt động trong thời gian ngắn 5, 10 phút. Có lần tôi dùng xe Shinkansen đi về Sendai, xe đã phải ngừng giữa đường khi có động đất và sau 2 tiếng đồng hồ mới tiếp tục chạy lại. Tôi nhìn vẻ mặt của những người ngoại quốc đi cùng tàu có vẻ sợ sệt, lo âu, nhưng khi nhìn những người Nhật, họ vẫn an nhiên tự tại. Có lẽ vì đó là một định luật mà thiên nhiên đã an bài cho xứ hải đảo nên họ phải chấp nhận chứ chẳng còn cách nào hơn. Trong khi đó người ở nơi khác thì bảo nơi này sướng hơn nơi kia, nhưng thực ra khi chúng ta còn ở trong cõi Ta Bà này là vẫn còn khổ. Vì thế, trong kinh Pháp Hoa đức Phật dạy rằng: *"Ba cõi không yên giống như nhà lửa."* Khi nào thoát ly khỏi sinh tử luân hồi, chứng thành đạo quả, thì lúc ấy mới không còn cái khổ của sanh tử luân hồi kia nữa.

Lần này về lại Nhật, tôi có đi thăm trại tỵ nạn tại Shinagawa. Cách đây 2 năm về trước, việc vào trại thăm còn tương đối khó khăn, nhưng lần này nhờ sự ngoại giao khéo léo của Thầy Thích An Thiên mà chúng tôi được vào trại một cách dễ dàng, được ông Giám Đốc cùng các nhân viên cũng như các thông dịch viên Việt Nam tại đó tiếp đãi một cách nồng hậu, cởi mở và vui vẻ hơn xưa nhiều. Trại bây giờ cũng tương đối sáng sủa. Cuối tuần, đồng bào trong trại được ra ngoài để thay đổi không khí. Một ngày học 4 giờ Nhật ngữ và chỉ có thể học 3 tháng, sau đó lại ra ngoài trại để đi làm, nếu người tỵ nạn dự định ở luôn tại Nhật.

Tiếng Nhật khó gần như tiếng Đức, nhưng chỉ học có 3 tháng thì chẳng đủ vào đâu. Hy vọng trong tương lai trung tâm lại có thêm giờ Nhật ngữ cho đồng bào.

Có nhiều người ở tạm để chờ đi định cư một nước thứ ba thì lo học tiếng Anh hoặc tiếng địa phương của nước đó. Nghe đâu hiện tại có khoảng 3.000 đồng bào Việt Nam, kể cả 200 sinh viên thuở xưa du học, đang cư trú vĩnh viễn tại Nhật.

Bây giờ tại Nhật đã có nhiều tiệm buôn thực phẩm Á Đông, tiệm sách, cung cấp các sách vở cần thiết, tiệm ăn v.v... mở khắp đó đây, nên không khí sinh hoạt của người Việt Nam tại Nhật ngày nay có phần đổi khác hơn xưa rất nhiều. Cũng có nhiều đồng bào mua xe hơi, ở nhà rộng rãi. Một số sinh viên ở lâu năm, có công ăn chuyện làm, đã lấy quốc tịch Nhật. Nhưng gặp ai cũng than là cực quá, khổ quá, chạy đua với Nhật cũng đừ người.

Đời sống ở Nhật rất tiện nghi, nhưng quá chật chội và phải cố gắng nhiều lắm mới có thể sống được, nên có nhiều người lại nghĩ đến nước thứ ba. Vật giá ở Nhật bây giờ cao gấp 3 hoặc 4 lần so với 15 năm trước khi tôi mới đến, còn lương thì tăng không nhiều, nên nhiều người đã than thở.

Thầy An Thiên và tôi đã nói chuyện tại trung tâm tỵ nạn trong vòng một tiếng đồng hồ rất cởi mở và vui vẻ.

Sinh hoạt cộng đồng của người Việt tại Nhật cũng giống như tại Âu Châu hay các nơi khác tại Mỹ hoặc Úc

Châu, mỗi năm có tổ chức Tết, ra báo gây quỹ giúp tàu Cap Anamur v.v... kể cũng nhộn nhịp hơn xưa rất nhiều.

Riêng về Phật tử thì cho đến lễ Phật Đản 2531 (1987) mới ra mắt một cộng đồng Phật tử Việt Nam tại Nhật một cách chính thức. Hy vọng rằng trong tương lai, tầm hoạt động sẽ rộng rãi và vững mạnh hơn.

Ngày xưa quý thầy du học tại Nhật rất đông, một số lớn về nước làm việc, số khác thì hiện đang ở các nước khác để giúp đỡ đời sống tinh thần cho đồng bào. Do đó, ở Nhật hiện chỉ còn lại 2 thầy nên việc Phật sự cũng đa đoan lắm.

Lớp cũ nhất có quý Hòa Thượng Thích Thiên Ân, Hòa Thượng Thích Tâm Giác, Thượng Tọa Thích Quảng Minh. Sau đó thì các Hòa Thượng Thích Thanh Cát, Hòa Thượng Thích Thiền Định, Thượng Tọa Thích Mãn Giác. Kế đến là quý Thượng Tọa Thích Minh Tâm, Thượng Tọa Thích Minh Lễ, Thượng Tọa Thích Trí Quảng, Thượng Tọa Thích Long Nguyệt. Lớp sau lại có Thầy Chơn Minh, Thầy Giác Thiện, Thầy Như Tạng, Thượng Tọa Thích Minh Tuyền, Thượng Tọa Thích Trí Đức, Thượng Tọa Thích Chơn Thành, Thượng Toạ Thích Trí Hiền, Thượng Tọa Thích Nguyên Đạt.

Lớp từ 1972 đến năm 1975 có chúng tôi, Đại Đức Thích An Thiên, Thượng Tọa Thích Bảo Lạc, Thầy Minh Tuấn, Thượng Tọa Thích Phước Toàn v.v... Chắc chắn rằng còn thiếu nhiều vị, nhưng những vị chúng tôi nhớ được, đa số hiện vẫn còn phục vụ cho đồng bào Phật tử đó đây.

Giáo Hội ngày xưa gởi quý thầy đi du học tại Nhật cũng đã nghĩ xa, và sự thành công của quý Thầy đóng góp cho việc phát triển đạo pháp tại quê nhà cũng như tại hải ngoại không phải là nhỏ.

Bên quý sư cô thì ít có vị học tại Nhật, chỉ có cô Mạn Đà La, năm 1964 học cao học Phật giáo tại Đại Học Komazawa, bây giờ ở Pháp và thân chính quyền Cộng Sản Việt Nam trong hiện tại, nên chẳng có liên lạc gì. Sư Cô Như Chính năm 1975 cũng đã đi Hoa Kỳ. Sư Bà Vĩnh Bửu có học thiền một thời gian tại Nhật, nhưng Sư Bà đã tịch.

Sau này có anh Trần Đức Giang và anh Nguyễn Quang Dục, là những sinh viên du học tại Nhật lâu năm, đã xuất gia theo các tông phái tại Nhật. Cũng có một số quý thầy và quý cô tỵ nạn, được tàu ngoại quốc vớt đem về Nhật tạm trú một thời gian rồi đi các nước khác như Thượng Tọa Thích Như Huệ, Đại Đức Thích Minh Mẫn, Sư Cô Diệu Từ v.v...

Nước Nhật cũng có nhiều điều hay và lắm cái dở, nhưng nếu học, chúng ta chỉ học những cái hay thôi để làm hành trang đời mình đi làm việc đạo thì quí giá vô ngần. So trong các nước mà Giáo Hội gởi quý Thầy đi du học như Nhật, Ấn Độ, Tích Lan, Thái Lan, Đài Loan, Hoa Kỳ, Anh Quốc, Tây Đức v.v... thì Nhật chiếm một tỷ lệ tương đối nhiều và thành công hơn cả. Tuy không hoàn toàn đỗ bằng tiến sĩ hết như quý thầy tại Đài Loan và Ấn Độ, nhưng bằng cấp cử nhân và cao học tại Nhật cũng đã giúp chư tăng Việt Nam rất nhiều trong mọi lãnh vực giao tế giữa đạo và đời.

Tôi về lại Nhật như thấy hoa Anh Đào đã nở rộ và đang đi đến độ về chiều, vì sau 10 năm thấy ai cũng già đi, so với sự lớn lên nhanh chóng của thế hệ mới. Thế hệ trẻ ngày xưa khi tôi đến Nhật mới học tiểu học mà bây giờ đã gần xong đại học rồi. Tôi cảm thấy như già đi và trở nên lặng lẽ, không băn khoăn nghĩ ngợi so đo nữa mà thấy rằng có một cái gì đó ý vị nhiệm mầu. Vả chăng thời gian, cuộc đời, tư tưởng đã làm cho người ta thay đổi, ngay cả quan niệm sống cũng khác hơn xưa. Không phải tôi muốn nói việc duy tân Phật giáo Việt

Nam trong hiện tại ở ngoại quốc, mà tôi muốn nói rằng quan niệm của con người cũng có lúc thay đổi như hoa anh đào lúc nở, lúc tàn. Hoa đào năm trước sẽ khác hoa đào năm sau, tuy rằng vẫn chỉ nở từ một cây đào ấy.

Máy bay vẫn bay, tư tưởng tôi vẫn dạt dào trôi chảy như nhảy múa trong không trung, như nương theo thần thông của chư thiên để đưa ý tưởng về một nơi xa lạ.

Từ Tokyo, Hồng Kông, Singapore rồi Hòa Lan, Đức Quốc, tôi muốn mắt mình nhìn thấy tận quê hương yêu dấu Việt Nam trên đường bay ngang ấy. Nhưng cao độ 10.000 thước nhìn xuống chỉ thấy toàn mây bạc với trời trong. Quê hương tôi giờ đây vẫn đọa đày như bao năm trước. Thầy Tổ giờ đây đang khổ cực lo âu. Bạn bè giờ đây không còn tự do hành đạo nữa... Chỉ bấy nhiêu cảm tưởng ấy cũng đã làm cho tôi thao thức rất nhiều, khó có dịp bay ngang lại đây. Ngày xưa khi đi ngang qua lãnh thổ Việt Nam, phi hành đoàn thường hay giới thiệu với hành khách, nhưng bây giờ hai tiếng Việt Nam đã làm cho thế giới hãi hùng nên họ không còn đề cập nữa chăng? Việt Nam của chiến tranh, Việt Nam của nghèo đói, Việt Nam của xâm chiếm láng giềng... Ôi nước mắt mẹ Việt Nam đã bao nhiêu lần chảy. Ôi xương máu của Việt Nam đã lấp được mấy biển khơi! Không biết bao giờ những người Cộng Sản Việt Nam mới có được cái nhìn bao dung cởi mở?

Sau 15 ngày ở Thái Lan, Hồng Kông, Đài Loan và 21 ngày ở lại Nhật, tôi lại trở về với xứ lạnh giá buốt quanh năm, mang bao tin vui về cho Phật tử và cũng mong rằng đồng bào Phật tử Việt Nam tại Đức sẽ chia sẻ những khó khăn với đồng bào trong các trại tỵ nạn tại Thái Lan cũng như Hồng Kông.

25. TẠM KẾT

Tôi bắt đầu viết loạt bài này từ năm 1980 cho đến nay là 1987. Tổng cộng là 8 năm dài. Mỗi năm trên 6 số báo Viên Giác và mỗi lần cách nhau 2 tháng. Lẽ ra mục Đường Không Biên Giới vẫn còn tiếp tục nữa, vì đã gọi là *"không biên giới"* thì làm sao có giới hạn được. Nhưng để thay đổi không khí cũng như để cho tác phẩm ra mắt độc giả, sau 8 năm tôi đã cưu mang nó trong lòng, trên bàn giấy, trong ký ức v.v... nên bắt buộc tôi phải dừng lại nơi đây, có thể gọi là biên giới tạm vậy. Khi nào có cơ duyên tôi sẽ trở lại với quý vị ở một mục khác hay cũng với tựa đề này cũng không sao.

Trải 8 năm trời gió sương mưa nắng, những đoạn đường thi hành Phật sự của tôi đã được độc giả lưu tâm, thăm hỏi, đốc thúc, an ủi, cổ võ. Bao nhiêu cảm tình đó của quý độc giả xa gần, Phật tử cũng như không Phật tử, đã làm cho tôi phấn khởi rất nhiều.

Sau 10 năm ở Đức, tôi đã cho ra đời 8 tác phẩm và tác phẩm này là tác phẩm thứ 9 vậy. Như vậy cứ mỗi năm trung bình có một tác phẩm được ra đời. Người đời có gia đình, con cái, ấy gọi là niềm vui. Nhưng tôi thì có cái vui của người cầm bút. Mặc dầu tôi không phải là một nhà văn, nhưng cố gắng ghi lại những gì đã xảy ra trong đời mình, lúc đang làm việc đạo, để một ngày mai, nếu ai đó có muốn tìm lại những bước chân đi trước, có thể có một vài dữ kiện để từ đó đi thêm nữa. Lầu đài cung điện nguy nga, chùa chiền đồ sộ, quyền thế cao sang v.v... những thứ ấy cũng không tồn tại mãi mãi với lịch sử. Dầu có tồn tại năm ba trăm năm đi chăng nữa, chúng cũng chỉ là những vật chất không biết nói. Nhưng nếu một quyển sách, dầu hay dầu dở mà còn tồn tại được như thế hoặc lâu hơn, thì nó là chứng nhân của lịch sử. Do đó, tôi cần phải viết.

Ngày xưa cách đây 11, 12 thế kỷ khi ngài Pháp Hiển và ngài Huyền Trang sang Ấn Độ thỉnh kinh, học đạo, nếu các Ngài không ghi lại những ký sự lúc bấy giờ thì ngày nay có lẽ nhân loại sẽ không có thêm được những dữ kiện chính xác khi tìm lại lịch sử thời ấy.

Nghĩ rằng Phật giáo ngày xưa vẫn còn ở tại Á Châu, vì phương tiện giao thông và truyền đạt tư tưởng bị hạn chế. Ngày nay nhờ thế giới văn minh, loài người tiến bộ, tư tưởng được khai phóng, cho nên thiết tưởng rằng Phật giáo có mặt tại các nước Âu Châu này, phải có một cái gì đó có tính cách đặc thù của nó, cần phải ghi lại, mà Phật giáo Việt Nam là một trong những tôn giáo được mang sang Âu Châu vào cuối thế kỷ 20 này.

Việt Nam là một nước có nền văn hiến lâu đời, với đạo Phật đã tồn tại hơn 18 thế kỷ. Nhưng Việt Nam lại bất hạnh bởi chiến tranh, chết chóc và thù hận lan tràn trên quê hương yêu dấu đó. Nếu không có chiến tranh, chém giết thì chúng ta đã không có mặt nơi đây và đương nhiên ảnh hưởng của Phật giáo Việt Nam tại quốc độ này cũng chưa có gì đặc biệt lắm.

Ngày xưa, người Âu Châu nhìn những xứ Á Đông chúng ta, xứ nào cũng giống xứ đó, không phân biệt được ai là ai cả. Nhưng ngày nay người Âu Châu đã hiểu chúng ta rất nhiều. Và để ngày càng hiểu được nhiều hơn thế nữa, chúng ta cần phải trao đổi văn hóa và tôn giáo với nhau nhiều hơn trước, để tạo nên niềm cảm thông sâu sắc hơn.

Quê hương tôi từ Đồng Văn đến Mũi Cà Mau dài chừng 2.500 cây số. Có sông, có biển, có núi, có đồi. Có Hà Nội 36 phố phường, có Huế như chốn thâm cung bí sử, có Sài Gòn lộng lẫy nguy nga, nhưng tôi lại chưa có duyên đi hết đó đây để thăm những lăng tẩm xưa, những ngôi chùa cũ, những đền đài cung điện v.v... Trong khi đó ở xứ người, tôi lại có cơ hội đi được nhiều hơn trong các nước Á Châu, Mỹ Châu hoặc Âu Châu. Sau hơn 5 năm ở Nhật tôi đã đi hầu như khắp nước Nhật và sau hơn 10 năm ở Đức hầu như tôi đã đi hết xứ Đức rồi. Đây là một số địa phương tôi đã đi qua, xin kể lược thuật từ Bắc chí Nam.

Địa phương đầu tiên của ải địa đầu nước Đức là Flensburg, Kiel, Neumunster, Pion, Lubeck, Stade, Norddeich, Emden, Cloppenburg, Pappenburg, Hamburg, Salzburg, Bentheim, Osnabriick, Bad Iburg, Georgmerienhutte, Hagen, Rheine. Rồi đến Berlin, Btelefel, Stadthagen, Uelzen, Luneburg, Celle, Friedland, Gottingen, Hildesheim, Langenhagen, Dortmund, Barntrup, Detmond, Munster, Recklinghausen, Monchengladbach, Bochum, Essen, Neuss, Dusseldorf, Aachen, Diiren, Jalich, Dorsten, Bonn, Köln, Koblenz, Kassel, Gießen, Frankfurt, Wiesbaden, Saarbrucken, Mannheim, Karlsruhe, Pforzheim, Stuttgart, Munnerstadt, Rottershausen, Schweinfurt, Fulda, Sindelfingen, Tubingen, Reutlingen, St. Georgen, Furth, Erlangen, Nurnberg, Augsburg, Ulm, Munchen, Boden See v.v...

Chỉ sơ sơ như vậy cũng gần 70 địa phương tại nước Đức tôi đã đặt chân đến rồi. Đó là những nơi còn nhớ trong ký ức, còn những nơi đã quên chắc cũng gần bằng nửa số trên.

Ngày xưa tôi được tiếng là học mau nhớ và nhớ dai, nhưng ngày nay thì không có khả năng nhiều như trước nữa. Không phải trí óc bây giờ tệ hơn lúc trước, mà vì ngày trước còn nhỏ, việc ít, học mau vô. Bây giờ lớn rồi, công việc nhiều, giống như ly nước đã đầy làm sao có thể đổ thêm vào được nữa. Thỉnh thoảng tôi có giảo nghiệm lại để xem trí nhớ có khác xưa nhiều không thì thấy rằng có chậm đôi chút, nhưng không đến nỗi nào.

Một tờ giấy trắng khi bị chấm một vết nhơ thì thấy liền, chứ một chiếc áo màu hoặc chiếc áo bẩn thì sẽ khó thấy được điều đó. Có nhiều người bảo để già hãy vào chùa tu, chứ trẻ tu làm gì cho uổng. Nhưng riêng tôi thì chống lại lối lập luận ấy. Đành rằng già tu cũng được, nhưng khi già rồi thì hay quên trước, quên sau, lưng còm, tai điếc làm sao kham nhận nổi trọng trách của một trưởng tử Như Lai. Vì thế, ngày xưa Đức Phật vẫn cho những người trên 60 tuổi xuất gia, nhưng không được thọ Cụ túc giới là điều hiển nhiên vậy.

Nếu cuộc sống thanh niên của chúng ta có một niềm tin mãnh liệt, đem tất cả tài năng và sức lực ấy để tu hành và phụng sự cho lý tưởng của mình thì hay biết bao! Thay vì dùng cuộc sống sung mãn ấy ở tuổi thanh niên để lo chơi bời trác táng, đến khi thân tàn ma dại, ê ẩm mọi bề mới tìm cách nương náu nơi cửa chùa để mong vơi đi niềm tục lụy, thì hóa ra đạo Phật chỉ là đạo yếm thế, xa vời, không hữu ích gì cho xã hội cả sao?

Nhiều người thấy những gia đình có con đi tu thì bảo rằng gia đình ấy có phước. Nhưng khi con mình xin đi tu thì họ bảo phải chờ năm ba năm nữa hãy đi. Đó chỉ là một kế hoãn binh, để rồi vĩnh viễn không cho con mình theo con đường đạo nữa. Đi tu là một niềm vinh hạnh. Ai cũng biết thế, nhưng khi vinh hạnh ấy thuộc về người khác kìa, chứ chính con mình thì không muốn. Ngày xưa ở Việt Nam có những người đi tu, rủi ro nửa chừng kham không nổi cuộc sống tu hành nên phải ra đời. Nhưng khi ra đời rồi, không phải để sinh sống với những người chung quanh. Vì họ bị chế giễu, gièm pha mọi mặt. Nhưng bây giờ ở hải ngoại thì tôi lại chủ trương khác. Dĩ nhiên mục đích vẫn phải tu đến nơi đến chốn thôi, nhưng chỉ thay đổi quan niệm vậy. Nếu bắt buộc tu cho đến suốt đời, mà có nhiều người không kham nổi thì sao? Họ nên ở trong chùa hay hoàn tục? Nếu họ ở lại trong chùa, chưa chắc gì trong lòng họ sung sướng, vì con đường tu họ không muốn tiếp tục nữa. Nếu ra đời hẳn thì họ sẽ bị chê bai, gièm pha mọi mặt. Theo tôi quan niệm thì ai tu được cứ khuyến khích cho họ tu đến nơi đến chốn. Nếu ai không thể tu được thì hãy cho họ hoàn tục mà không nên có sự bình phẩm. Sự tu được một thời gian là đã quý rồi. Quý hơn những người chẳng tu được một ngày nào cả. Vậy tại sao chúng ta không thông cảm và khuyến khích những người ấy, mặc dầu họ chỉ tu được một thời gian thôi. Trong khi người Miên, người Lào, người Thái v.v... quan niệm rằng, nếu người nào có tu một thời gian trong chùa là những người ấy có được phước đức lớn, sau đó mới ra lập gia đình. Còn quan niệm của người Việt Nam chúng ta thì khắt khe quá, nên riêng tôi muốn quý Phật tử Việt Nam nên chấp nhận việc này và thay đổi quan niệm cho phù hợp hơn.

Tôi không có ý duy tân Phật giáo Việt Nam. Vì Phật Giáo Việt Nam chẳng có gì để phải duy tân cả, ngoại trừ những quan niệm hẹp hòi cố chấp của người Phật tử chúng ta. Có thể mỗi người trong chúng ta đều có mỗi cách lý luận, mỗi quyền sống khác nhau. Nhưng mong rằng nếu là quyền sống và được tu của một người Phật tử muốn làm một tăng sĩ thì phải dễ dãi như thế.

Cũng vì quan niệm như vậy nên ngày nay tôi tuyển

chọn đệ tử xuất gia có tính cách rộng rãi hơn, không bắt buộc và khắt khe như quan niệm xưa. Phong tục, tập quán, quan niệm v.v... có lẽ cũng chỉ hợp với từng thời điểm và từng quốc độ, không nhất thiết là khắp mọi nơi trên quả địa cầu này, ngoại trừ chân lý. Người da trắng cho mình là văn minh, tiến bộ, sạch sẽ v.v... nhưng khi vào trong đám da đen thì người da trắng vẫn bị lạc loài như thường. Hoặc ngược lại, người da vàng cũng thế. Họ chỉ có thể tự hào hoặc hãnh diện nơi quê hương đất nước của họ, nhưng khi ra khỏi lãnh vực quốc gia và tập quán rồi thì khó có thể thẩm định được rằng đó là đúng hay sai.

Phật tử Việt Nam chúng ta rất tốt, có những điều rất hay, nhưng cũng có lắm điều rất khác đời, nên chúng tôi lại có những đề nghị trên. Mong rằng lời thật ấy chẳng mất lòng những kẻ hữu tâm với đạo.

***

Năm 1975, rủi vì nạn Cộng sản nên chúng ta mới có mặt tại nơi đây. Nhưng cũng phải nói rằng, trong cái rủi ấy lại có cái may, là nhờ đó mà ngày hôm nay người Việt Nam chúng ta mới có mặt khắp nơi trên quả địa cầu này. Và chính nhờ vậy mà có nhiều người địa phương đã biết đến dân tộc Việt Nam cũng như Phật giáo Việt Nam.

Chúng ta mang cây Bồ Đề từ xứ nóng qua xứ lạnh để trồng không phải là điều dễ. Chờ cho bắt rễ xanh tươi rồi đâm chồi nảy lộc phải tốn công nhọc sức rất nhiều. Ngược lại, ngày xưa khi các giáo sĩ Âu Châu sang truyền đạo tại Á Châu đã gặp không biết bao nhiêu là khó khăn thử thách lúc ban đầu. Chúng ta có thể cảm thông được những sự khó khăn đó. Nhất là vào thời điểm những nước Á Châu chưa mở cửa rộng rãi để đón chào những tư tưởng tôn giáo của Âu Châu.

Ngày nay thì ngược lại, Phật giáo đã đi vào cửa ngỏ của Âu Châu bằng con đường từ bi, không bạo lực. Theo sau bước đường truyền giáo của Đạo Phật không có binh hùng tướng dũng, không có tiếng reo hò của quân sĩ bốn phương. Phật giáo chỉ âm thầm ngấm sâu vào trong từng thớ thịt của dân tộc, của người dân tại đó. Nên có nhiều nơi Đạo Phật được gọi là đạo của dân tộc cũng không ngoa chút nào.

Bây giờ cũng là thời điểm tốt nhất để những người Âu Châu hiểu thêm về Phật giáo Việt Nam nói riêng và Đạo Phật nói chung. Thời điểm của khoa học đang tiến bộ, mà khoa học ngày càng phát triển thì càng làm triển khai giáo lý của Phật giáo rất nhiều. Vì những lời dạy của Đức Phật hoàn toàn phù hợp với tính cách khoa học, và giáo đoàn của Ngài không phải chỉ là những người có niềm tin mà còn có trí tuệ sáng suốt để đánh giá những việc gì đã, đang và sẽ xảy ra chung quanh vậy.

Trước khi tập hồi ký này tạm chấm dứt, tôi phải dâng lời cảm tạ Tam Bảo, đã cho tôi một phước lớn, đến xứ này để làm việc đạo suốt 10 năm qua, mọi việc đều thuận buồm xuôi gió. Cành, cây lá Bồ Đề ngày càng tỏa rạng khắp nơi.

Xin cảm ơn chính phủ và nhân dân Đức đã mở rộng vòng tay nhân đạo đón nhận chúng tôi vào đây trên con đường ty nạn thập tử nhất sinh. Nhờ đó mà chúng tôi mới có cơ hội sống sót đến ngày nay để tuyên dương giáo pháp Phật-đà.

Chúng tôi xin cảm ơn tất cả những ai đã, đang và sẽ lưu tâm đến Phật giáo Việt Nam cũng như giúp đỡ chúng tôi hoàn thành trách nhiệm mang đạo vào đời.

Lời cuối, xin nguyện cầu quê hương Việt Nam sớm thanh bình, không còn sống trong cảnh đao binh khói lửa, hận thù, chém giết lẫn nhau, để mọi người có cơ hội sống, phát triển khả năng trí tuệ của mình.

Viết xong ngày 22 tháng 4 năm 1987
(để kỷ niệm ngày 10 năm trước đây tôi đến Đức)

Bản chỉnh sửa bổ sung
cho lần tái bản thứ nhất
hoàn tất ngày 5 tháng 4 năm 2020

Hòa Thượng Thích Như Điển

❖ Thế danh: Lê Cường. Pháp tự: Giải Minh. Pháp hiệu: Trí Tâm

❖ Sanh: 28.06.1949 tại Xuyên Mỹ, Duy Xuyên, Quảng Nam.

❖ Học lực: Cử nhân giáo dục và Cao học Phật giáo tại Nhật Bản.

❖ Xuất gia năm 1964 tại Tổ Đình Phước Lâm, Hội An.

❖ Năm 1971: Thọ Tỳ Kheo giới tại giới đàn Tu Viện Quảng Đức, Thủ Đức.

❖ Năm 1972: Du học Nhật Bản.

❖ Năm 1977: Đến Đức vào với Visa du lịch; nhưng sau đó xin tỵ nạn tại Đức và ở Đức từ đó cho đến nay.

❖ Tháng 4 năm 1978 thành lập Niệm Phật Đường Viên Giác và sau đó trở thành Chùa Viên Giác tại Hannover.

❖ Từ năm 1978, 1979: Sáng lập Chi Bộ Giáo Hội Phật Giáo Việt Nam Thống Nhất Đức Quốc, thành lập Hội Sinh Viên và Kiều Bào Phật Tử Việt Nam tại Đức.

❖ Năm 1988 được tấn phong lên hàng Giáo phẩm Thượng Tọa tại giới đàn Đại Nguyện chùa Pháp Hoa Marseille, Pháp quốc.

❖ Ngày 28.6.2008 được tấn phong lên hàng Giáo phẩm Hòa Thượng tại Đại Giới Đàn Pháp Chuyên tại chùa Viên Giác Hannover, Đức Quốc.

❖ Ngày 8 tháng 7 năm 2011 tại Colombo thủ đô nước Tích Lan, Hội Đồng Tăng Già Tích Lan đã trao giải thưởng cao quý cho HT Thích Như Điển và HT Thích Minh Tâm.

❖ Đệ Nhị Chủ Tịch Hội Đồng Điều Hành GHPGVNTN Âu Châu nhiệm kỳ 2015-2020.

❖ Phó Chủ Tịch Hội Đồng Tăng Già Thế Giới (World Buddhist Sangha Council - WBSC).

❖ Sáng tác gần 70 tác phẩm và dịch phẩm từ các tiếng Việt, Anh, Hán, Nhật và Đức ngữ.

CÙNG MỘT TÁC GIẢ

1	Truyện cổ Việt Nam 1 & 2	Nhật ngữ	1974, 1975
2	Giọt mưa đầu hạ	Việt ngữ	1979
3	Ngỡ ngàng	Việt ngữ	1980
4	Lịch sử Phật Giáo Việt Nam Hải Ngoại trước và sau năm 1975	Việt & Đức ngữ	1982
5	Cuộc đời người Tăng sĩ	Việt & Đức ngữ	1983
6	Lễ nhạc Phật Giáo	Việt & Đức ngữ	1984
7	Tình đời nghĩa đạo	Việt ngữ	1985
8	Tìm hiểu giáo lý Phật Giáo	Việt & Đức ngữ	1985
9	Đời sống tinh thần của Phật Tử Việt Nam tại ngoại quốc	Việt & Đức ngữ	1986
10	Đường không biên giới	Việt & Đức ngữ	1987
11	Hình ảnh 10 năm sinh hoạt Phật Giáo Việt Nam tại Tây Đức	Việt & Đức ngữ	1988
12	Lòng từ Đức Phật	Việt ngữ	1989
13	Nghiên cứu Giáo Đoàn Phật Giáo thời nguyên thủy I, II , III	dịch từ Nhật ngữ ra Việt & Đức ngữ	90, 91, 92
14	Tường thuật về Đại hội Tăng già Phật Giáo thế giới kỳ 5 khóa I tại Hannover, Đức Quốc	Việt, Anh, Đức ngữ	1993
15	Giữa chốn cung vàng	Việt ngữ	1994
16	Chùa Viên Giác	Việt ngữ	1994
17	Chùa Viên Giác	Đức ngữ	1995
18	Vụ án một người tu	Việt ngữ	1995
19	Chùa Quan Âm (Canada)	Việt ngữ	1996
20	Phật Giáo và con người	Việt & Đức ngữ	1996

21	Khóa giáo lý Âu Châu kỳ 9	Việt & Đức ngữ	1997
22	Theo dấu chân xưa * (Hành hương Trung quốc I)	Việt ngữ	1998
23	Sống và chết theo quan niệm của Phật Giáo	Việt & Đức ngữ	1998
24	Tiếp kiến với Đức Đạt Lai Lạt Ma	Việt & Đức ngữ	1999
25	Vọng cố nhân lầu (Hành hương Trung Quốc II)	Việt ngữ	1999
26	Có và Không	Việt & Đức ngữ	2000
27	Kinh Đại Bi * (dịch từ Hán văn ra Việt văn)	Việt & Đức ngữ	2001
28	Phật thuyết Bồ Tát Hành Phương Tiện Cảnh Giới Thần Thông Biến Hóa Kinh	dịch từ Hán văn ra Việt ngữ	2001
29	Bhutan có gì lạ?	Việt ngữ	2001
30	Kinh Đại Phương Quảng Tổng Trì	dịch từ Hán văn ra Việt ngữ	2002
31	Cảm tạ xứ Đức	Việt & Đức ngữ	2002
32	Thư tòa soạn báo Viên Giác trong 25 năm (1979 - 2003, 2004)	Việt ngữ	2003
33	Bổn Sự kinh	Dịch từ Hán văn sang Việt ngữ	2003
34	Những đoản văn viết trong 25 năm qua	Việt & Đức ngữ	2003
35	Phát Bồ Đề Tâm kinh luận	Dịch từ Hán văn sang Việt ngữ	2004
36	Đại Đường Tây Vức Ký	Dịch từ Hán văn sang Việt ngữ	2004
37	Làm thế nào để trở thành một người tốt	Việt ngữ	2004

38	Dưới cội bồ đề	Việt ngữ	2005
39	Đại Thừa Tập Bồ Tát Học Luận	Dịch từ Hán văn sang Việt ngữ	2005
40	Bồ Đề Tư Lương luận	Dịch từ Hán văn sang Việt ngữ	2005
41	Phật nói luận A Tỳ Đàm về việc thành lập thế giới	Dịch từ Hán văn sang Việt ngữ	2006
42	Giai nhân và Hòa Thượng	Việt ngữ	2006
43	Thiền Lâm Tế Nhật Bản	Dịch từ Nhựt ngữ sang Việt ngữ	2006
44	Luận về con đường giải thoát	Dịch từ Hán văn sang Việt ngữ	2006
45	Luận về bốn chân lý	Dịch từ Hán văn sang Việt ngữ	2007
46	Tịnh Độ tông Nhật Bản	Dịch từ Nhật ngữ sang Việt ngữ	2007
47	Tào Động tông Nhật Bản	Dịch từ Nhật ngữ sang Việt ngữ	2008
48	Phật Giáo và khoa học	Việt ngữ	2008
49	Pháp ngữ	Việt ngữ	2008
50	Những mẩu chuyện linh ứng của Đức Địa Tạng Vương Bồ Tát	Dịch từ Nhật ngữ sang Việt ngữ	2009
51	Nhật Liên tông Nhật Bản	Dịch từ Nhật ngữ sang Việt ngữ	2009
52	Chân Ngôn tông Nhật Bản	Dịch từ Nhật ngữ sang Việt ngữ	2010
53	Chết an lạc, tái sanh hoan hỉ	Dịch chung với T.T. Nguyên Tạng từ Anh ngữ sang Việt Ngữ	2011
54	Chuyện tình của Liên Hoa Hòa Thượng	Việt Ngữ	2011

55	Tư tưởng Tịnh Độ Tông	Việt ngữ	2012
56	Những bản kinh căn bản của Tịnh Độ Tông Nhật Bản	Dịch từ Đức ngữ sang Việt ngữ	2012
57	Dưới bóng đa chùa Viên Giác	Việt ngữ, viết chung với Trần Trung Đạo	2012
58	Diệu Pháp Liên Hoa kinh / Văn cú	Dịch từ chữ Hán sang tiếng Việt	2013
59	Hương Lúa Chùa Quê (Hoài Niệm Tuổi Thơ)	Việt ngữ viết chung với H.T. Thích Bảo Lạc	2013
60	Hiện tượng của tử sinh	Việt ngữ	2014
61	Nhật Bản trong lòng tôi	Việt ngữ	2015
62	Nước Úc trong tâm tôi	Việt ngữ	2016
63	Nước Mỹ bao lần đi và đến	Việt ngữ	2017
64	Thiền quán về Sống và Chết	Dịch từ Anh ngữ sang Việt ngữ với TT. Thích Nguyên Tạng	2017
65	Mối tơ vương của Huyền Trân Công Chúa	Việt ngữ	2018
66	Phật Giáo Việt Nam tại Âu Châu	Việt ngữ (sắp xuất bản)	2020
67	Vua Là Phật, Phật Là Vua	Việt ngữ (sắp xuất bản)	2020

Quý vị muốn download những bài giảng pháp
của Hòa Thượng Phương Trượng Chùa Viên Giác Hannover
xin vào trang: www.viengiac.de hoặc www. quangduc.com

Để có bản sách in trên giấy, xin vào Viên Giác Tùng Thư Online
tại địa chỉ: https://www.amazon.com/author/thichnhudien/

Chùa Viên Giác

Karlsruher Strasse 6

30519 Hannover - GERMANY

Tel: 0511 - 879630 - Fax: 0511- 8790963

Homepage: htttp://www.viengiac.de

Email: info@viengiac.de

●

Chúng tôi cũng liên kết phổ biến hoàn toàn miễn phí
trên các website của Liên Phật Hội (United Buddhist Foundation):

www.unitedbuddhist.org
www.lienphathoi.org
www.rongmotamhon.net